AF762589

NGÔN NGỮ
TẠP CHÍ VĂN HỌC NGHỆ THUẬT
SỐ 41 ■ 1/1/2026

NHÓM CHỦ TRƯƠNG:
Luân Hoán – Song Thao – Nguyễn Vy Khanh - Hồ Đình Nghiêm – Lê Hân
Trần Thị Nguyệt Mai – Uyên Nguyên Trần Triết

CỘNG TÁC TRONG SỐ NÀY:
Bảo Tấn, Ben OH, Bùi Dũng, Bùi Vĩnh Phúc, Cao Nguyên, Cái Trọng Ty, Cổ Ngư, Dan Hoàng, Dung Thị Vân, Dư Đằng Duy, Đặng Hiền, Đặng Kim Côn, Đình Quân, Đỗ T. Công, Đoàn Tam Kỳ, Hoàng Chính, Hoàng Hoa Thương, Hồ Chí Bửu, Hồ Xoa, Hứa Hiếu, Huỳnh Thị Quỳnh Nga, Lão Ngoan, Lạp Chúc Nguyễn Huy, Letamanh, Lê Chiều Giang, Lê Hân, Lê Hữu Minh Toán, Lê Minh Hiền, Luân Hoán, Lưu Văn Vịnh, M.H. Hoài Linh Phương, Ngàn Thương, Ngô Sỹ Hân, Người Sông Hậu, Nguyên Bình, Nguyên Cẩn, Nguyễn An Bình, Nguyễn Dạ Quỳnh, Nguyễn Đình Phượng Uyển, Nguyễn Đức Nam, Nguyễn Hàn Chung, Nguyễn Hòa Trước, Nguyễn Hoàn Nguyên, Nguyễn Hữu Quyền, Nguyễn Kiến Thiết, Nguyễn Lâm Kim-Oanh, Nguyễn Lê Hồng Hưng, Nguyễn Minh Nữu, Nguyễn Nguyên Phượng, Nguyễn Nhã Tiên, Nguyễn Tam Phù Sa, Nguyễn Văn Điều, Nguyễn Văn Gia, Nguyễn Viết Kim, Nguyễn Vy Khanh, NP Phan, Phạm Cao Hoàng, Phan Ni Tấn, Phương Tấn, Song Thao, Thái An, Thái Thị Lý, Thái Tú Hạp, Thanh Trắc Nguyễn Văn, Thiên Di SG, Thục Uyên, Tiểu Lục Thần Phong, Tôn Nữ Mỹ Hạnh, Trang Châu, Trang Thùy, Trần C. Trí, Trần Đình Sơn Cước, Trần Quý Trung, Trần Thanh Quang, Trần Thị Nguyệt Mai, Trần Trung Sáng, Trần Văn Nghĩa, Trần Vấn Lệ, Triều Hoa Đại, Trương Xuân Mẫn, Uyên Nguyên, Vinh Hồ, Võ Phú, Võ Quê, Vũ Khắc Tế, Vũ Khắc Tĩnh, Vương Hoài Uyên, Xuyên Trà.

BÌA: Uyên Nguyên Trần Triết
TRANH BÌA: Dung Boxit
DÀN TRANG: Lê Hân
ĐỌC BẢN THẢO: Trần Thị Nguyệt Mai
LIÊN LẠC: Thư và bài vở mời gởi về:
- Luân Hoán: lebao_hoang@yahoo.com
- Song Thao: tatrungson@hotmail.com

TÒA SOẠN & TRỊ SỰ:
Lê Hân: (408) 722-5626 han.le3359@gmail.com

MỤC LỤC
TẠP CHÍ NGÔN NGỮ
SỐ 41 ▪ 1/1/2026

NGON NGU

THƯ TÒA SOẠN

Kính thưa quý bạn đọc, bạn viết,

Ngôn Ngữ là một tập in, có lẽ chưa xứng danh là một tạp chí đáng đọc. Tuy vậy tại hải ngoại, trong thời buổi "không chó bắt mèo", chúng tôi thật sự chưa biết dùng tên gọi gì khác, vẫn xin phép được dùng hai chữ 'tạp chí' của thức giả đi trước để lại.

Và để được tập in Tạp Chí này, chúng tôi phải nhờ đến những giúp sức quý báu của các nhà văn chính quy từ đầu: Hồ Đình Nghiêm, Nguyễn Vy Khanh, Song Thao, Trần Thị Nguyệt Mai, Uyên Nguyên; bên cạnh sự hỗ trợ nhiệt tình của quý cây bút cũ, mới trong nước cũng như từ nhiều quốc gia khác gởi về; có thể kể từ Số 1 đến Số 40 gồm các văn thơ gia sau đây:

Ái Cầm, Bạch X Phẻ, Ban Mai, Bảo Giang, Bắc Phong, Ben OH, Biển Cát, Bình Địa Mộc, BT Áo Tím, Bùi Công Thuần, Bùi Diệp, Bùi Dũng, Bùi Nguyên Bằng, Bùi Văn Dũng, Bùi Vĩnh Phúc, Cam Li Nguyễn Thị Mỹ Thanh, Cái Trọng Ty, Cẩm Loan, Cao Nguyên, Cao Thanh Tâm, Cao Thoại Châu, Cao Thu Cúc, Cao Vị Khanh, Chân Phương, Châu Ly, Châu Nguyễn, Châu Quang, Châu Yến Loan, Chu

Ngạn Thư, Chu Nguyên Thảo, Chu Trầm Nguyên Minh, Công Huyền Tôn Nữ Qui Hồng, Chu Nguyên Thùy, Chu Vương Miện, Cổ Ngư, Cung Tích Biền, Dan Hoàng, Dị Ngọc, Diên Nghị, Donry Nguyễn, Du Tử Lê, Dung Thị Vân, Duyên, Duy Du, Duy Thanh, Dư Đằng Duy, Dư Mỹ, Dương Thắng, Dzạ Lữ Kiều, Dzương Ngọc Hoán, Đàm Trung Pháp, Đan Thanh, Đào Minh Tuấn, Đào Như, Đặng Hiền, Đặng Kim Côn, Đặng Mai Lan, Đặng Phú Phong, Đặng Tiến (TN), Đặng Tường Vy, Đặng Văn Sử, Đặng Văn Thơm, Đặng Xuân Xuyến, Điệp Nguyễn, Đinh Cường, Đinh Phụng Tiến, Đinh Thị Thu Vân, Đinh Trường Chinh, Đinh Văn Tuấn, Đình Quân, Đoàn Hạnh, Đoàn Nhã Văn, Đoàn Phương, Đoàn Tam Kỳ, Đoàn Văn Khánh, Đoàn Việt Hùng, Đỗ Orchid, Đỗ Duy Ngọc, Đỗ Kh, Đỗ Hồng Ngọc, Đỗ Quyên, Đỗ T. Công, Đỗ Thượng Thế, Đỗ Tiến Đức, Đỗ Trường, Đức Phổ, Elena Pucillo Truong, Eric Henry, Giọt Thu, Hà Khánh Quân, Hà Ngọc Hoàng, Hà Nguyên Du, Hà Nguyên Thạch, Hà Vũ Giang Châu, Hạ Đình Thao, Hạ Quốc Huy, Hà Thiên Sơn, Hạnh Tuyền, Hạt Cát, Hạt Cát Diệu Sinh, Hạt Dưa, Hiền Nguyễn, Hoa Nguyên, Hoa Thi, Hoài Huyền Thanh, Hoài Ziang Duy, Hoàng Chiều Nhân, Hoàng Chính, Hoàng Hoa Thương, Hoàng Kim Oanh, Hoàng Hương Trang, Hoàng Khởi Phong, Hoàng Long, Hoàng Lộc, Hoàng Nga, Hoàng Ngọc Hòa, Hoàng Ngọc Nguyên, Hoàng Quân, Hoàng Thị Bích Hà, Hoàng Vũ Thuật, Hoàng Xuân Sơn, Hồ Chí Bửu, Hồ Đình Nam, Hồ Đình Nghiêm, Hồ Trường An, Hồ Xoa, Hồng Hạnh, Hồng Lĩnh Phạm Thị Quý, Hop B. Anderson, Hư Vô (VN), Hứa Hiếu, Huệ Đan, Huệ Thu, Hùng Nguyễn, Hữu Hạnh, Huy Tưởng, Huỳnh Duy Lộc, Huỳnh Liễu Ngạn, Huỳnh Minh Tâm, Huỳnh Như Phương, Huỳnh Minh Lệ, Huỳnh Thị Quỳnh Nga, Huỳnh Viết Tư, KC Nguyễn, Khaly Chàm, Khánh Trường, Khê Kinh Kha, Khuất Đẩu, Kim Huệ, Kiều Giang, Kiều Huệ, Lại Văn Phong, Lạp Chúc Nguyễn Huy, Lâm Anh, Lâm Băng Phương, Lâm Chương, Letamanh, Lê Chiều Giang, Lê Đặng Thức, Lê Đức Thịnh, Lê Đức Luận, Lê Giang Trần, Lê Hà, Lê Hoàng Phò, Lê Hứa Huyền Trân, Lê Hữu Minh Toán, Lê Khắc Ngọc Quỳnh, Lê Kim Thượng, Lê Minh Hiền, Lê Na, Lê Ngọc Hân, Lê Nguyệt, Lê Thanh Hùng, Lê Thị Cẩm Hương, Lê Thị Hải Hà, Lê Thị Hạnh, Lê Thị Ngọc Nữ, Lê Thị Thấm Vân, Lê Triều Điển, Lê Tuyết Lan, Lê Văn Hiếu, Lê Văn Thiện, Lê Văn Trung, Lê Vĩnh Tài, Lê Vĩnh Thọ, Loan Nguyễn, Luân Lê, Lữ Kiều, Lữ Quỳnh, Lưu Diệu Vân, Lưu Lăng Khách, Lưu Phương, Lưu Tuấn Giao, Lưu Văn Vịnh, Lương Thiếu Văn, Lý Ngọc Lê Thanh, Mã Lam, Mai Anh Tuấn, Mai Quyên, Mai Thảo, Mai Tuyết, Mãn Đường Hồng, Mang Viên Long, Mạnh Kim, Mem Nguyễn Thị, Michael Trụ Bùi, Minh Đạo Đoàn Vinh, Minh Đức

Triều Tâm Ánh, Minh Ngọc (Nguyễn Ngọc NY), Minh Nguyễn, Mộng Hoa Võ Thị, My Thục, Mỹ Hiệp, Nam Giao, Nam Lê, Ngã Du Tử, Ngàn Thương, Ngh, Ngọc Ánh, Ngọc Bút, Ngọc Duy, Ngọc Giao, Ngọc Thủy, Ngọc Trâm, Ngô Nguyên Dũng, Ngô Sỹ Hân, Ngô Thế Vinh, Ngữ An, Ngưng Thu, Người Sông Hậu, Nguyên Bình, Nguyên Cẩn, Nguyên Như, Nguyên Quân, Nguyên Thu, Nguyên Việt, Nguyên Xuân, Nguyễn An Bình, Nguyễn Cẩm Thy, Nguyễn Châu, Nguyễn Công Tiến, Nguyễn Dạ Quỳnh, Nguyễn Dương Quang, Nguyễn Đại Dương, Nguyễn Đại Hoàng, Nguyễn Đăng Trình, Nguyễn Đình Liên, Nguyễn Đình Phượng Uyển, Nguyễn Đình Toàn, Nguyễn Đình Tư Lam, Nguyễn Đức Bá, Nguyễn Đức Bạt Ngàn, Nguyễn Đức Dũng, Nguyễn Đức Mù Sương, Nguyễn Đức Nam, Nguyễn Đức Tùng, Nguyễn Hải Thảo, Nguyễn Hàn Chung, Nguyễn Hòa Trước, Nguyễn Hoàng Nguyên, Nguyễn Hoàng Quân, Nguyễn Hồng Phúc, Nguyễn Hữu Dụng, Nguyễn Hữu Hồng Minh, Nguyễn Huy Côn, Nguyễn Kiến Thiết, Nguyễn Kim Phượng, Nguyễn Lâm Kim Oanh, Nguyễn Lê Hồng Hưng, Nguyễn Lệ Uyên, Nguyễn Linh Quang, Nguyễn Miên Thượng, Nguyễn Minh Nữu, Nguyễn Minh Phúc, Nguyễn Mộng Giác, Nguyễn Nam An, Nguyễn Ngọc Hạnh, Nguyễn Ngọc Như Ý, Nguyễn Ngọc Quỳnh Trâm, Nguyễn Nguyên Phượng, Nguyễn Nhã Tiên, Nguyễn Phú Yên, Nguyễn Quốc Hưng, Nguyễn Sao Mai, Nguyễn Sông Trẹm, Nguyễn Tam Ân, Nguyễn Tam Phù Sa, Nguyễn Thái Dương, Nguyễn Thanh Châu, Nguyễn Thanh Sơn, Nguyễn Thành, Nguyễn Thị Bích Nga, Nguyễn Thị Hải Hà, Nguyễn Thị Khánh Minh, Nguyễn Thị Loan, Nguyễn Thị Thanh Bình, Nguyễn Thị Thanh Thủy, Nguyễn Thị Tịnh Thy, Nguyễn Thị Thuyền, Nguyễn Thiên Nga, Nguyễn Thiếu Dũng, Nguyễn Thụy Đan, Nguyễn Thỵ, Nguyễn Trọng Lĩnh, Nguyễn Trung Tây, Nguyễn Ước, Nguyễn Văn Điều, Nguyễn Văn Gia, Nguyễn Văn Nhân, Nguyễn Văn Sâm, Nguyễn Văn Thà, Nguyễn Văn Tuấn, Nguyễn Viện, Nguyễn Viết Kim, Nguyễn Vũ Lan Bình, Nguyễn Vũ Sinh, Nguyễn Vy Khanh, Nguyễn Xuân Thiệp, Ngự Thuyết, Nhật Hạ, MH Hoài Linh Phương, NH H Nguyễn, Nhật Quang, Nhật Uyển, Như Hoài, Nhị Ngã, Như Không, Ninh Trần, NP Phan, Orchid Lâm Quỳnh, Phạm Cao Hoàng, Phạm Chu Sa, Phạm Công Luận, Phạm Hiền Mây, Phạm Nga, Phạm Ngọc Dũ, Phạm Ngọc Lư, Phạm Ngũ Yên, Phạm Phú Minh, Phạm Thái Thanh Lan, Phạm Văn Nhàn, Phạm Vũ Thịnh, Phan Huyền Thư, Phan Ni Tấn, Phan Thị Trọng Tuyến, Phan Trang Hy, Phan Văn Thạnh, Phan Việt Thủy, Phan Xuân Sinh, Phan Xuân Thiện, Phùng Hiếu, Phương Tấn, Quan Dương, Quảng Tánh Trần Cầm, Quảng Thiện, Quỳnh Nguyễn, Roch Carrier, Rose, San Phi, Sóc Nâu

Minnesota, Song Thao, Sử Mặc, Sỹ Liêm, Tạ Hùng Việt, Tâm Không Vĩnh Hữu, Tân Vương Huy, Tăng Quốc Kiệt, Thái An, Thái NC, Thái Thị Lý, Thái Tú Hạp, Thanh Mai, Thanh Thanh, Thanh Trắc Nguyễn Văn, Thành Tôn, Thảo Dân, Thảo Nguyên, Thi Hạnh, Thị Như Hà Võ, Thị Quỳnh Dung Lê, Thiếu Khanh, Thiên Di SG, Thiên Hà, Thu Hoài, Thu Thủy, Thuận Tình, Thục Uyên, Thương Tử Tâm, Thùy Vy, Thy An, Tiến Thắng B7, Tiểu Lục Thần Phong, Tiểu Nguyệt, Tiểu Quyên, Tiểu Thu, Tịnh Bình, Tịnh Lê, Tịnh Thủy, Tôn Nữ Mỹ Hạnh, Tôn Nữ Thu Dung, Trang Châu, Trang Thùy, Trần C. Trí, Trần Cẩm Hằng, Trần Danh Thùy, Trần Dzạ Lữ, Trần Doãn Nho, Trần Đình Sơn Cước, Trần Hạ Vi, Trần Hoài Anh, Trần Hoài Thư, Trần Hoàng Vy, Trần Huiền Ân, Trần Hữu Thục, Trần Huy Bích, Trần Lê, Trần Mạnh Hảo, Trần Mộng Tú, Trần Nguyên, Trần Quang Châu, Trần Quý Trung, Trần Thanh Quang, Trần Thanh Trúc, Trần Thị Cổ Tích, Trần Thị Diệu Tâm, Trần Thị NgH., Trần Thị Nguyệt Mai, Trần Thị Trúc Hạ, Trần Thiện Hiệp, Trần Thoại Nguyên, Trần Triết, Trần Triệu Hoàng, Trần Trung Thuần, Trần Trung Sáng, Trần Vạn Giã, Trần Văn Lâm, Trần Văn Nam, Trần Văn Nghĩa, Trần Vấn Lệ, Trần Xuân Thụy, Trần Yên Hòa, Triều Hoa Đại, Trịnh Bửu Hoài, Trịnh Chu, Trịnh Y Thư, Trúc Lan, Trung Chính Hồ, Trương Thị Mỹ Vân, Trương Văn Dân, Trương Quang, Trương Xuân Mẫn, Trường Kỳ, Trung Chính Hồ, Tuấn Khanh, Tuệ Sỹ, Túy Hồng, Tuyết Lan, Uyên Nguyên, Vann Phan, Việt Dương, Vinh Hồ, Vĩnh Nguyên, Võ Công Liêm, Võ Dương Hồng Lam, Võ Kỳ Điền, Võ Miên Trường, Võ Phú, Võ Quê, Võ Thạnh Văn, Võ Thị Như Hà, Võ Thị Như Mai, Vũ Đình Huy, Vũ Đình Kh, Vũ Hoàng Thư, Vũ Huy Quang, Vũ Ngọc Giao, Vũ Khắc Tế, Vũ Khắc Tĩnh, Vũ Thất, Vũ Thị Huyền Trang, Vũ Trọng Quang, Vũ Tuyết Nhung, Vương Duy, Vương Hoài Uyên, Vương Trung Hiếu, Vương Tùng Cương, Vương Trùng Dương, Vy Thượng Ngã, Xuân Thao, Xuyên Trà, Y Thy, Ý Nhi, Zulu DC...

Danh sách trên hẳn còn sót... Ghi lại không ma mị cho bài viết giàu chữ, mà thật tâm biết ơn. Những người có tên từ số 1 đến số 40, một ít đã rời cõi sống, một số khác không còn cảm thấy ưng ý với Ngôn Ngữ, nghỉ chơi. Dù thế nào, cá nhân tôi cũng thành tâm cảm ơn tấm lòng vì văn thơ Việt đã vui vẻ góp tay.

Trong những năm vừa qua, chúng tôi cũng đã thực hiện một số Ngôn Ngữ Đặc Biệt cho các bạn văn như Tô Thùy Yên, Hoàng Ngọc Biên, Song Thao, Nguyễn Vy Khanh, Hồ Đình Nghiêm, Cung Tích Biền, Ngô Thế Vinh, Phạm Cao Hoàng, Khánh Trường, Trần

Hoài Thư, Đỗ Hồng Ngọc, Nguyên Minh, Trương Vũ, Lữ Quỳnh, Trịnh Y Thư, Trần Vấn Lệ, Phương Tấn, Phan Ni Tấn, Nguyễn Minh Nữu, Nguyễn Thị Khánh Minh. Trong năm 2026, chúng tôi sẽ tiếp tục thực hiện Ngôn Ngữ Đặc Biệt cho Bùi Vĩnh Phúc, Đặng Thơ Thơ, Tiểu Lục Thần Phong, v.v...

Riêng với Ngôn Ngữ 41, tuy không rao là số Xuân, nhưng nội dung nghiêng nhiều về chủ đề này. Không lẽ tôi lại bê phần mục lục vào đây để minh chứng. Quý vị sẽ đọc thấy ngay ở những trang tiếp theo.

Trong số NN41 này, chúng ta sẽ được đọc bài khảo luận, viết thật công phu của tác giả Lưu Văn Vịnh qua chủ đề "Việt Nam 200 Năm Chuyển Hóa Đất Nước và Phân Hóa Dân Tộc".

Đặc biệt nhà biên khảo Bùi Vĩnh Phúc lần đầu dành cho Ngôn Ngữ bài viết sâu sắc dài hơi "Nói Chuyện Ăn trong Đời Sống, Tâm Thức và Ngôn ngữ Việt".

Cùng với hai bài trên chúng ta còn có những bài đọc thật thi vị viết về "Nguồn gốc Áo Dài" của tác giả Lạp Chúc Nguyễn Huy. Viết về nhà văn Doãn Quốc Sỹ của Phan Ni Tấn cùng những bài tản mạn của Trần C. Trí, Nguyễn Lê Hồng Hưng đủ giúp chúng ta còn đủ ham đọc sách chữ Việt.

Chăm sóc một tờ báo dù thực sự không trực tiếp, nhất là số này, vì trục trặc sức khỏe, "sự điều hành" của cá nhân tôi hoàn toàn không có, mọi sự nhờ vào người có khả năng đọc bài, xếp trang, giao tiếp cùng nhà in và chị sửa sai chính tả, anh trình bày hình thức, ba người chu toàn.

Chúng tôi cũng xin chân thành cảm ơn nhà văn bác sĩ Ngô Thế Vinh cho trường kỳ quảng cáo để "tờ tạp chí" tiếp tục hiện diện với dung mạo coi được, cùng bài vở bình bình đọc không đến nỗi chán của nó.

Nhân dịp đầu năm mới xin đại diện ban chủ biên chúc tất cả bạn đọc, bạn viết giàu sức khỏe và an bình.

Kính quý
Luân Hoán

TIỄN ĐƯA

Quý Tiếc tiễn biệt nhạc sĩ, nhà thơ ĐYNH TRẦM CA
Tên thật Mạc Phụ, con dân đất Vĩnh Điện, Điện Bàn
sống trong khoảng thời gian từ:

1943 đến 2025 (ngày 01-12)
thọ 82 tuổi

từng ăn ngủ nhiều nơi trên lãnh địa Trung, Nam Việt Nam.

Xin chia buồn cùng chị và các cháu.

Luân Hoán, Hà Nguyên Thạch, Hoàng Quy, Hoàng Lộc, Thái Tú Hạp, Thành Tôn, Phạm Phú Minh, Lê Hân, Đỗ Duy Ngọc, Hoàng Trọng Bân, Châu Văn Tùng, Thiếu Khanh, Huy Uyên, Uyên Hà, Xuyên Trà & Tạp chí Ngôn Ngữ

UYÊN NGUYÊN

TRẦM CA PHƯƠNG NAM PHIÊU DẠT...

Phương Nam Khúc Ca Phiêu Dạt Của Khóm Lục Bình

.

Đi
Như là trôi
Ta lần về phương nam
Phía bầy én giang hồ gọi xuân về rối rít
Phía những dòng sông đỏ phù sa chảy xiết
Ta gặp thêm những cụm lục bình
Trôi
Trôi
Trôi
Và trôi...
Ta dần xa bến cũ
Mấy mươi năm gió nhớ thổi mù trời
Vẫn muốn chở về sông mẹ những nguồn vui
Dù ta chỉ nở được hoa tím nhạt
Đi
Như là trôi
Tựa đóa mây nở trên trời luân lạc
Có mong gì người ngắm phút giây
Trong lang thang mây cứ nở đời mây
Rồi tan loãng giữa vô cùng
Bát ngát
Trôi trôi trôi...
Bềnh bồng theo tiếng hát
Khúc tráng ca cuồn cuộn chín sông rồng

Ta, lục bình vừa trôi vừa trổ bông
Cỡi đầu sóng chở mùa xuân phiêu dạt
Phương nam phương nam
Trôi đó đây
Rải rác
Những mảnh đời ngơ ngác tha hương
Hẹn cùng nhau
Trôi nhé
Mà trổ bông
Dẫu sóng bủa đầu vàm
Sóng xô cuối rạch
Phương nam phương nam
Xin cám ơn những dòng-sông-không-bao-giờ-ngăn-cách
Những Lục Vân Tiên trong khí phách con người
Xin cám ơn câu vọng cổ rất mùi
Thấm trong hạt phù sa
Đượm những tấm-lòng-cây-trái
Gió chướng
Mùa lên
Ta còn trôi mãi
Buổi qua đây
Hoa nở
Tặng đất này!
Cố hương cố hương
Hun hút mây bay
Đôi mắt mỏi ngóng mù sông bến đợi
Đỉnh núi nhớ nghiêng mòn phương gió nổi
Biển mẹ ơi
Sao chưa gọi con về?
Ừ, thì thôi
Ta sẽ cứ trôi
Hỡi những khóm lục bình nở hoa tím nhạt
Hoa nở tím trên đường trội dạt
Tỏa chút hương ngan ngát gửi quê nhà
Là nỗi buồn cất được tiếng ca.

ĐYNH TRẦM CA
Cần Thơ – Long Xuyên
Tháng 2/1989

.....

Cây Đàn Thương Nhớ

Buổi ta vác cây đàn ngang trường cũ
Ai như em đứng ngó cuối hành lang
Ai như ta ngồi mơ sau cửa lớp
Có lẽ nào mình còn đó sao, Th...?

.

Buổi ta vác cây đàn xa trường cũ
Em vẫn còn chạy nhảy dưới hàng xoan
Nên ta đi mà hồn thì quay lại
Níu vai cầu hát gửi khúc chia tan

.

Buổi ta vác cây đàn vào gió cát
Hồn không theo nên thân xác liêu xiêu
Ném nốt nhạc lên chín tầng mây dạt
Nghe quê người mưa rớt hột cô liêu

.

Ta gục xuống những đường gai đã nhọn
Máu từ tim ứa nở cánh phượng đầu
Ta muốn hái tặng em ngày tháng cũ
Chợt ngậm ngùi: ngày vui đã qua mau!

.

Ngày vui đã phai trên màu tóc cỏ
Cỏ còn xanh – đời xanh chẳng quay về
Chỉ câu hát giữ em hoài bé nhỏ
Nên ta thề: xin làm một kiếp ve!
Để hát mãi về em thời đi học
Cho trăm năm em vẫn nữ sinh hoài
(Nhỡ có tiếc cũng xin em đừng khóc
Đời không vui cho ta nhận riêng ai)

.

Buổi ta vác cây đàn về quê cũ
Qua dốc cầu gặp hồn nhỏ chơ vơ
Hồn đứng với ba mươi năm hoài niệm
Bên trường xưa (em có gặp bao giờ?)

.

Ta lại vác cây đàn đi tứ chiếng
Hồn theo ta qua những chốn mịt mùng
Mây viễn phố bao chiều thay áo nõn
Ta nâng đàn thương nhớ phá lên cung.

Rượu Cuối Năm Bên Bờ Kinh Phương Nam

Rượu cuối năm rót cuối bờ kinh
ngọn gió chướng thổi se lòng nước
ta và bạn làm sao biết được
bởi vì đâu so đũa nở trắng bông?
bởi vì đâu rượu đắng ở cuối lòng
cứ nồng ấm nhưng hồn lãng bạt
bèo bữa trước vì sông mà trôi giạt
chợt nở hoa về rợp bến quê nhà
thì sá gì cuộc nổi trôi ta!

.

Rượu cuối năm gõ chén hát xuân ca
nghe cuối bãi tiếng doi đất lở
nghiêng mé nước gốc mai già vẫn nở
bạn và ta còn thua cỏ cây nhiều
mới mười năm theo chim vịt kêu chiều
mà gió thổi muốn rách hồn kiêu bạc
Rượu cuối năm cất không lên tiếng hát
khúc xuân ca hiu hắt giọng trầm ca
nâng chén hoài hương gục nhớ mộ cha
gió thổi miết chắc chẳng còn thấy nấm
nâng chén tình quê thương mẹ già lận đận
sinh con ra chất thêm lấy lượng sầu
Nhà trống tàn năm chẳng thấy con đâu
gió hú mãi trên tháp Hời (*) u uất
gió chi thổi năm mươi năm không dứt
xô ta trôi, tới rạch cuối, kinh cùng
ôi lục bình vừa trôi vừa trổ bông
ta và bạn có lẽ nào chìm rã!

.

Rượu cuối năm lòng say mà chưa đã
thêm một ly để cảm tạ đất này
thêm một ly gửi tới những tảng mây
để cuối kiếp ta trôi lên thường trú
thêm ly nữa để thương bờ đất lở
mai lở thêm nhà ta cũng trôi luôn
đời biển dâu hề, dâu biển là đời
đừng chửi tục! (...) giao thừa sắp đến!
chín nhánh rồng thiêng có trăm nghìn bến

đời thơ ta cứ - tấp, cứ - đi!...

.

Rượu cuối năm gió lọt lòng ly
vọng tiếng hú ma Hời buồn quê cũ
đêm viễn xứ vang vang pháo nổ
giao thừa giao thừa hề ta lăn quay
rượu hết rồi làm sao chết giữa cơn say !...

.

ĐYNH TRẦM CA
Miền Tây, cuối tháng 12.1991

Như gió từ phương Nam* thổi lên mang theo hơi phù sa, tiếng vọng cổ và cái bềnh bồng của những đám mây bay lạc giữa trời chiều mùa nước nổi. Đó là giọng điệu của một kẻ lữ hành bước xuống bến sông quê mà lòng còn đầy những đường gân ký ức run rẩy. Thơ Đynh Trầm Ca, tự bản thân là một chuyến đi dài - mà thật ra chẳng đi đâu cả - chỉ trôi, trôi bềnh bồng như lục bình trổ hoa tím. Có lẽ thơ ông sinh ra từ một linh giác kỳ dị, mọi chuyển động của đời sống, dù vui hay buồn, đều trở thành nhạc.

Lúc này, ta như thấy thi sĩ đang đứng bên mé kinh, tay cầm ly rượu cuối năm, tiếng gió chướng luồn qua vành chén. Âm thanh ấy có gì đó vừa cay vừa ngọt, nó nhắc nhớ chuyện người, chuyện quê, chuyện lưu đày trong chính lòng mình. Khi người thơ nói về cái "trôi", thật ra không phải trôi của vật, mà là cái trôi của kiếp người, nhẹ tênh, bềnh bồng theo hơi thở đất trời. Lục bình trên sông Cửu Long đâu hề chọn bến mà dừng, nhưng lạ kỳ thay, lại cứ nở hoa tím. Hoa tím ấy tưởng buồn, mà hóa ra là thứ vui kín đáo, vui của kẻ biết mình chỉ ghé qua trần gian chốc lát.

Có lúc giọng thơ như một tiếng đàn bật ra sau cửa lớp xưa, mong manh, mơ hồ, vừa dở dang vừa níu kéo. Một kỷ niệm trường cũ, một tà áo thời thiếu nữ, một giai điệu đèo bòng như gió đưa... tất cả hiện lên không sắc nét như tấm hình rửa vội mà như làn sương buổi sớm, vừa thấy, đã mờ đi, nhưng dấu vết thì cứ đọng lại. Có những câu thơ đứng bên bờ dốc của thời gian, nhìn xuống ba mươi năm đã trôi ngang mặt nước. Ở nơi ấy, Đynh Trầm Ca không đòi hỏi mình phải trẻ lại hay được yêu lại; chỉ muốn hát thêm một câu để giữ một dáng hình xanh trong ký ức.

---

* Phương Nam Khúc Ca Phiêu Dạt Của Khóm Lục Bình

Lại có lúc, giọng thơ trở nên lửng lơ, như một kẻ vừa cười vừa khóc trong quán rượu chiều cuối năm. Nhấp ly rượu để nghe tiếng gió thổi rách linh hồn, để nhớ người, để mắng yêu số phận, để chửi đổng vài câu mà vẫn thương đất thương người đến mủi lòng. Có những chữ bật ra như tiếng bật nắp chai, xốc nổi, phóng túng, nhưng ẩn dưới đó là một dải trầm buồn kéo dài từ dốc cầu quê nhà cho đến tháp Hời buồn hú trong gió.

Thơ ấy có cái tài tình của một người thấy rõ cả buồn lẫn vui đều chỉ là màu nước; nghiêng ly một cái là đổi sắc. Cho nên nỗi buồn trong thơ không hề nặng nề, nó lơ lửng như trái bần trôi nước lớn, như khóm lục bình vừa tím vừa ngơ ngác, còn niềm vui thì cũng không rực rỡ chói chang mà chỉ đủ ấm như một đốm lửa bập bùng trong đêm giáp Tết. Mọi xúc cảm đều mang cái tình miệt vườn, thật mà không quá lời, đau mà không bi lụy, vui mà vẫn giữ chút ngậm ngùi.

Đọc Đynh Trầm Ca, người ta chợt hiểu rằng có những tâm hồn chỉ có thể cất tiếng hát khi được đặt giữa những dòng nước đục phù sa. Ở nơi đó, ngôn từ không tìm cách trang trọng hay triết lý, nó chỉ tự nhiên biến thành lời kể, lời thở dài, lời chúc rượu, lời gửi gió. Và chính vì vậy, nó chạm vào người đọc theo cái kiểu lục bình tím nở giữa sông, không cố ý, không phô trương, nhưng đúng lúc khiến ai đi qua cũng khựng lại đôi giây, tưởng như nghe được nỗi buồn ngân nga thành một bản ca phương Nam xa xăm.

Cái giọng ấy - khi bỡn cợt gió, khi đùa bóng mây, khi say, khi tỉnh, khi như ngồi bên bờ sông chờ ai về qua bến - rốt cuộc hóa thành nét rất riêng, một tiếng gọi đứt quãng của quê nhà trong thân phận phiêu bạc. Nó không làm dáng, không diễn, không triết thuyết đạo đời, chỉ thở giống hơi đất, hát đúng giọng nước và buồn đúng nỗi buồn của người biết rằng đời sống là con thuyền neo bằng hồi ức.

Và chính vì thế, đọc thơ Đynh Trầm Ca, ta cứ trôi - trôi mãi - như một khóm lục bình ngậm ngùi hoa tím, nhẹ nhàng mà thấm sâu, như tiếng đàn đem từ trường cũ đi suốt miền viễn xứ, vừa nức nở vừa mỉm cười, hát về những điều đã qua nhưng không hút dấu...

Uyên Nguyên
Yuma 01.12.2025

TIỄN ĐƯA

Quý Tiếc tiễn biệt nhà văn TRÀ LŨ

Tên thật **Trần Trung Lương**. Sinh năm 1935 tại Ninh Bình, Bắc Việt. Vào Nam năm 1954. Du học tại Anh quốc từ 1964-1965. Về nước dạy tại Đại học Sư Phạm, Viện Đại học Sài Gòn. Đến Canada năm 1975, làm công chức Bộ Văn Hóa & Công Dân tỉnh bang Ontario, Canada. Hiện định cư tại thành phố Toronro, Canada. Sau 1975 cộng tác nhiều năm với tạp chí Làng Văn tại Toronto, Canada. Chủ tịch Hội Văn bút Việt Nam, trung tâm Ontario, hai nhiệm kỳ (1991-1993) và (1993-1995). Giữ mục 'Lá Thư Canada' thường xuyên trên báo Văn Nghệ Tiền Phong tại Hoa Kỳ từ 1986 đến nay.

Xin chia buồn cùng gia đình.

Luân Hoán, Song Thao, Nguyễn Vy Khanh, Hồ Đình Nghiêm, Đoàn Phế, Phan Ni Tấn, Võ Kỳ Điền, Lê Hân & Tạp chí Ngôn Ngữ

SONG THAO

TIỄN NHÀ VĂN TRÀ LŨ

Nhà văn Trà Lũ vừa bay về đất thiên thai vào ngày 3/12/2025 vừa qua. Trong suốt văn nghiệp của anh trong nhiều năm qua, anh đã xuất bản nhiều tác phẩm đều mang tên bắt đầu bằng chữ "Đất". Đất anh nói tới là đất Canada mà chúng tôi đang tạm cư. Anh vừa rời xa đất Canada để về một miền đất mới ngoài trái đất này: Đất Thiên Thai. Cầu mong anh an lạc trong miền đất mới.

"ĐẤT THIÊN THAI" CỦA TRÀ LŨ

Anh Trà Lũ và tôi thỉnh thoảng lại điện thoại cho nhau. Người ở Montreal, người ở Toronto, xa mặt nhưng không cách lòng. Chuyện mưa nắng, chuyện văn nghệ văn gừng, chuyện sinh hoạt nơi chúng tôi đang sống. Cũng là những chuyện vui thôi. Duy có một chuyện chúng tôi chia nhau đứng thành hai phe riêng rẽ, chưa bao giờ đồng ý với nhau. Đó là chuyện già. Anh Trà Lũ thì lúc nào cũng than thở mình già, còn tôi nhất định không cho mình là già, chỉ nhiều tuổi! Vậy mà khi cho xuất bản hai cuốn "*400 Chuyện Cười*" và "*Đất Thiên Thai*", anh gửi lên Montreal biếu một người có cái tên là "Cụ Song Thao"! Tôi bèn phôn xuống Toronto tức thời. Đại ý tôi nói là trên Montreal không có ai là "cụ Song Thao" cả và tôi đã định không nhận! Anh Trà Lũ cười xòa. Anh đánh trống lảng không nói chi nhưng tôi biết anh ấy nhất định giữ lập trường... già như thường lệ. Cầm hai cuốn sách trên tay tôi mới chợt nghĩ ra. À! Hóa ra ông này giả bộ. Cứ than van già mà ra một lúc tới hai cuốn sách: cuốn 350 trang, cuốn 400 trang. Viết như vậy thì già chi được! Cả hai cuốn đều không phải là văn phong của người già.

Cuốn "*400 chuyện cười*" thì làm sao mà già. Già thì phải nghiêm trang, ai hỏi thì cứ ậm ừ làm oai, chờ cho tới khi người ta mỏi miệng mới... phán! Chứ cười toét ra tới 400 lần thì trẻ đứt đuôi chứ già chi. Già chăng là ở cái phúc. Tên cuốn sách là "*400 chuyện cười*" nhưng thực sự trong sách có tới 440 chuyện tất cả. Già nên rộng lượng bonus thêm cho người đọc tới 10%! Đọc cuốn này thì chỉ có cười. Chọc cho người ta cười là khó. Chứ chọc cho người ta khóc như cô đào Kim Cương ngày xưa thì dễ ẹc. Nước mắt thường rẻ hơn tiếng cười vì nước mắt làm cho cuộc đời thêm bi lụy. Đó là mảng tối của cuộc sống. Ngược lại, tiếng cười là khúc nhạc xuân làm rạng rỡ cuộc sống. Tạo ra tiếng cười thì xuân hết sức xuân. Vậy mà ông Trà Lũ cứ nhất định mình già. Tin sao nổi.

"*Đất Thiên Thai*" là cuốn thứ 11 của nhà văn... đất này. Nào đất hạnh phúc, đất mới, đất hứa, đất thiên đường, đất yêu thương, đất tình nồng, đất quê ngoại, đất anh em, đất nhà, đất an lạc và đất thiên thai. Tất cả những thứ đất thân thương này là chỉ đất nước Canada, đất nước chúng ta đang sống và nhận làm quê hương thứ hai của mình. Tất cả chúng ta đều tri ân mảnh đất đã cưu mang chúng ta, yêu mến sông biển núi rừng của mảnh đất tạm dung này, nhưng bày tỏ lòng yêu mến một cách khỏe khoắn và rốt ráo như nhà văn Trà Lũ thì chúng ta chưa đạt tới được. Nghĩ vậy nên tôi cứ thắc mắc là tại sao đến bây giờ mà vị Toàn Quyền Canada chưa gắn cho nhà văn của chúng ta một mảnh huy chương nào. Đó là một thiếu sót.

Canada của ông Trà Lũ kinh lắm! Ông tìm tòi, nặn ra những thứ mà Canada là nhất. Như cây mù tạt. Đó là thứ chúng ta thường dùng với thịt bò bí tết. Cây mù tạt đã có mặt trên đất nước Canada từ 5 ngàn năm trước. Đó là thứ cây... Canada vì hiện nay Canada sản xuất 90% tổng số mù tạt trên thế giới. Mù tạt đi với bí tết thì rượu cũng đi với bí tết. Nói tới rượu người ta nghĩ tới nước Pháp và các nước ôn đới ở châu Âu. Rượu Pháp là số một trên thế giới. Nhưng ông Trà Lũ lại tìm tòi và chứng minh rượu Canada mới là số dách! Chuyện xảy ra vào đúng ngày 29 tháng 8 năm 2006. Cũng mới đây thôi. Ngày đó ông sâu rượu người Canada Marc Chapleau đã mời một số những người sành rượu trên khắp thế giới về đất Quebec chúng ta để nếm rượu của khắp năm châu gửi về dự thi. Dĩ nhiên cũng như chúng ta thi cử ngày xưa dùng phách để giữ kín tên thí sinh cho khỏi thiên vị, các giám khảo rượu cũng chỉ được biết những con số chứ không biết đó là chai rượu nào, của nước nào. Ai cũng đinh ninh rượu Pháp sẽ ăn trùm thiên hạ. Vậy mà rượu Canada lại đoạt giải nhất. Đó là chai rượu "Le Clos Jordanne Claystone Terrace 2005" được sản xuất tại Niagara. Cuộc đăng quang của rượu Canada làm chấn động giới nhậu nhẹt quốc tế.

Canada của Trà Lũ còn nhiều cái nhất khác: xứ sở đa văn hóa thành công nhất, cảnh trí xinh đẹp và hùng vĩ nhất, lá vàng mùa thu rực rỡ nhất, có tự do nhất, có nền y tế miễn phí đại chúng tốt nhất, là cha đẻ của môn thể thao hockey, có trữ lượng nước ngọt lớn nhất và cuối cùng là có cà phê Tim Hortons! Đúng là... đất thiên thai.

Từ mảnh đất thiên thai này đã có 103 người Canada tử trận trên chiến trường Việt Nam. Chắc quý vị cũng như tôi đều ngạc nhiên vì con số thương vong này. Bởi vì Canada làm gì có binh sĩ tác chiến tại Việt Nam mà chỉ có những quân nhân trong Ủy Ban Quốc Tế Giám Sát Đình Chiến. Có ai dám đụng tới lông chân của các vị giám sát này đâu. Sự thực là từ thời thập niên 1960 đã có tới 20 ngàn thanh niên Canada qua Mỹ nhập ngũ và sang chiến đấu tại Việt Nam trong các binh chủng của quân đội Hoa Kỳ. Con số 103 người nằm xuống trên đất nước chúng ta là hình hài Canada nhưng được phủ quốc kỳ Mỹ.

Như vậy mảnh đất thiên đàng này có liên hệ tới mảnh đất quê hương của chúng ta. Nhà văn Trà Lũ rất khoái chuyện kết nối giữa quê nội và quê ngoại này. Bởi vì ông tin là người da đỏ tại Canada chính là hậu duệ của năm chục người con theo cha xuống biển của truyền thuyết một mẹ trăm con từ ngày lập quốc của Việt Nam. Chuyện này có lẽ là chuyện ông Trà Lũ thích thú nhất trong cuốn "Đất Thiên Thai". Ông viết: "Các cụ có biết sắc dân đầu tiên đến Canada là sắc dân nào không? Thưa, đó là sắc dân Da Đỏ đến từ Á Châu. Các cụ cứ quan sát hình người da đỏ mà coi. Họ da vàng rõ ràng nhưng không biết tại sao người Việt Nam mình lại gọi họ là da đỏ. Nét mặt của họ hoàn toàn Á Đông nhưng đoàn thám hiểm da trắng đầu tiên gặp họ ở trên đất nước này đã gọi họ là Indian vì nghĩ rằng mình đã tới xứ Ấn Độ. Theo nhân chủng học thì đoàn người Da Đỏ đầu tiên đã tới xứ này cách đây mấy chục ngàn năm. Họ khởi hành từ Á châu, men theo eo biển Bering miền cực bắc, rồi tỏa xuống phía nam, định cư ở miền đất thiên đàng Canada hiện nay, và một số đã xuống tới Hoa Kỳ. Hình như ngày xưa triết gia Kim Định đã cho rằng tổ tiên người da đỏ có gốc Việt Nam và phát xuất từ miền Bắc Việt Nam. Ông căn cứ vào lịch sử: mẹ Âu Cơ đã dẫn một đoàn con lên miền núi phía bắc, còn cha Lạc Long dẫn một đoàn con xuống miền biển phía nam. Đoàn người da đỏ tiên khởi tới Canada rồi tỏa đi khắp nơi, chia ra nhiều bộ tộc, nói nhiều ngôn ngữ khác nhau".

Chưa hết. Nhà văn Trà Lũ còn xác nhận chủ quyền của Việt Nam chúng ta trên mảnh đất thiên thai này bằng ngữ học. Cái tên Canada của đất nước này chính là tiếng Việt! Khi ông Jacques Cartier và các nhà thám hiểm da trắng tới mảnh đất này vào năm 1533, họ hỏi người da đỏ tên mảnh đất họ đặt chân tới này tên là chi. Vì bất đồng ngôn ngữ nên mấy ông Việt Nam cổ này lại tưởng họ hỏi là nhà mấy ông ở đâu nên chỉ về mấy túp lều và nói "Kanata". Tai ông Jacques Cartier là tai tây nên nghe ra là "Canada". Vậy là tên đất nước này dính chết với sự nghễnh ngãng của mấy ông tây đi thám hiểm. Nhưng Kanata là cái chi? Đó chính là câu tiếng Việt "Cái nhà ta". Tiếng Việt rõ ràng!

Ông Trà Lũ khoái truyền thuyết này. Tôi cũng khoái. Và tôi nghĩ chúng ta ai cũng khoái hết. Nếu bây giờ chúng ta cứ truy theo sự kiện này mà đòi làm người da đỏ thì chúng ta có rất nhiều quyền lợi. Ít nhất các ông nghiện thổi khói thuốc cũng được hút thuốc lá với giá rẻ không thuế!

Đất nước ta, theo suy luận của nhà yêu nước Trà Lũ, trải dài từ Á châu qua Mỹ châu. Đúng là rừng vàng biển bạc. Người Việt Nam, vẫn theo nhà yêu nước Trà Lũ, là thứ người dễ thương nhất thế giới. Chả thế mà đến tiên cũng phải yêu người Việt chúng ta. Trên thế giới có rất nhiều chuyện kể về tiên hiện xuống cứu người hoạn nạn nhưng toàn là những bà tiên già khằng, chỉ có chuyện tiên ở Việt Nam mới có các nàng tiên trẻ măng xuống trần kết duyên với trai Việt. Như nàng tiên Giáng Kiều bước ra từ bức tranh để kết duyên với chàng trai Tú Uyên trong chuyện Bích Câu Kỳ Ngộ. Như chuyện nàng tiên Giáng Hương yêu quan huyện Từ Thức ở Thanh Hóa rồi dẫn ông nhập thiên thai. Như chuyện nàng tiên Chức Nữ hiện xuống kết duyên với Ngưu Lang bị cha gọi về trời khóc hết nước mắt làm mưa ngâu rả rích vào tháng 7 mỗi năm. Tại sao chỉ có ở Việt Nam tiên mới hiện ra thành những thiếu nữ xinh đẹp và kết duyên với thanh niên đất Việt. Theo ông Trà Lũ thì tại vì thanh niên Việt đẹp trai và dễ thương! Các bà có điều chi khiếu nại thì xin tìm gặp ông Trà Lũ ở... đất thiên thai.

Yêu đất Việt, yêu người Việt đến mức thiên vị, nhà văn Trà Lũ còn yêu món ăn Việt Nam. Điều này không có chi lạ. Ai trong chúng ta chẳng có cái miệng thưởng thức món ăn quê hương. Nhưng ông Trà Lũ có những điều mà riêng tôi không bao giờ có được. Chuyện bếp núc của tôi chỉ tới mức nấu mì gói. Tôi nghĩ có lẽ tôi là người Việt Nam giản dị nhất. Bởi vậy nên khi ông Trà Lũ trổ tài bếp núc, tôi phục sát đất. Cuốn "Đất Thiên Thai" gồm có ba chục bài, mỗi bài hầu như đều nói về cách nấu nướng một hoặc nhiều món ăn Việt Nam. Nếu kể hết ra đây thì tốn rất nhiều nước miếng nên tôi xin mạn phép thiên vị chỉ nhắc lại những món của ông Trà Lũ mà tôi thích.

Trước hết là món cá bống trứng kho tiêu. Chúng ta thử bước theo tài ẩm thực của ông Trà Lũ. "Đây là những con cá nhỏ bằng ngón tay út, chúng bám vào đám rễ lục bình trôi trên sông, chúng sống bằng bọt bèo lục bình nên trong ruột không có chất dơ. Dân Đồng Tháp chỉ cần quơ lưới dưới bè lục bình là bắt được chúng dễ dàng. Vì trong bụng không có chất dơ nên không cần mổ bụng cá, ta chỉ cần rửa cá sơ sơ rồi xóc muối, cho vào tã đất, thêm nước màu, thêm chút dầu, lửa liu riu. Khi cá chín lúc đó mới cho tiêu... Hạt tiêu nấu ở nhiệt độ cao sẽ mất hết mùi thơm. Đây là bí quyết làm món cá thơm nhức mũi".

Món hẩu sực thứ hai của tôi là món thịt heo nấu giả cầy. Lại theo ngòi bút của ông "nội trợ" Trà Lũ. "Chân giò heo đem về, đem nướng trên lửa hồng cho vàng, rồi ngâm nước, rồi cạo sạch, rồi chà với chanh cho hết mùi khét, rồi ướp với riềng, mắm tôm, đường, me chua, rồi xào cho thơm, rồi thêm nước luộc xương heo đã làm từ trước. Khi nồi thịt đã sột sệt thì cho rượu vang vào, chờ cho sôi là bắc ra ngay. Món này xơi nóng với bún. Nếu cụ ăn được ớt, xin cụ thỉnh thoảng cắn một chút ớt cay, và nhấp một chút whisky hay vodka. Ngon vô cùng!"

Món thứ ba cũng là một món ăn miền Bắc như món giả cầy. Đó là món bún chả Hà Nội. "Tôi cứ nghĩ miếng thịt heo nào cũng có thể làm bún chả miễn là mình nấu khéo. Thế mà không phải, các cụ ạ. Theo đầu bếp B.95 thì miếng thịt phải là thịt ba chỉ ở vai, chỗ này da mỏng, mỡ mỏng, mới ngon. Món bún chả Hà Nội gồm chả nướng và chả viên. Cái việc quan trọng nhất là ướp thịt. Xưa nay nói tới ướp thì ai cũng chỉ nghĩ tới hành tiêu tỏi nước mắm. Không đơn sơ thế đâu. Gia vị ướp món này cầu kỳ hơn nhiều và bí quyết nằm ở phân lượng các gia vị. Nào hành hương, hành trắng, nào tỏi, nào đường, nào mật ong, nào muối, nào nước mắm, nào dầu olive, nào rượu vang, nào hạt tiêu. Rồi ướp thịt. Năm phần thì bốn phần làm thịt nướng và một phần làm chả viên. Công phu nhất là cách nướng thịt. Cụ B.95 xiên thịt vào que tre, và nướng trên than hồng. Quạt nhẹ tay. Lửa xèo xèo. Thơm điếc mũi. Xâu thịt vừa cháy sém phía ngoài là được. Rồi thịt nướng được trút vào chén nước mắm cùng với chả viên nướng trong lò bỏ ra. Chén nước mắm này giữ phần quan trọng đây. Nó gần giống như nước mắm pha để ăn chả giò, nhưng nhiều tỏi hơn, nhiều ớt hơn, nhiều chanh hơn, lại thêm đồ chua cà rốt, đu đủ và củ cải ngâm dấm đường. Nào, mời các cụ xơi. Cụ gắp bún bỏ vào chén nước mắm, thêm chút rau xà lát, đặc biệt thêm lá kinh giới, một chút đậu phộng rang đập dập, và một chút lá hành phi thái nhỏ. Húng thì cụ cầm tay, ăn đến đâu thì cắn đến đó. Kinh giới và húng thì xin cụ chớ rửa và ngâm nước lâu giờ, chúng sẽ bay hết mùi thơm. Chỉ rửa chúng mấy phút trước khi ăn. Món bún chả này phải ăn nóng nha. Nên ăn cay một chút, vừa ăn vừa hít hà, vừa xuýt xoa mới ngon".

Chuyện ăn uống có lẽ tới đây nên ngừng lại vì chẳng nên tốn nước miếng một cách phí phạm quá đáng tuy nấu ăn hình như là nghề của ông Trà Lũ. Nhưng sao trong đoạn trích trên lại có cụ B.95 len lỏi vào? Cụ là ai? Nếu đọc Trà Lũ nhiều chắc ai trong chúng ta cũng biết là ông Trà Lũ chỉ là người tường trình lại cho chúng ta những gì xảy ra trong làng của ông. Đó là làng An Lạc. Làng này gồm toàn các công dân ưu tú. Như ông ODP, ông HO, cụ Từ Hòe. Lại có cặp vợ chồng John và Ba Biên Hòa. Anh John người Canada nhưng rất thông thạo tiếng Việt, biết được cả những cái lắt léo trong ngôn ngữ của chúng ta. Còn chị Ba Biên Hòa thì khỏi phải giới thiệu vì cái tên đã nói lên hết rồi. Phía trưởng thượng có Cụ Chánh và cha Paolo. Hai cô tiểu thư xứ Huế là các cô Cao Xuân và Tôn Nữ. Cuối cùng là nhân vật tác giả của cách làm bún chả Hà Nội tên là cụ B.95, người qua Canada từ miền Bắc Việt Nam.

Làng An Lạc này có lẽ là làng... thống nhất vì có đủ nhân vật Nam, Trung, Bắc. Lại có cả người Canada. Thành phần còn gồm đủ các loại di dân Việt tiêu biểu qua đất thiên thai như ODP, HO. Mỗi bài viết của Trà Lũ là một buổi họp làng. Thực đơn của một buổi họp gồm những câu chuyện về lịch sử, văn chương, ngôn ngữ, lại có tin cập nhật về tình hình thế giới và Canada, chuyện tiếu lâm khi mặn khi nhạt, khi bỗ bã khi chay tịnh, và đặc biệt nhất bao giờ cũng có chuyện ăn uống được đề cập tới một cách tỉ mỉ. Nếu gọi đây là một làng chỉ khoái ăn nhậu thì có vẻ hơi quá lời nhưng người đọc có lẽ mặn mà nhất với tiết mục ăn uống này. Ít nhất tôi đã cảm nhận như vậy.

Vì ông Trà Lũ chỉ đóng vai người tường thuật lại những buổi họp làng mà buổi họp nào cũng có những tiết mục y chang như nhau nên ai cũng nghĩ là dễ nhàm chán. Vậy mà không. Mỗi bài vẫn có cái hấp dẫn lôi cuốn riêng. Những thành viên trong làng tung hứng những chuyện lan man một cách thú vị làm người đọc cảm được cái không khí vừa sôi nổi vừa vui tươi của mỗi buổi họp làng trong từng bài viết của ông Trà Lũ. Ông quả là người có tài.

Nhưng cái làng lý tưởng An Lạc có thật không? Biết tôi có mối thâm tình với ông nhà văn rề rà kể chuyện một cách duyên dáng này nên nhiều người đã tò mò hỏi tôi làng An Lạc có thật không? Tôi thiệt tình chẳng biết trả lời ra sao. Có thật hay ông nhà văn này hư cấu ra? Đã bao lần, trong lúc thân tình, tôi đã suýt buột miệng hỏi giùm bạn đọc nhưng may quá tôi đã giữ được mồm miệng. Tôi không muốn ông bạn chân chất rất sùng đạo của tôi phạm tội nói dối!

Song Thao
09/2011

Trà Lũ & Song Thao
(Hình chụp tại Montréal tháng 12/2004)

Từ trái: Nhà văn Trà Lũ, Soạn giả Nguyễn Phương, Song Thao, Ký giả Lê Thái (Toronto 09/2006)

Từ trái: Nhà văn Trà Lũ - Nhà văn Nguyên Nghĩa - Song Thao – Nhà văn Huy Phương (Toronto, 08/2009)

TM

LÃO NGOAN

ĂN TẾT HUẾ XƯA

Hồi thập niên 1940 - 1950 nước mình còn ăn Tết Tây cũng đốt pháo đì đùng náo nhiệt không thua gì Tết Ta. Năm nào cũng rứa, từ Sài Gòn ra Huế, ngoại và dì Út thường xách theo chục xoài mười hai và mấy xấp bánh phồng khoai, phồng sữa cho cả nhà ăn Tết. Có năm ngoại mua cam, nho, hoặc chôm chôm tróc và vài hộp bơ Bretel chánh hiệu Pháp. Còn cha mạ thì sắm cho hai anh em tôi quần áo mới, giày sandal mới, nón nỉ mới ở chợ Đông Ba (xưa - có tên là chợ Đông Gia). Buổi tối đi ngủ tuy nôn nao chờ trời mau sáng nhưng ở cái "tuổi thần tiên" vừa chui vô mùng là tôi ngủ mất đất. Rạng sáng hôm sau, ngày đầu năm mới vừa bét mắt ra hai anh em tôi đã hí hửng lên đồ mới keng, nhảy nhót khắp nhà như khỉ rồi ba chân bốn cẳng ào ra đường chạy đi tìm những viên pháo chuột về để dành đốt chơi. Thuở nớ, ui chao pháo ơi là pháo nổ banh xác pháo nhuộm đỏ cả… trung tâm thành phố Huế.

- *A! Nhà thằng Tèo đang đốt pháo! Chạy lẹ cu*! Anh tôi vừa la vừa lôi tôi chạy nháo nhào.

- *Ê! Nhà ngoại con Mén đốt pháo, tụi bây ơi!* Thằng Trúng-tây-lai, cháu của ôn mệ Phúc Hữu, cái thằng âm binh cầm đầu đám lâu la, hô hào.

Phía rạp xi-nê Tân Tân đang đốt pháo! Rạp Richard gần trường tiểu học Pháp Việt Đông Ba trên đường Gia Long cũng đốt pháo có cả pháo tống nổ rền. Đình Thương Bạc bên bờ sông Hương không ngừng tiếng pháo. Hòa trong tiếng chuông chùa Ba La Mật, tiếng chuông nhà thờ chính tòa Phủ Cam là tiếng pháo nổ giòn của cơ ngơi ông Bờn chuyên nghề trồng sen gần hồ Tịnh Tâm. Pháo nổ chỗ này. Chỗ kia pháo nổ. Suốt buổi sáng đầu năm đến xế trưa hầu như chỗ nào cũng nghe pháo nổ đì đùng điếc con ráy, chưa kể pháo chà, pháo chuột nổ đì đẹt như con nít bị phong giựt giãy nảy trông rất vui tai, vui mắt. Cứ thế, thấy chỗ nào, nhà nào đốt pháo là anh em tôi nhập bọn với mấy đứa hàng xóm trạc tuổi hè nhau chạy tới. Mà sao tụi nó chạy lẹ quá chừng, cứ như bị ma rượt.

Mở to cặp mắt háo hức đứng chờ tràng pháo dài sọc vừa dứt là mạnh đứa nào đứa nấy lẹ làng nhào vô lấy chân giạt giạt, lấy tay khều khều tìm những viên pháo chưa kịp nổ nằm lẫn trong đống xác pháo rách bươm còn bốc mùi khét nghẹt. Vốn chậm lụt, lần nào tôi cũng trớt quớt. Không như thằng Tình em con Hương lanh như sóc mà nghịch bà cố. Nhớ có năm ra ăn Tết với ôn mệ ngoại, thằng Tình lén lấy phong pháo cột vô trái mít trái mùa gần chín của ngoại định đơm Tết, nó cho nổ một phát banh trái mít, bị ôn ngoại xách tai cho.

Có lần tôi mừng tíu tít lượm được viên pháo còn ngòi nguyên si chưa kịp bỏ túi thì bất thình lình pháo nhà ta nổ cho mày một phát tá hỏa tam tinh.

Hồn vía lên mây có cây lúc lắc, mặt cắt không còn hột máu, tôi mếu máo khóc ôm ngón tay bị tét, máu chảy... rì rào hết một ngàn lít cắm đầu chạy về nhà... mét Mạ. Hihi. Ôi, lúc đó tuổi thơ của chúng tôi vô tư la cà khắp xóm thấy mà thương.

Ăn Tết đâu được vài năm thì sau khi chính thể mới Việt Nam Cộng Hòa được thành lập, Tổng thống Ngô Đình Diệm bãi bỏ "ăn" Tết Tây. Chao ôi, giữa những năm tháng sống thật hồn nhiên, với cái tuổi trong veo chúng tôi có biết chi về luật biến thiên của trời đất cũng như những biến cố chính trị của đất nước mình.

Ở đời có những cái nghĩ cũng ngộ. Từ ngày chính phủ Ngô Đình Diệm bỏ lệnh ăn Tết Tây, lũ trẻ ngù ngờ cũng tỉnh khô. Không ăn Tết Tây thì có Tết Ta, riết rồi tôi tưởng tết Tây đã... chết từ đời tám hoánh. Ai dè khi lưu lạc ra nước ngoài từ năm 1980 tôi mới biết nó vẫn... sống nhăn răng. Hồi nhỏ đầu óc ngây ngô cứ tưởng ở Việt Nam mới có... Tết Tây. Khi lớn lên rồi mới biết Tết Tây còn gọi là Tết Dương Lịch là ngày lễ lớn đầu năm của nhiều dân tộc trên thế giới.

Nghe nói hiện nay ở bên nhà người Việt mình lại ăn Tết Tây như xưa. Tết Tây (Bonne Année) hay Tết Dương lịch (Happy New Year) lại được Việt hóa trở thành nét đẹp văn hóa của ngày lễ truyền thống, khởi đầu một ngày năm mới tràn đầy tin yêu, hy vọng, may mắn và hạnh phúc.

Lão Ngoan

TN

TIỂU LỤC THẦN PHONG

PHÁO XUÂN RỘN RÃ NIỀM VUI

Tuần tới là tết cổ truyền, Chủ Nhật này má làm tiệc tất niên thật thịnh soạn, ê hề thức ăn, nào là: Chả giò, nem rán, cháo lòng, bánh hỏi... Ba thì chăm vườn hoa thật đẹp dù rằng tiết Đông cây cỏ đang điêu tàn. Ba còn trang hoàng nhà cửa thật đẹp, treo đèn lồng, dán những mảnh giấy có ghi những câu chúc phúc tốt lành... Má mời nhà cô Bảy qua chơi. Má với cô Bảy thân thiết như chị em ruột thịt, hai người quen nhau từ hồi còn ở đảo Bidong. Cô Bảy dong dỏng cao, thanh mảnh, da trắng như trứng gà; tánh tình lại vui vẻ và xởi lởi. Má quý cô Bảy lắm.

Cô Bảy qua ăn tất niên mang theo cả cô cháu gái Hạnh Hoa, con nhỏ được cô bảo lãnh qua để tiếp tục học y khoa ở đại học Emory. Hạnh Hoa kêu cô Bảy bằng Dì, con nhỏ cũng giống cô Bảy y hệt, ra đường người ta cứ tưởng là hai mẹ con. Hạnh Hoa mặt mày sáng rỡ, tươi như hoa, đẹp như người mẫu. Trước khi đi du học, Hạnh Hoa đã đạt được 7,9 điểm IELTS, bởi vậy tiếng Anh Hạnh Hoa xịn sò như người bản xứ.

Bữa tiệc tất niên vui ơi là vui. Liam Nguyễn dường như phấn kích và tăng động hơn ngày thường, đã vậy có lúc còn có vẻ mắc cỡ nữa mới lạ. Điều này khiến Tim thấy ngạc nhiên, má cũng nhận biết nên cứ tủm tỉm cười một cách ý nhị. Liam mới ra trường và được nhận vào làm ở bộ phận customer service ở sân bay Hartsfield - Jackson Atlanta. Thằng Tim cầm cái chả giò vừa cắn vừa khịa:

- Anh Liam nay khác quá ta, tự dưng bảnh tỏn dễ sợ luôn.

Liam cốc đầu Tim:

- Nói xàm hả mậy?

- Bình thường anh đâu có vậy, sao bữa nay nghiêm chỉnh như ông già.

- Ờ, thì bữa nay tao không thích giỡn.

- Sao mấy ngày kia, ngày nào cũng giỡn quá trời vậy?

- Mày nhiều chuyện quá Tim!

Thằng Tim vẫn không tha:

- Bày đặt làm ra vẻ người lớn, ai mà hổng biết!

Cả bàn ăn cười rộn ràng, Liam mắc cỡ đỏ mặt, đứng dậy xốc nách thằng Tim kéo ra khỏi ghế và cù lét làm cho thằng nhỏ cười sặc sụa:

- Anh Liam bỏ em ra, chị Hạnh Hoa, cứu em!

Má nói với cô Bảy:

- Hai anh em nó thương nhau ra rít, thằng Liam coi bộ lớn vậy chứ như con nít, đi học hay đi làm về là hai anh em giỡn hai con cún. Thằng Liam đi chơi đâu cũng chở thằng Tim theo.

Cô Bảy cười:

- Nhà chị có phước, con cái thương nhau là quý biết bao.

Má cảm ơn rồi thúc mọi người ăn, má nói ai muốn ăn gì tự lấy chứ không gắp bỏ e rằng có khi sẽ làm khó cho người khác.

Tiệc tất niên năm nay vui ghê, má hỏi Hạnh Hoa:

- Con thấy cuộc sống ở đây so với Việt Nam như thế nào?

- Dạ, ở đây vật chất dư thừa, phương tiện xe cộ, máy móc quá nhiều, đời sống cao nhưng có lẽ yên tĩnh nên buồn. Ở Việt Nam nghèo hơn, ồn ào, dơ dáy... nhưng bạn bè thường gặp nhau, thường kéo đi chơi hoặc ăn đêm... Tuy nhiên đem Việt Nam so với Mỹ thì làm sao mà so được.

Liam nghe vậy bèn nói:

- Ờ, thì mới qua Mỹ ai cũng vậy thôi, buồn vì xa nhà, xa bạn bè nhưng sau khi ở một thời gian rồi thì lại thấy không muốn về Việt Nam. Em cần một thời gian nữa để cảm nhận rõ ràng hơn.

- Dạ, có thể anh nói đúng, cũng may em qua đây có gia đình dì Bảy nên cũng không thấy cô đơn, ngược lại khá ấm áp. Dì Bảy cũng như má em.

- Em vậy là may mắn lắm đó, hồi gia đình anh qua đây trơ trọi không một người quen, phải mất cả một thời gian dài mới có cộng đồng Việt Nam.

Má và cô Bảy mải nói chuyện riêng nhưng vẫn lắng nghe hai đứa trò chuyện. Má ướm lời:

- Lúc nào con thấy buồn hay cần việc gì thì nhắn tin cho thằng Liam. Ngày nghỉ nó chở con đi lòng vòng đó đây cho khuây khỏa.

- Dạ, cảm ơn cô và anh Liam.

Dường như má và cô Bảy có cùng ý nghĩ, cả hai muốn mai mối cho Liam và Hạnh Hoa quen nhau. Thật tình mà nói thì hai đứa kết hợp nhau rất xứng. Hạnh Hoa đẹp như hoa. Liam thì thừa hưởng cái gien của ba nên rất phong độ, đẹp trai ngời ngời, cả hai đều là trí thức, có học vấn và có nhân cách. Gặp nhau ở bữa tiệc hôm nay đâu phải là lần đầu và xem ra có vẻ hai đứa cũng có thích nhau. Thằng Tim nãy giờ lo ăn và bấm game, giờ ngẩng đầu lên nói trống không:

- Mình có đi hội chợ xuân tuần tới không?

Má bẹo má Tim:

- Lo học hành cho giỏi như anh Liam kìa, lúc nào cũng nghĩ chuyện đi chơi không hà!

- Tại anh Liam đi chơi nhiều nên mới học giỏi.

Cả nhà cười nắc nẻ, Hạnh Hoa giữ ý tứ cười mỉm nhe hàm răng trắng như sứ, nét mặt vui và thoải mái lắm. Liam không nói gì nhưng cười có vẻ hãnh diện. Cô Bảy khen:

- Trời, chưa thấy ai lanh lợi như cháu Tim, tưởng không lanh ai dè lanh không tưởng!

Tim được khen, nở mũi, làm tới:

- Mai mốt hè mình đi tắm biển Florida rồi ghé vườn cam Mười Tú luôn hén! Lần trước chỉ vô vườn nhãn xuồng của cô Lạp bên cồn.

Liam cúi mặt cười một mình trong khi cả nhà vẫn cười mà không thấy sự cà chớn của thằng Tim. Liam đứng dậy kéo thằng Tim ra ngoài ban công nhìn thẳng mắt và bóp miệng nó:

- Nói bậy hả mậy, trong nhà toàn người lớn chứ hổng phải con nít nha mậy!

Tim giả đò không biết, chối:

- Em có nói gì bậy đâu?

- Gạt anh mày sao được hả mậy? Tuần này không chở đi chơi vì tội nói bậy!

Trong nhà, má với cô Bảy nhìn ra thấy vậy nhưng không biết hai anh em có chuyện gì. Má nói với cô Bảy:

- Chị thấy đó, hai anh em nó như hai đứa con nít

Thấy thằng Tim lanh lợi, kháu khỉnh, dễ thương nên cô Bảy và Hạnh Hoa mến lắm. Hạnh Hoa nựng Tim:

- Tim, hễ anh Liam ăn hiếp em thì nói cho chị biết hén!

- Trời, chị hổng biết đâu, ngày nào ảnh cũng ăn hiếp em.

Liam cười:

- Cà chớn, bán đứng anh hả mậy? Ai mà ăn hiếp được mày tao chết liền!

Cứ như thế, bữa tiệc vui như chưa bao giờ vui hơn. Liam và Tim vẫn thường đùa giỡn nhưng nay dường như có ý trình diễn cho Hạnh Hoa xem. Tưởng hồn nhiên là vậy nhưng ánh mắt của Liam và Hạnh Hoa không qua được sự ngầm quan sát của má và cô Bảy. Ba thì không để ý, chỉ nói chuyện văn chương chữ nghĩa với chú Chín, chồng cô Bảy. Không biết ba có quan tâm gì chuyện Liam với Hạnh Hoa hay không vì ba luôn quan niệm chữ duyên. Có duyên thì việc gì cũng thành, không duyên thì có cố ép hay trì níu cũng không xong. Má mấy lần nói chuyện Liam và Hạnh Hoa với ba nhưng ba bảo cứ để tự nhiên chứ đừng áp đặt ý muốn của mình làm gì.

oOo

Hội xuân tổ chức ở ở Even Hall thật rộn ràng, sôi nổi. Những lá cờ năm màu bay phất phới trong nắng vàng. Lá cờ vàng tung bay dưới bầu trời xanh biếc như vẫy gọi hồn sông núi. Gia đình Liam và cả nhà cô Bảy cùng trẩy hội, ai cũng mặc áo dài nên được miễn phí vé vào cửa. Liam và Hạnh Hoa sóng đôi đẹp như người mẫu diễn thời trang, đi đến đâu cũng có nhiều người ngắm nghía, trầm trồ khen, xin chụp hình chung... Hạnh Hoa nói với Liam:

- Qua đây em mới thấy cờ vàng, ở Việt Nam chưa bao giờ biết đến.

- Ừ, lá cờ tự do mà, làm sao bay ở Việt Nam được!

- Ban đầu em cũng bỡ ngỡ lắm nhưng giờ biết được thì thấy quen thuộc.

- Ai cũng vậy thôi, lần đầu tiếp xúc cái mới thường dễ dị ứng vì tâm lý con người luôn kháng cự với cái gì khác với thói quen.

- Em đọc tờ báo Trẻ thấy rất khác với báo chí ở Việt Nam.

- Dĩ nhiên rồi.

- Có rất nhiều điều mà khi còn ở quê nhà em không được thấy, không được biết, không được nghe. Không cứ là báo chí mà các mạng xã hội cũng vậy, tất cả giống hệt đường một chiều.

Liam siết chặt tay Hạnh Hoa, hai đứa đi quanh các gian hàng. Thằng Tim không biết từ đâu chạy lại:

- Anh Liam và chị Hạnh Hoa trốn đâu mất tiêu vậy? Hai người ăn mánh lẻ phải hôn?

Hạnh Hoa bẹo má Tim:

- Bậy nè, chị có trốn em bao giờ! Em bỏ chị đi coi lô tô với ăn hàng một mình thì có. Má em với dì Bảy đâu rồi?

- Hai bả ở đằng kia nè, tám quá trời tám luôn. Hai người gặp cả hội bà tám, nhập băng rồi.

- Nãy giờ em ăn gì chưa?

- Chị khỏi lo, em quất không chừa món nào

Thằng Tim líu ríu một lát rồi vụt chạy đi chơi, trả lại Liam và Hạnh Hoa cái khoảng thời gian vui xuân. Hạnh Hoa chỉ vào những bó hoa màu vàng:

- Ở Việt Nam người ta gọi là mai Mỹ, giá cả triệu đồng một bó đó anh.

- Trời, đó là hoa forsythia, mọc hoang đầy vườn, có ai thèm chơi đâu. Ba vẫn chặt bỏ hoài vì nó phát triển nhanh dễ sợ.

- Ờ, có lẽ nó nở vào mùa xuân, lại màu vàng nên người ta lấy nó thay cho hoa mai. Ở Việt Nam hễ món gì có dính dáng tới Mỹ là giá mắc kinh khủng, mắc vậy mà người ta đổ xô mua mà chẳng ngại tốn kém.

- Cũng phải thôi em, hàng Mỹ chất lượng luôn luôn tốt, hàng dán cái mác Mỹ là có thể tin cậy được!

- Ở Việt Nam mắc cười lắm anh, nhiều người họ chửi Mỹ ra rả nhưng toàn xài đô Mỹ, hàng Mỹ, tìm mọi cách đi Mỹ, đưa con cháu du học Mỹ, mua thẻ xanh Mỹ... Em may mắn nhờ ba má em khá giả nên mới có tiền cho em du học, vả lại cũng nhờ dì Bảy bảo lãnh.

- Vậy thì anh cảm ơn ba má em và dì Bảy.

Không biết Hạnh Hoa giả đò hay thật tình mà hỏi lại:

- Vì lẽ gì?

- Ờ, thì chẳng vì lý do gì cả.

Trong cái khoảnh khắc vi diệu này, cả hai chưa nói gì thêm thì pháo xuân từ ngoài cửa nổ giòn giã, khói và mùi thuốc pháo xông vào ngập cả hội trường. Một đoàn lân xập xình múa, hai ông Địa phe phẩy quạt chếnh choáng ngả nghiêng cùng tiến vào sân khấu chào mừng đồng hương vui đón xuân.

Hạnh Hoa nép sát vào Liam:

- Lâu lắm rồi em mới được nghe lại tiếng pháo, ngửi mùi thuốc pháo. Cái âm thanh và mùi của quá khứ muôn đời của dân tộc Việt. Ở quê mình, người dân thèm được nghe tiếng pháo nhưng không dám đốt.

- Biết sao được bây giờ? Nhưng anh hy vọng rồi sẽ có một ngày tiếng pháo lại vang lên toàn cõi.

- Ngày xưa đám cưới, khi rước dâu về... tiếng pháo rộn ràng, xác pháo hồng tung tóe làm cho lễ cưới thêm long trọng và rạng rỡ. Liam nhìn vào mắt Hạnh Hoa đầy vẻ âu yếm:

- Mai kia đến ngày cưới của em, anh sẽ cho đốt phong pháo dài trăm phít luôn. Em tha hồ hạnh phúc về nhà chồng.

Dường như hạnh phúc không đợi đến ngày cưới, làn sóng hạnh phúc lan tỏa ngập lòng Liam và Hạnh Hoa. Làn sóng hạnh phúc của đồng hương vui hội xuân cũng dâng cao độ. Mọi người xúng xính trong những tà áo dài, đồ Tây thật đẹp. Vẻ mặt ai cũng vui tươi hớn hở. Tiếng pháo xuân của các tiệm Á Đông trong khu shopping nối tiếp nổ vang trời. Tiếng pháo xuân làm cho hạnh phúc hơn, mừng xuân mới nơi đất mới trào dâng trong tâm ý mọi người.

Tiểu Lục Thần Phong

Ất Lăng thành, buổi tàn Thu

NGUYÊN CẨN
XUÂN MUỘN

Chiều ba mươi Tết ta còn gì cho nhau
Lại thêm Xuân nữa gieo nhẹ vào mái đầu
Đâu đó vu vơ vài tiếng pháo
Giữa lòng quê mẹ còn binh đao
Thấy hoa xót mai thương đào

Xuân ơi, Xuân từ đâu đến
Ta cố quên em, Đông tàn đến tìm

Sơn cựa mình thức giấc, vén mùng ngồi dậy. Tiếng ai hát hình như của Hà Thanh văng vẳng từ hàng xóm vọng lại. Hôm nay 29 hay 30 Tết? Mà sao sáng giờ mở riết bài này, bộ hết nhạc xuân rồi sao? Nhìn lên chiếc bàn nhỏ trong phòng, chàng thấy một ổ bánh mì còn nguyên giấy gói ngoài, một ly café sữa đá chắc để lâu nên café lắng xuống nhiều. Một chậu cúc vàng rực sáng một góc phòng. Bích kỹ ghê! Nàng dọn dẹp sạch sẽ căn gác xép. Đêm qua chàng ngủ hồi nào không biết, nàng đã chu đáo mắc mùng cho chàng vì sợ muỗi. Đầu óc còn váng vất vì cuộc nhậu tối qua sau khi hoàn tất công trình sửa sang Quán Cà phê "Anh Tám" đón Tết. Riết rồi chàng mơ hồ thời gian vì biết làm chi cho mệt. Cuộc đời chàng giờ đây là những ngày tháng vô vị. Thứ duy nhất có ý nghĩa là sự tồn tại mà có lúc chàng đã tưởng đánh mất nó khi rời khỏi Trại giam với Giấy xuất trại vì lý do bị bệnh hiểm nghèo. Khi bác sĩ cho chàng biết đã bị ung thư các tuyến nội tiết, chàng đã cảm thấy cây đinh cuối cùng đóng lên chiếc thập giá mà chàng đã căng mình hơn 10 năm qua trên đó. Còn gì mà luyến lưu trần thế nữa khi đã trả đủ vốn lẫn lãi rồi. Vũ Đình Sơn ngày xưa huy hoàng thế nào, ai cũng biết. Giám đốc một doanh nghiệp mua bán hóa chất, ba căn nhà mặt tiền, một xưởng làm phụ tùng xe. Những ngày cuối tuần, anh em bạn bè đầy nhà, cuộc vui thâu đêm suốt sáng. Chàng đãi đằng không chỉ dòng họ mình và cả đám anh em họ hàng bên vợ, bao luôn Việt kiều trong những chuyến đi Vũng Tàu, Phan Thiết, Đà Lạt, Nha Trang... Nói đến cậu Sơn ai cũng phải nể vì!

Chỉ có một thứ chàng không bao giờ có trọn vẹn dù trong những ngày sung túc nhất, rực rỡ nhất: hạnh phúc. Đời vợ trước đã đổ vỡ. Người đàn bà lai Miên đã ra đi không lời từ biệt, đem con sang mãi tận Hà Lan. Người thứ hai trẻ hơn, Lài, một cô gái quê chơn chất khi mới lấy chàng, là em một người bạn, nhưng khi lấy rồi chàng thấy cô ta cũng hời hợt, thiếu sự sâu sắc, đồng cảm. Nhưng vốn là người trọng nghĩa nên chàng cũng giao việc và tài sản cho Lài, mở thêm một quán karaoke cho nàng quản lý nhưng chàng phải thường xuyên can thiệp vì không thể đòi hỏi sự quán xuyến nơi một người con gái trình độ có hạn. Sơn hào sảng, phóng khoáng nên bạn bè rất đông. Nhiều khi nửa đêm vẫn có những cuộc gọi rủ hay "ép" đi nhậu vì quan hệ. Chàng cũng khá chiều bạn, cũng lật đật khoác áo đi ra quán bất kể nắng mưa giờ giấc. Sơn thừa kế cơ nghiệp của cha làm đại lý phụ tùng xe gắn máy, nhưng đam mê xuất nhập khẩu nên lao vào lãnh vực này. Công việc có lúc ăn nên làm ra và chàng luôn hào hiệp với mọi người. Mua bán với công ty nước ngoài, sau mỗi thương vụ, chàng không quên lì xì cho những người đã bán hàng cho mình. Một điều khá nghịch lý nhưng chàng thích làm vậy vì quan niệm "Mình có cơm, người ta có cháo ".

Nhưng ai biết được thương trường là chiến trường, không khéo chiến đấu có ngày phơi thây nơi chiến địa. Và Sơn đã rơi vào tình cảnh ấy. Sự việc bắt đầu với một chuyện rất nhỏ, từ việc nhập một lô hàng nhựa PVC của Hàn Quốc. Hàng về trễ gần hai tháng so với kế hoạch, nhà máy từ chối không lấy vì giá thế giới giảm đột ngột, trong khi về phía nhà cung cấp, họ vẫn thu được tiền thanh toán của Sơn qua Thư tín dụng vì họ đã cố ý ký đúng ngày xuống hàng trên Vận đơn cho phù hợp yêu cầu về mặt chứng từ. Sơn kiện nhưng không ăn thua, vì họ làm đúng theo quy định của Thư Tín dụng. Sau đó, họ hứa bán những lô hàng kế tiếp rẻ hơn để bù. Lần này Sơn đã "mắc bẫy", vì nghe lời đám bạn bè, và nhân viên bán hàng khi họ "cam đoan" bừa rằng hạt nhựa sẽ lên lại. Nhưng giá dầu thế giới xuống quá nhanh kéo theo giá những loại hạt nhựa, lại thêm sự cạnh tranh từ Trung Quốc, Sơn nhập tiếp lô thứ hai, vẫn lỗ! Người ta nói "Họa vô đơn chí" thật đúng. Quán karaoke của chàng thất bại nặng vì kiểu kinh doanh nửa nạc nửa mỡ, không ra "đen" mà cũng chẳng "trắng" nên không đủ tiền chung chi cho đám "xã hội đen" lẫn đám quan chức liên ngành kiểm tra thường xuyên. Say máu, chàng dốc sạch vốn liếng chơi ván thứ ba... khi đã mất hết một căn nhà. Và chàng thế chấp một lúc hai ngôi nhà cho cái thư Tín dụng cuối cùng. Đường đời đi những khúc quanh nghiệt ngã và ván cờ cay đắng không chỉ khiến chàng thành kẻ trắng tay… mà thành tội phạm. Bước đường cùng, khi lô hàng cuối vẫn lỗ. Ngân hàng phong tỏa lô hàng nhập về, chàng đã làm giả con dấu Ngân hàng để xuất kho giải chấp hàng hóa đem bán ra thị trường. Sự việc vỡ lỡ. Nhà thì bị xiết nợ, chàng thì bị bắt. Ngày công an ập vào nhà, chàng hoàn toàn bất ngờ, không kịp giấu đi 400 triệu trong ngăn kéo, số tiền mà nếu còn, cuộc đời chàng không đến nỗi tang thương sau này.

Sơn bị nhốt vào phòng biệt giam, bị cùm chân chung với các phạm nhân tử hình lúc đó. Trong suốt sáu tháng, chàng chỉ nhìn thấy hai phạm nhân kế bên mình, toàn những gương mặt cộm cán trong giới doanh nhân, hay ngân hàng lúc đó như đại gia họ Tăng, hay giám đốc họ Phạm. Họ đều bị rơi vào vòng xoáy của thể chế, quyền lực cộng với lòng tham nên không thoát được. Ngày ấy án xử thường rất nặng, không như bây giờ! Sau sáu tháng tăm tối không thấy mặt trời, cũng đến lúc họ để luật sư vào làm việc. Số tiền chàng làm tổn hại so với tài sản thế chấp không lớn như những vụ án khác, nhưng bi kịch vẫn cứ xảy ra khi tay Luật sư ra giá 15.000 USD cho một cái án khoảng 15 năm. Chàng nhờ Lài viết hàng chục, hàng trăm thư gửi hết bà con họ hàng, những kẻ từng ăn ở nhà chàng nhiều tháng trời rong chơi vui vẻ cùng nhau nhưng tất cả đều im lặng (!) Lài buồn chán nói với chàng "Hổng ai trả lời hết anh ơi!", dù có nghe nói họp Hội đồng gia tộc ở Dallas, nhóm anh em ở Sydney… Ngày tuyên án, chỉ có mình Lài dự, và chàng bị tuyên án chung thân. Sau đó chuyển về trại giam Tiền Giang thụ án.

Khi vào trại, chàng khai mình từng làm thợ điện nên được phân công coi về cơ sở vật chất, miễn lao động nông nghiệp. Suốt ngày chỉ lo đi sửa điện, bồn cầu, máy bơm nước… Chàng mập ra trông thấy, trắng hồng, và người thăm nuôi thì hầu như có mình Lài. Nhưng chỉ đến năm thứ ba thì Lài ghé thăm thưa thớt lần hồi, 3 tháng rồi 6 tháng và một lần cô ấy nói bận mở cửa hàng gì đấy, nên từ lần tới bà chị sẽ đi thăm nuôi. Rồi chàng cũng gặp được bà chị ấy một lần và cũng chỉ một lần. Bà vào thăm và thông báo ngắn gọn:

"Lài đi lấy chồng rồi! "Và đưa cho chàng tờ đơn xin ly dị để ký vào. Chàng thất vọng, nhưng không cảm thấy buồn vì hiểu sớm muộn gì cũng phải đến ngày này khi cô ấy không còn hy vọng gì vì không biết bao giờ chàng ra tù? Lòng thủy chung thời nay thường có thời hạn như hàng hóa có ngày hết date. Sau này chàng biết người chồng mới của Lài cũng không ai xa lạ, chính là thằng bạn làm ăn chung với chàng trước đây.

Cứ thế, ngày tháng qua đi...

Thụ án được hơn 10 năm, chàng cảm thấy cơ thể không khỏe, sụt cân nhiều. Bác sĩ của Trại phải gửi chàng về Bệnh viện tỉnh kiểm tra. Sau nhiều tháng làm rất nhiều loại test và chụp hình, siêu âm đủ các kiểu. Một buổi chiều, họ gặp riêng chàng và đọc kết luận: "Anh bị ung thư các tuyến nội tiết!"

Sơn lặng người. Ôi, thập giá phận người đã đeo mang bấy lâu, nay đến giờ hạ xuống. Đắng cay và tàn nhẫn. Sơn có một người bạn tù, nhỏ con, cận thị nặng, Thảo, cậu giáo viên hiền lành dễ mến. Lý do Thảo vào tù chỉ đơn giản là can ngăn đánh nhau giữa chủ nợ và con nợ, cũng là chị mình, và bị cuốn vào cuộc xung đột ấy lỡ tay làm bị thương kẻ đòi nợ. Và thế là vào tù. Thảo được phân công lo phần trang bị vi tính cho Trại và thiết lập mạng thông tin. Thảo lại rất thích giáo lý nhà Phật nên hay "download" những bài giảng pháp của các bậc cao tăng trên mạng và in ra đọc lại. Thảo giải thích cho Sơn lý do của cái Khổ trong cuộc đời. Thoạt đầu, Sơn không hề quan tâm đến những gì Thảo nói, nào là do nghiệp căn đời trước anh quá nặng nên kiếp này anh phải trả cho nhẹ thôi. Hiểu thì đừng quá buồn, luyến tiếc tài sản và những gì mình có đã mất đi. Sơn cho rằng mình có làm gì ác đâu, làm ăn có lời thì có lỗ, cớ sao lại dính vào vòng tù tội? Nhưng sau anh lờ mờ hiểu ra do mình tham nên làm bậy, làm giả chứng từ nên bị tội hình sự! Nhưng anh yên tâm tạo "nhân thiện" mới thì "quả" sẽ tốt thôi ! Chàng để ngoài tai vì nghĩ cho cùng mình không phải là kẻ xấu!

Sau đấy là những ngày tháng vật vã khi chàng phải chạy lên chạy xuống Bệnh viện tỉnh để điều trị. Không thuyên giảm. Sau hơn một năm vật vã, cuối cùng chàng nhận tin sẽ được phóng thích với lý do mắc bệnh hiểm nghèo. Nghĩa là cho về nhà để chết. Nhưng nhà còn đâu, tịch biên cầm cố hết rồi, bắt đầu cuộc đời "ở trọ" thôi!

Ngày ra trại không một ai đón đưa, chỉ có mình Thảo tiễn chàng ra cổng rồi giúi vào tay chàng một ít tiền, hình như là một triệu. "Anh cầm đi xe". Đành phải nhận. Chàng tự mình đón xe về thành phố.

Bơ vơ như một đứa trẻ vào đời, bỡ ngỡ như người rừng về thành phố, ông giám đốc một thời thất thểu trở về, trong tâm trạng hoang tàn, đổ nát. Mọi thứ đều như tan biến. Trước mắt là một tương lai vô định, bệnh hoạn và xa hơn là cái chết. Cũng may cô con gái bên Hà Lan nghe tin gửi về ít tiền cho chàng chữa trị. Ban đầu chàng toan từ chối nhưng may sao vẫn còn những bạn bè thuở hàn vi được chàng giúp tìm đến động viên, hỗ trợ. Họ khuyên chàng cứ nhận. Sống chết có số, đừng tuyệt vọng. Thế là phải xạ trị đến 60 "tia". Mỗi một lần xạ trị là một lần tra tấn, là cảm nhận địa ngục đi qua cơ thể mình!

Rồi trong những đêm ngồi một mình ngẫm lại chuyện đời, đọc những bài Pháp thoại mà Thảo đưa trước khi ra Trại, chàng thầm cầu một lực siêu nhiên tiếp thêm sức mạnh cho mình. Chàng nguyện nếu có ra đi thì xin nhẹ nhàng, thanh thản, không quá vật vã, đau đớn. Và phép lạ dường như đã xảy ra khi chấm dứt xạ trị khoảng hai tháng, chàng bắt đầu tăng cân và bác sĩ nhận định có chuyển biến tích cực. Có lẽ thái độ lạc quan chấp nhận và không bận tâm đến bệnh tật đã khiến chàng thêm mạnh mẽ và tăng sức đề kháng. Chàng nhận thầu những công trình nhỏ như sửa chữa quán xá, nhà cửa và bắt đầu tìm đến những mối quan hệ cũ. Công việc cũng vì thế trở nên thường xuyên.

Một ngày nọ chàng đưa vài anh em đến quán café "Anh Tám" trên đường Cao Đạt nhận thầu sửa chữa, décor lại Quán để bán Tết. Bàn bạc xong, cầm ly café chưa kịp uống thì nghe sau lưng có tiếng người gọi: "Anh Sơn, anh nhớ tui hôn?" Chàng quay lại, một thiếu phụ ngoài 40 đang nhoẻn miệng cười, gương mặt không đẹp nhưng có nét duyên dáng. Chàng hỏi lại: "Chị là ai? Xin lỗi nhen, tui già rồi nên trí nhớ kém lắm!" Cô ta lại cười, hàm răng trắng tươi, đều đặn: "Anh quên tui rồi! Bích hồi trước bán vé số đó anh nhớ hôn?"

Sơn lẩm bẩm: "À, mà thiệt tình tui hổng nhớ! Sao chị biết tên tui? "

Bích nhắc: "Anh có nhớ cái cô bán vé số ẵm con mà anh hỏi cô mướn con người ta một ngày bao nhiêu tiền? Tội nghiệp đứa nhỏ làm vật thế thân!" Lúc này thì Sơn chỉ mang máng hình dung một cô bán vé số gầy gò, mặt mũi xanh mét ẵm một đứa bé khá dễ thương cách đây nhiều năm mà tính Sơn thường hay cà rỡn nên hỏi hơi "sốc". À nhớ ra rồi, cô ta bật khóc, khóc nức nở vì cô ấy nói đó là con cô ấy thật. Do ba nó, một tay thầu căn tin ở khu Công nghiệp, lừa rất nhiều chị em công nhân mà cô là một nạn nhân của hắn. Hắn phũ phàng xua đuổi, từ chối nhận con sau khi khiến cô công nhân bụng mang dạ chửa bơ vơ giữa đất Bình Dương. Hắn còn nói sao cô không phá đi, mấy đứa khác nó phá chứ ai để, tiền đâu mà nuôi?

Lặn lội về Sài Gòn kiếm sống sau khi sinh con. Cô còn biết làm gì khác ngoài việc bán vé số vì con còn nhỏ quá, không tiện gửi. Và thế là khi Sơn hỏi, cô cảm thấy bị xúc phạm. Bao nhiêu đau thương buồn tủi đè nén bấy lâu bây giờ trút ra thành tiếng khóc. Khóc cho vơi nỗi oán hận, sầu khổ của phận người, của thân gái bơ vơ, xa nhà, lại không dám về quê, mang bao tai tiếng. Khóc như chưa bao giờ được khóc. Sơn bối rối. Chàng không ngờ mình lại làm cho cô gái kia bị chấn động mạnh đến thế! Rồi chàng gợi ý cho cô ta nói để bớt khóc: "Sao em không làm nghề khác cho nó khỏe hơn?" "Nghề gì anh?" Cô ta phản ứng rất nhanh, nín khóc. "Bán tàu hũ, sương sâm chẳng hạn" - Sơn trả lời bừa. "Em đâu có vốn". Sơn nói tiếp: "Hỏi mượn bà con họ hàng không được sao?" Cô ta trả lời, một câu trả lời quen thuộc: "Ai mà cho anh ơi!". Lúc đó Sơn không nghĩ bà con lại tệ thế! Nhưng anh cũng hỏi thêm câu cuối, vớt vát cho cô ta nín luôn: "Bao nhiêu mới bán tàu hũ được?" Thế là tiếng khóc sáng hôm ấy đã đưa đời cô sang một ngã rẽ khác. Cô hỏi: "Anh có nhớ anh đã cho em bao nhiêu tiền không?" Sơn bối rối, "Không nhớ lắm. Chắc cũng không bao nhiêu!"

Bích sà vào ngồi cùng bàn cà phê với chàng. Cô nhìn Sơn đằm thắm, nhỏ nhẹ nói: "Nhờ số tiền của anh, tui mới có ngày hôm nay." Sơn ngạc nhiên, "Ủa, thiệt sao?" Sơn chỉ nhớ mơ hồ anh thường tỏ ra hào sảng sau những thương vụ thành công. Bích nói tiếp: "Hôm đó anh hỏi tui bao nhiêu thì bán tàu hũ được. Tui nói đại. Khoảng 2 triệu. Nhưng không ngờ anh rút luôn 5 triệu cho tui. Lúc đó tui hết hồn, tưởng anh giỡn. Nên khi anh nói đi bán tiếp đi, mai nghỉ nhen. Tui đi thật nhanh vì sợ anh đổi ý. Hổng kịp cám ơn!"

Vậy mà đã hơn 10 năm rồi sao? Bích nói nhờ số tiền ấy, nàng đã thuê một góc mặt tiền căn nhà kế quán café hiện nay bán cơm tấm và hai mẹ con sống ổn định đến nay. Nàng đã sang lại một nửa căn nhà khi chủ nhà kẹt tiền, bán cho trả góp trong ba năm. Bích bây giờ bán cả cơm trưa văn phòng và giao cơm tháng cho mấy công ty và trường học. Nàng có tới bốn người giúp việc. Bích hỏi: "Bây giờ anh làm gì, ở đâu?" Sơn hững hờ, trả lời qua loa: "Làm việc vặt sống qua ngày." "Thiệt không anh?" Sơn thấy nàng cũng thật thà nên cho biết mình làm ăn thua lỗ, mất hết nhà cửa rồi, đang ở trọ mãi Gò Vấp. Bích gợi ý: "Anh mướn gần đây không? Có phòng trọ giá rẻ nè, rồi nhận thầu mấy công trình quanh khu vực này, cũng nhiều lắm?" Sơn ậm ừ cho qua chuyện.

Nhưng cuộc đời có những khúc quanh không ai nói trước được! Hai ngày sau trong khi sửa mái tôn, anh bị tôn cắt trúng vào tay, máu tuôn xối xả. Mọi người trong quán xúm lại đưa chàng ra Trạm y tế băng bó. Trong khi đang dìu chàng về thì gặp Bích. Cô la lên: "Tội nghiệp quá! Thôi anh ở tạm nhà tui mấy bữa đi chứ làm sao đi xe về nhà trọ được." Và Sơn, sau khi cân nhắc đành phải đồng ý vì không còn sự chọn lựa nào khác. Đêm đầu tiên, chàng ngạc nhiên khi có đứa bé khoảng 10-11 tuổi mặt mũi xinh xắn khoanh tay: "Con chào chú". À ra con bé bụ bẫm mà cách đây hơn 10 năm còn ẵm ngửa đây. Chắc nó nghe mẹ nó nói gì nên hết sức cung kính lễ phép với Sơn từ rót nước đến đem cơm lên căn gác xép cho Sơn. Ngại quá, Sơn nói: "Thôi để tui xuống nhà ngồi!" Nhưng anh chỉ ăn với một tay mà thôi, lại là tay trái nên khá lóng ngóng. Bích thấy vậy tính đút cho chàng ăn nhưng Sơn cương quyết từ chối vì thấy phiền hà quá.

Hôm sau Bích nói: "Bây giờ gần Tết rồi, anh ở qua Tết luôn đi vì anh về nhà cũng đâu ai chăm lo? Ở đây ăn Tết với mẹ con tui. Anh đừng nghĩ gì hết vì anh là người ơn của tui mà!"

Những ngày sau, Sơn cho Bích biết hoàn cảnh của mình và nhấn mạnh: "Cô nghĩ coi ai dám chứa một thằng mới ra tù còn mang bệnh hiểm nghèo nữa. Đừng cả nể với tui nhen." Nhưng Bích khẳng khái nói: "Tui đã từng bị khinh rẻ, bị bao tủi nhục trên đời này nên được giúp anh, người cứu sống hai mẹ con tui là ân huệ đó. Anh cho mẹ con tui trả bớt món nợ đó đi."

Và từ hôm đó, Sơn ở tạm trên căn gác xép, phía dưới là phòng khách, còn mặt tiền dùng để bán cơm. Trong phòng khách, Bích trang hoàng đơn giản nhưng xem ra cô nàng cũng có năng khiếu. Ngoài bức tranh về bốn loại hoa trên tường thì Bích rất ưa hoa cúc. Gần Tết, kế cửa ra vào là hai chậu cúc, hai góc nhà là hai chậu nữa, toàn cúc vàng. Sơn khen: "Cô trang hoàng nhà đẹp nhưng cô có biết cúc tượng trưng cho loại người nào không?" "Ai vậy anh?" - Bích hỏi. Sơn trả lời: "Người quân tử." Bích lý sự: "Tui thấy nó cũng mộc mạc, dân dã, chắc tượng trưng cho mấy người nhà quê thôi anh à!" Sơn có thời gian hay ghé thăm những người bạn ươm hoa trên Đà Lạt nên cũng biết đôi chút. Sơn nói: "Không, theo người xưa thì cúc là một trong bốn loại mai, trúc, cúc, tùng tượng trưng bốn mùa xuân, hạ, thu, đông. Bức tranh trên tường của cô là biểu trưng cho người quân tử." "Chà, hay dữ hen!" Sẵn dịp Sơn "nổ" cho vui: "Cô nên biết hoa cúc có đặc điểm "Diệp bất ly chi, hoa vô lạc địa" (lá không rời cành, hoa không rụng xuống đất) tượng trưng cho khí tiết kiên trung của người quân tử. Hồi ở tù có cậu Thảo cho tui xem bài giảng

Sư Thầy có đoạn nói sự tích hoa cúc ở Việt Nam lại gắn liền với lòng hiếu thảo của con cái với cha mẹ. Chuyện kể rằng có hai mẹ con nhà nọ sống với nhau trong cảnh nghèo khó nhưng rất yêu thương nhau. Một hôm người mẹ bệnh nặng, người con thương mẹ đã tìm mọi cách để chạy chữa nhưng không được. Trước hoàn cảnh ấy, Bụt thương tình hóa thân thành một cụ già và chỉ cho người con vào rừng tìm hái bông hoa thần kỳ có số cánh hoa là số năm người mẹ được sống trên đời. Người con vượt qua khổ ải đã tìm được bông hoa nhưng trớ trêu thay bông hoa chỉ có 5 cánh. Đau lòng nghĩ mẹ chỉ sống được thêm 5 năm, người con đã xé nhỏ cánh hoa tới mức không thể đếm được số cánh hoa nữa. Nhờ vậy người mẹ đã khỏi bệnh và được sống rất lâu bên con. Hoa cúc vì vậy mà ẩn chứa ước muốn sức sống dồi dào và sự hiếu thuận."

Bích ngẩn người trước sự hiểu biết của Sơn: "Anh biết nhiều ghê ta! Mà sao Tết người ta hay chưng cúc nên tui cũng bắt chước mua mấy chậu." Sơn trổ tài thêm: "Theo phong thủy, hoa cúc vàng là biểu tượng của sự sống, tăng thêm phúc lộc và niềm vui. Vì vậy mà người ta thường đặt một chậu cúc vàng trước nhà mỗi dịp Tết đến." Tưởng nói cho vui, sáng nay Bích "tha" thêm mấy chậu cúc, vàng rực cả nhà.

Lần mò bước xuống cầu thang. Chàng nhẩm cũng gần trưa rồi vì nắng lên cao. Quán đóng cửa nghỉ Tết rồi. Chàng chưa muốn ăn sáng, nên đánh răng rửa mặt rồi thay áo tính ra ngoài, thư giãn một chút.

Đang loay hoay thay áo vì chỉ có một tay thì cửa bật mở, Bích đi chợ về. Nàng bước lại gần: "Để tui giúp anh. À, sẵn anh thử mặc cái áo mới mua sáng nay." Nàng lấy ra chiếc áo mới sọc ca-rô khá đẹp cho chàng. Khi nàng bước đến sát bên chàng giúp thay áo, Sơn nghe nồng nàn mùi nước hoa. Lâu lắm rồi chàng không còn biết đến phụ nữ. Nay mùi Chanel đánh thức những khứu giác tưởng đã ngủ yên từ lâu. Hình như có cả mùi riêng của nàng khi lại gần hơn. Bích cũng lúng túng khi cầm tay chàng xỏ vào áo, lâu lắm rồi không cầm tay đàn ông. Lại sợ chàng bị đau vì còn đang băng bó nên nàng bối rối, luống cuống mất thăng bằng ngã dúi vào chàng. Phản xạ tự nhiên là chàng quàng tay đỡ Bích. Chàng thấy một cảm giác thật lạ khi ngực nàng chạm vào người chàng. Gã "đàn ông" cường tráng ngày nào như thức dậy trong người chàng sau những năm tháng bị tê liệt do vùi dập trong bão táp của tù đày, tội lỗi, bệnh tật, sầu muộn ... Bích mềm nhũn người trong vòng tay của chàng. Nàng yên lặng. Sơn chết trân, anh biết mình đang ôm Bích, nửa muốn đẩy nàng ra, nửa muốn giữ lại. Bích nhìn chàng, đôi mắt long lanh, từ một khoảng cách rất gần vì nàng chỉ thấp hơn chàng một chút. Sơn chao đảo. Bỗng dưng Bích vòng tay ôm lưng chàng, siết lại. Cứ thế, họ ghì chặt nhau. Hình như họ đang tìm thấy nhau hay lạc vào một thế giới khác. Đê mê, say đắm. Thứ cảm giác hay bản năng mà cả hai đều đánh mất lâu nay bất ngờ tìm lại. Giây lát sau, Bích thì thào sát vào tai Sơn: "Anh ở lại với mẹ con em nhen! Khỏi đi đâu hết!" Sơn lặng người. Anh vuốt nhẹ mái tóc Bích. Mái tóc mềm xõa ra hai bên. Anh cúi xuống nhìn đôi môi đang mở hé của nàng. Bích khẽ rùng mình, đón nhận nụ hôn nồng nàn trên vành môi tưởng chừng khô hạn bấy lâu. Mùi bồ kết hay mùi hương của Bích tỏa ngát căn phòng.

Tiếng hát bên ngoài vọng lại

Trần gian nhiều đau khổ rồi
Chờ bàn tay nhung gấm vuốt ve tươi lòng thế nhân
Giàu vui mong đón Xuân về bằng cao sang
Nghèo lo Xuân đến chân thành bằng tấm lòng

....

Sơn khẽ hỏi Bích: "Bài gì vậy em?" Bích thỏ thẻ: "Chắc là bài Xuân Muộn đó anh!" Chàng thấy ươn ướt trên vai. Hình như nàng đã khóc...

Nguyên Cẩn

TM

VŨ KHẮC TẾ

KÝ ỨC MÙA XUÂN – BẢY MƯƠI NĂM ĐÃ TRÔI QUA

Bảy mươi năm – hơn nửa thế kỷ – Có những mùa xuân đi qua đời người tưởng lặng lẽ, mà thật ra đã kịp để lại một vệt sáng mỏng manh trong ký ức – như khói hương bảng lảng trên bàn thờ chiều ba mươi Tết.

Sáng đầu năm nay, tôi ngồi bên khung cửa nhỏ, nhìn ra vòm trời tháng giêng xanh nhạt. Hàng cau trước ngõ vẫn còn đó, nhưng lá đã gầy, bóng cau đổ xuống sân gạch cũng khác xưa. Chỉ có gió xuân vẫn mềm, vẫn dịu, vẫn mang mùi đất mới khiến lòng tôi chợt lắng xuống.

Thời gian trôi như một giấc mộng dài. Tôi đã đi qua bao mùa xuân – từ những năm chiến tranh khói lửa, từ con đường làng sình lầy đến phố xá rực rỡ ánh đèn. Mỗi năm, mai vẫn nở. Nhưng lòng người thì khác. Những người tôi thương yêu, kẻ còn, người mất. Bạn bè tản mác bốn phương – có người đã hóa thân vào cỏ cây, có người lẫn trong thành phố mịt mù, có người vượt ngàn dặm bên kia đại dương. Còn tôi – mỗi độ xuân về vẫn trở lại, để nhận ra: mùa xuân vẫn nguyên vẹn, chỉ ta đã khác xưa.

Một sáng se lạnh, tôi về quê. Con đường làng quanh co xưa đã được tráng bê-tông, hai bên là những ngôi nhà mới xây, mái ngói đỏ au, khang trang mà xa lạ. Chỉ có cây đa đầu làng vẫn đứng đó, rêu phong phủ kín. Tôi đứng lặng, nghe gió thoảng qua tán lá, tưởng như nghe tiếng gọi của thời gian. Dưới gốc đa, ngày xưa chúng tôi từng thả diều, đuổi nhau quanh bãi cỏ, lăn tròn trong tiếng cười. Giờ, chỉ còn bầy trẻ khác đang chơi đùa vô tư – không biết rằng nơi chúng đứng từng là tuổi thơ của một người đã đi qua hơn nửa thế kỷ.

Bảy mươi năm trước, làng tôi còn nghèo. Mùa xuân không có pháo hoa hay đèn điện, nhưng có những điều bây giờ chẳng thể tìm lại: tiếng cười vang của lũ trẻ sáng mồng một, giọng người gọi nhau ngoài đồng, mùi khói rơm bay nghi ngút, và niềm vui đơn sơ khi cành mai nở đúng sáng mồng một Tết.

Tôi nhớ chiều ba mươi năm ấy – cả làng như lắng lại. Người lớn quét sân, nhóm bếp, trẻ con tụ quanh nồi bánh chưng, bánh tét, vừa hóng lửa vừa đếm sao. Mẹ tôi nhẹ tay đậy nắp nồi, đôi mắt hiền soi trong ánh lửa. Mùi lá dong, mùi khói, mùi nếp mới quyện vào nhau – cái hương thơm của một thời ấm áp mà giản dị.

Tôi không nhớ rõ mùa xuân năm nào rời làng, chỉ biết đó là một sáng tháng hai đầy sương. Tôi mang theo chiếc ba lô nhỏ và lời dặn của mẹ. Khi quay đầu nhìn lại, khói lam vẫn vương trên ngọn tre, mẹ tôi đứng ở đầu ngõ, nhỏ bé và lặng lẽ. Bàn tay mẹ khum lại như muốn giữ chút hơi ấm cuối cùng của đứa con trai đang đi xa. Tôi không biết rằng, từ mùa xuân ấy, mình sẽ đi suốt nửa đời, và khi trở lại, mẹ đã hóa thành tro bụi trong một mùa xuân khác.

Giữa phố thị sáng đèn, đôi khi tôi vẫn thoáng ngửi thấy mùi khói rơm đâu đó. Chỉ một thoáng thôi, mà bao nhiêu ký ức ùa về. Tôi thấy lại tuổi thơ trần trụi, thấy mình chạy chân đất qua những bờ ruộng đầy gió, nghe tiếng ếch nhái râm ran sau mùa gặt, nghe mùi bùn non quyện với hơi sương.

Có người hỏi tôi: "Anh có buồn không khi quê đã đổi khác?" Tôi chỉ mỉm cười. Buồn thì có, nhưng không nhiều. Vì tôi hiểu: ký ức không mất đi, nó chỉ biến hình – từ mái tranh thành mái ngói, từ khói bếp thành ánh đèn điện, từ bến đò xưa sang con đường bê tông. Nếu biết nhìn bằng con mắt của tình thương, ta sẽ thấy quá khứ vẫn lẩn khuất trong từng nhịp sống.

Có lần, tôi ghé lại ngôi trường cũ. Hàng phượng trước sân vẫn đứng đó, nhưng tán lá thưa hơn. Tôi chạm tay vào thân cây, nghe sần sùi ấm áp như chạm vào ký ức. Tiếng trống trường năm nào vang lên trong trí nhớ – âm thanh của tuổi học trò, của mối tình đầu e ấp. Mùa xuân nào cũng có tiếng trống khai trường, mà lòng người thì mãi chưa thôi học bài học lớn nhất – bài học về sự đổi thay và chấp nhận.

Giờ đây, tôi không còn đếm mùa xuân bằng tuổi tác, mà bằng những điều còn nhớ. Có những mùa quên đi vì mải miết, nhưng cũng có những mùa trở lại chỉ vì một cơn gió nhẹ, một khóm hoa vàng hay tiếng gọi từ xa trong tâm tưởng.

Ký ức – tôi vẫn nghĩ – là một khu vườn không bao giờ tàn. Mỗi khi xuân về, những cánh hoa đã rụng năm xưa lại nở trong trí nhớ, tươi mới như thể thời gian chưa từng đi qua. Chỉ có điều, khu vườn ấy ngày càng thưa bóng người. Mỗi khi nhìn tấm ảnh cũ của gia đình, lòng lại dậy lên một làn sóng nhỏ. Họ đã rời tôi quá lâu, nhưng ánh mắt vẫn hiền, nụ cười vẫn như buổi chiều giêng năm nào – khi nồi bánh chưng đang sôi và tiếng chim đầu ngõ hót vang.

Tôi nhận ra, những gì tưởng đã thuộc về quá khứ thật ra vẫn sống trong hiện tại – chỉ đổi hình mà thôi. Cây sưa già trước nhà ngã xuống, nhưng từ gốc mọc lên những chồi non. Đứa bé tôi bồng trên tay ngày nào nay đã thành cha của một đứa trẻ khác. Cái vòng sinh diệt của đời người cũng như vòng quay của bốn mùa – và trong sự tiếp nối ấy, ta tìm thấy ý nghĩa thật sự của thời gian.

Tôi đã đi nhiều, sống ở nhiều nơi. Ở đâu người ta cũng đón xuân, nhưng ít ai chịu ngồi yên để lắng nghe tiếng xuân. Ở phố, mùa xuân đến vội vàng: hoa mua sẵn, lời chúc rập khuôn, người bận rộn với quà cáp, tiệc tùng. Trong khi đó, mùa xuân thật – mùa xuân của lòng đất, của sự tái sinh – đến âm thầm khi nụ hoa e ấp nở, khi giọt sương long lanh trên lá, khi lòng người chợt muốn bình yên hơn.

Tôi thích ngồi yên bên hiên nhà, nhấp một ngụm trà, nhìn khói nhang bay cong rồi tan loãng trong gió. Giây phút đó, tôi thấy mình chạm được vào điều mà người xưa gọi là "đạo" – một sự yên tĩnh không cần tìm, chỉ cần nhận ra.

Mùa xuân của tuổi trẻ là khát vọng. Mùa xuân của tuổi trung niên là trăn trở. Còn mùa xuân của tuổi xế chiều – như tôi bây giờ – là sự chấp nhận. Tôi hiểu rằng thời gian không lấy đi gì cả, nó chỉ trao đổi – đổi non trẻ lấy bình yên, đổi nông nổi lấy sâu lắng, đổi mất mát lấy hiểu biết. Và khi hiểu được điều ấy, ta thấy nỗi buồn cũng có hương vị riêng – dịu nhẹ như chén trà nguội vẫn ấm lòng người uống.

Thỉnh thoảng tôi vẫn về quê, qua cây cầu mới bắc qua sông cũ. Nước vẫn chảy, chỉ hai bờ là đông người hơn. Tôi đến chùa làng, nơi ba mẹ từng thắp hương đầu năm. Tiếng chuông vẫn ngân giữa trời, khói hương quyện gió – và tôi chỉ đứng lặng, cầu mong bình yên cho mọi người.

Bây giờ, ngoài cửa sổ là buổi sáng đầu năm. Trời trong như ngọc, tiếng chim ríu ran, gió khẽ lay nhành mai trước hiên. Tôi thấy lòng mình cũng trở nên mỏng đi – như thể chỉ cần một cơn gió là tan vào hư không. Và tôi chợt hiểu ra: ký ức không phải để níu giữ, mà để soi rọi hiện tại.

Tôi không còn tiếc những gì đã mất, vì biết rằng nếu không có mất mát, ta sẽ chẳng biết quý điều đang còn. Mùa xuân dạy ta điều đó – bài học của buông bỏ và hồi sinh.

Khi còn trẻ, tôi nghĩ xuân là hoa nở, là trời ấm, là sum họp. Nhưng càng sống, tôi càng hiểu: mùa xuân thật sự nằm ở bên trong. Nó đến khi ta biết mỉm cười dù lòng còn vết thương; khi ta biết nhìn người khác bằng ánh mắt hiền hòa; khi ta dám tha thứ cho chính mình. Và khi ấy, dù giữa mùa đông lạnh giá, trong tim ta vẫn có một cành mai đang nở.

Con chim sẻ nhỏ đậu trên hàng rào, hót những âm thanh quen thuộc của tuổi thơ. Tôi lặng nghe – và trong phút giây ấy, không còn biết đâu là hiện tại, đâu là quá khứ. Tất cả tan vào nhau – thành một dòng xuân bất tận.

Vũ Khắc Tế

TM

NGUYỄN KIẾN THIẾT

Tìm Được Mùa Xuân – Lộ Bất Thập Di

Câu chuyện xoay quanh nhân vật chánh tên Lan, tuổi trên lục tuần. "Nàng" cùng chồng là Tuấn cùng làm chung tại một hãng điện tử ở đảo Mộng-Lệ-An. Từ khi gia đình sáu người đến định cư nơi "Đất lạnh tình nồng" này, vợ chồng Lan tất bật chạy lo cơm áo gạo tiền để kiếm sống và nuôi dưỡng bốn đứa con còn đang tuổi đi học. Mọi việc bắt đầu cái gì cũng khó. Khó vì đổi đời, đổi nghề. Khó vì vốn liếng ngoại ngữ ít ỏi. Khó vì chưa thích nghi được văn hóa mới. Nhưng cái khó lớn nhứt là chưa có một nghề chuyên môn. Vậy mà *trời sanh voi sanh cỏ*, mọi việc đã đâu vào đó. Vốn bản chất cần cù, chịu thương chịu khó – nhứt là khéo tay và có nhiều sáng kiến, vợ chồng nàng được chủ tin dùng để yên tâm làm việc lâu dài...

Thật ra sau khi nghỉ việc ở hãng điện tử Philips, Tuấn đi học chuyên ngành điện tử, còn nàng theo học thêm tiếng Pháp. Mặc dầu số tiền trợ cấp thất nghiệp của chánh phủ Canada không nhiều, nhưng nhờ biết tằn tiện *khéo ăn khéo co* nên gia đình sáu miệng ăn của nàng cũng tạm đủ sống *qua ngày đoạn tháng.* Vợ chồng nàng chưa dám mua xe vì quá tốn kém. Còn mua nhà là chuyện xa vời. Gia đình nàng mướn một cái "ấp" gần Métro làm chỗ nương náu, tiện việc đi lại. Cả nhà nàng thuộc nằm lòng câu châm ngôn "*BMW vi bản*". Bất chấp cái lạnh cắt da của mùa Đông có phần khắc nghiệt, vợ chồng nàng và các con vẫn thi gan cùng sương tuyết để đi làm, đi học. Sau khi Tuấn tốt nghiệp khóa học điện tử, vợ chồng nàng cùng đi tìm việc. Lúc bấy giờ là cao điểm mùa Đông, tuyết dày cả thước, thêm cái lạnh thấu xương. Vậy mà vì miếng cơm manh áo, vợ chồng nàng phải *lội tuyết đội mưa* để đón xe buýt và Métro đi kiếm việc. Trời không phụ người lương thiện. Nhờ cái "mác" ở hãng điện tử Philips, cộng với tấm bằng chuyên nghiệp điện tử khiêm tốn của Tuấn cùng sự tự tin sẵn có, vợ chồng nàng đều qua trót lọt cuộc phỏng vấn ở hãng điện tử Prolex. Nơi đây, vợ chồng nàng ra sức thi thố tài năng, phát huy sáng kiến, hết lòng phục vụ cho chủ một phần để giữ vững nồi cơm, song phần khác vì lương tâm nghề nghiệp. Có thể nói họ là hai vị "khai quốc công thần" của Prolex, đã góp phần phát triển hãng điện tử nhỏ bé này. Vì vậy công ty đã *ăn nên làm ra,* mua thêm hãng kế cận và mướn thêm hàng chục công nhân. Bù lại, vợ chồng nàng càng được trọng dụng và đãi ngộ, cho đến khi về hưu.

Cuộc sống ở xứ người khởi đầu với hai bàn tay trắng như mọi di dân khác. Vậy mà nhờ biết cần kiệm, nên sau sáu năm định cư trên đảo Mộng, gia đình nàng đã mua nhà, mua xe, có cuộc sống tương đối thoải mái. Các con có một mái ấm gia đình gần các phương tiện chuyên chở công cộng để đi học, đi làm. Cũng như phần đông di dân người Việt khác *chân ướt chân ráo* đến đây, cùng được đưa vô làm việc ở một hãng điện tử lớn, vợ chồng nàng luôn biết ơn bà Trương Thị Phước (Happy), Giám đốc nhân sự của hãng điện tử Philips trong việc tuyển dụng. Chính Bà là *vị cứu tinh* đã đem đến nguồn vui và hạnh phúc cho gia đình nàng cũng như hàng trăm gia đình di dân gốc Việt khác.

Sau khi nghỉ hưu, các con đã yên bề gia thất, vợ chồng nàng đã thực hiện những chuyến du lịch ở vùng biển nắng ấm. Tuấn thuở nhỏ biết bơi nhờ ôm cây chuối hoặc bập dừa (nước) mà bơi theo con nước. Anh tắm nghịch dưới sông cả ngày, dãi dầu cùng mưa nắng. Nói khác đi Tuấn đã từng tắm gội trong sông nước ngọt ngào dưới *mưa chiều nắng sớm* trên sông Hậu, nên *như cá gặp nước*, tha hồ bơi lội tung tăng trong biển cả. Còn Lan chưa biết bơi, chỉ vọc cát giỡn... nước biển mà mơ một ngày nào đó sẽ được bơi lội thỏa thích. Thế rồi cả hai cùng đi đến Hồ bơi gần nhà: chàng bơi lội thoải mái; còn nàng tập bơi. Là dân thành phố nên việc bơi lội đối với Lan là cả vấn đề *thiên nan vạn nan*. Nàng tập bơi trong muôn vàn cái khó. Ngày nào cũng bị sặc nước và no nước. Có lúc suýt bị chết đuối. Ai chỉ phương pháp nào, Lan cũng đem ra áp dụng... Vậy mà với ý chí vô cùng tận, chỉ sau một tháng tự tập bơi, Lan đã lập được một kỳ tích: *biết bơi*. Từ đó, mỗi tuần vợ chồng nàng đi bơi ba lần vào mỗi sáng thứ Ba, thứ Năm và thứ Bảy. Cái điệp khúc ấy được lặp đi lặp lại thường xuyên, đều đặn theo Lịch trình của Hồ bơi YMCA Cartierville (Montréal).

Sáng thứ Ba hôm ấy, vừa bước ra khỏi hồ bơi, Lan mếu máo nói với Tuấn:

- Anh à, sợi dây chuyền có tượng Phật của em bị mất rồi. Em kiếm hoài không thấy.

- Em kiếm nó kỹ chưa? Hay là bỏ quên ở nhà? – Tuấn đáp.

- Em kiếm kỹ lắm rồi, từ hôm qua lận. Sợi dây chuyền của em không cánh mà bay đi mất.

- Em đã kiểm hết mấy cái tủ đựng quần áo trong phòng tắm chưa. Hỏi thử mấy chị cùng đi bơi với em hôm qua xem sao. Biết đâu họ thấy và cất giữ giùm cũng nên. *Ở hồ bơi này, ai cũng dễ thương và tử tế,* em cũng biết mà.

- Em đã làm hết mọi cách rồi. Không một ai thấy nó. Em tức lắm vì xưa nay tánh em vốn kỹ lưỡng. Hôm qua vì sợ trễ giờ, em không kịp tháo sợi dây chuyền ra cất ở nhà. Thành thử tới hồ bơi, em vội tháo nó ra rồi bỏ vô túi xách cẩn thận. Đến khi tắm xong là ra về ngay để kịp lo cơm nước nên quên mất. Thật là xui xẻo. Càng nghĩ càng tức mình.

- Thôi em đừng buồn, đừng tức, cũng đừng tiếc của làm gì. *Của đi thay người* mà, Tuấn an ủi vợ.

- Em không tiếc của chút nào. Sợi dây chuyền có nửa chỉ vàng không đáng giá là bao. Nhưng nó *vô giá* đối với em.

- Em không nhớ chuyện "Tái ông thất mã" sao. Biết đâu sau cái rủi nầy thì cái may khác lại đến. *Trong họa có phước, trong phước có họa* mà.

- Nhưng em vẫn còn ấm ức, Lan sụt sùi tiếp. Sợi dây chuyền đó đối với em là cả khối kỷ niệm không thể nào quên được. Chính anh đã mua sợi dây chuyền này tặng em nhân kỷ niệm một năm ngày cưới của chúng ta. Còn tượng Phật, vợ chồng mình đã "thỉnh" từ một ngôi chùa ở Sài Gòn. Từ đó mỗi buổi sáng em đều đeo sợi dây chuyền này để *đọc kinh cầu nguyện* trước bàn thờ Phật ở nhà mình, kể cả lúc đi du lịch. Đặc biệt "sợi dây chuyền đeo tượng Phật" này đã đồng hành cùng gia đình ta lúc vượt biển tìm tự do, cùng nếm trải những "mùi vị" của 1001 câu chuyện vượt biển trên đảo Pulau Bidong. Nói tới đây, nàng khóc hu hu!

- Thời gian rồi sẽ xóa nhòa hết mọi kỷ niệm em à, Tuấn dỗ dành vợ. Em hãy quên nó đi mà vui sống. Bởi thời gian còn lại của chúng ta cũng không còn dài trong cảnh đời chiều này.

Nửa tháng sau... Những ngày cận Tết, sau một đêm trằn trọc suy nghĩ, Tuấn nói với Lan:

- Em à, còn có một nơi mình chưa hỏi. Đó là chỗ Réception YMCA Cartierville. Biết đâu sẽ lần ra manh mối. Vậy ngày mai mình sẽ đến đó hỏi thử xem sao.

- Ồ! Em quên mất. Có cái *chỗ gốc* đó mà em nghĩ mãi vẫn chưa ra. Anh giỏi thiệt. Chính em đã từng lượm đồ người ta bỏ quên trong thùng **Objets perdus** như nón, kiếng bơi... rồi đem đến chỗ Réception, lỡ có ai quên mà đến tìm. Vậy ngày mai mình thử đến hỏi cho ra lẽ. Biết đâu...

Sáng thứ Ba hôm ấy, Montréal đã vào giữa mùa Đông. Ngoài trời "*tuyết rơi rơi chập chồng, trên cành phong trụi lá, trút giọt sầu mênh mông...*" như một nhà thơ trên đảo Mộng đã ngẫu hứng cảm tác, vợ chồng nàng hăm hở đến hồ bơi với hy vọng kiếm được món đồ đã mất. Gặp cô phụ trách tiếp tân người Québecoise trẻ đẹp, dễ thương, Tuấn lễ phép hỏi sau khi đã chào xã giao:

- Thưa cô, cách nay độ nửa tháng, vợ tôi làm mất sợi dây chuyền nhưng kiếm hoài không thấy. Cảm phiền cô vui lòng tìm giúp giùm tôi.

Với nụ cười thật tươi nở trên môi, cô tiếp tân vui vẻ đáp:

- Rất vui lòng được giúp ông, cũng như bất cứ ai. Nhưng ông có thể mô tả sợi dây chuyền ấy để giúp chúng tôi tìm kiếm dễ dàng hơn.

- Đó là sợi dây chuyền vàng 18 carat có đeo hình mặt Phật Quan Âm, cân nặng 5 chỉ, bị mất ở hồ bơi này nửa tháng trước.

Bằng một hành động nhanh nhẹn, cô tiếp tân – sau này vợ chồng Tuấn được biết tên cô là **Julie** – lúi húi lục lạo mớ đồ vật trong hộc tủ. Khoảng mười phút sau, cô Julie lôi ra hai sợi dây chuyền. Ngắm nghía, so sánh một lúc, cô lấy sợi dây chuyền có đeo mặt Phật Bà Quan Âm, đoạn chìa ra trước mặt Tuấn và hỏi:

- Có phải sợi dây chuyền này không, thưa ông?

Cả hai vợ chồng Tuấn – Lan đều mừng rỡ reo lên:

- Dạ đúng rồi cô. Đó chính là sợi dây chuyền bị đánh mất cách nay nửa tháng. Cô vui lòng cho chúng tôi xin lại.

Cô Julie đã tin tưởng "khổ chủ" tuyệt đối nên vui vẻ trao sợi dây chuyền cho Lan mà không đòi hỏi ký nhận. Cả hai bên đều lấy làm vui mừng và vô cùng hạnh phúc: bên này trao được "kỷ vật" cho người làm mất nó; bên kia vô cùng toại nguyện vì "châu về hợp phố". Đối với Lan, cái Tết năm nay là cái Tết hạnh phúc nhứt đời vì bất ngờ nàng "***tìm được mùa Xuân***" đã mất.

Từ chuyện "mất dây chuyền" dẫn trên bất giác chúng tôi nhớ tới câu "Lộ bất thập di". Đây là điển tích thời kỳ Nghiêu Thuấn – những vị vua huyền thoại của Trung Hoa thời Ngũ Đế - miêu tả cảnh thái bình thạnh trị, muôn dân sống ấm no hạnh phúc, [ngoài] đường không lượm của rơi ("Lộ bất thập di"), [trong] nhà ban đêm khỏi lo đóng cửa ("Dạ bất bế hộ"). Đó là cuộc sống lý tưởng mà Nguyễn Công Trứ hằng mơ ước nên đã thi vị hóa cảnh nghèo của mình trong bài *Hàn nho phong vị phú*: "*Đêm năm canh an giấc ngáy kho kho; Đời thái bình cửa thường bỏ ngõ*".

Nhờ ơn trên sắp đặt, gia đình Tuấn – Lan đến định cư ở xứ Lá Phong - nơi *đất lạnh* mà *tình nồng* vẫn thấm đượm. Nhiều nguồn tư liệu cho rằng Canada là một trong những "**đất nước đáng sống nhứt**" thế giới. Nào là đất nước rộng lớn, hùng vĩ và giàu tài nguyên; nào là nền kinh tế ổn định; cuộc sống ở đây vô cùng bình yên, ít tội phạm; môi trường đa văn hóa; nào là hệ thống giáo dục và y tế chất lượng cao; chi phí sinh hoạt tương đối thấp, so với châu Âu và Hoa Kỳ, v.v... (theo https://canada.com.vn.).

Bà Lan trong truyện này đã "tìm được mùa Xuân" nhờ "châu về hợp phố". Mọi người ở hồ bơi đều "tốt bụng và tử tế" nên ai đó đã lượm của rơi rồi đem trả lại cho chủ, có thể sánh với thời Nghiêu Thuấn "lộ bất thập di". Cô Julie đẹp người đẹp nết lại vô cùng tử tế và tốt bụng, là hình mẫu người bản xứ được hấp thụ nền giáo dục chất lượng cao. Chuyện "Tái ông thất mã" vẫn hoàn toàn đúng trong câu chuyện đầy tính nhân văn này. Xin cám ơn đất nước Canada đã cưu mang những người tốt bụng và tử tế. Nhân Tết Bính Ngọ sắp tới, kính chúc bạn đọc gần xa bốn chữ "Mã Đáo Thành Công" suốt cả năm.

Nguyễn Kiến Thiết

Montréal, Tết Bính Ngọ 2026

LETAMANH

NỤ TẦM XUÂN

Năm Con Rồng về với nhiều niềm mong ước, nhiều lo lắng, nhiều cầu mong... Chợ Tết ở khu Little Saigon, mặc dù những ngày trời mưa gió vẫn mang một sắc thái tích cực với số đông. Có thể người người chen nhau hàng ngày "cỡi ngựa xem hoa" thì nhiều, nhưng người thực sự sắm hoa Tết thì ít! Mấy ngày cận Tết, thời tiết thật đẹp. Không khí chợ hoa khu Phước Lộc Thọ, phố trái cây, khu vực gần chợ ABC trở nên khởi sắc! Các nơi khác lai rai những gian hàng, màu sắc đầy không khí mùa xuân...!

Khác với mọi năm, người ta đặt tên cho một loại hoa mới màu trắng, nếu mua về, cho nước pha màu vào bình, cắm vào, muốn màu gì thì hoa sẽ hút nhuộm thành màu đó. Lần đầu tiên trong đời, được nghe tên loại hoa này là: HOA NỤ TẦM XUÂN!

Nâng niu những "Nụ Tầm Xuân"

Hồi nhỏ, lúc học văn chương, bài thơ thầy dạy, tên là: "Nụ Tầm Xuân"

- Trèo lên cây bưởi hái hoa
Bước xuống vườn cà hái nụ tầm xuân
Nụ tầm xuân nở ra xanh biếc
Em đã có chồng anh tiếc lắm thay...

- Tiếc gì một miếng trầu cay
Sao anh không hỏi những ngày còn không
Bây giờ em đã có chồng,
Như chim vào lồng, như cá cắn câu.
Cá cắn câu, biết đâu mà gỡ,
Chim vào lồng, biết thuở nào ra?

Có lẽ không một người Việt Nam nào không biết bài thơ này, hầu hết đã thuộc lòng khi còn nằm nghe mẹ hát ru! Thế nhưng khi ta đi sâu vào chi tiết, thì rất nhiều người không biết hoa "nụ tầm xuân" là hoa gì, hình dáng thế nào ở đâu có! Bởi chưa ai thấy một loài hoa có màu xanh biếc mang tên Nụ Tầm Xuân. Hai câu đầu làm ta khó đoán:

"Trèo lên cây bưởi hái hoa
Bước xuống vườn cà hái nụ tầm xuân!"

Ở đây ta mở ra một chân trời tư tưởng về nụ tầm xuân ở trong vườn cà. Hoa cà thì màu tím hoặc có màu trắng chứ làm gì có chen trong đó hoa màu xanh. Ta thử vào Google xem ra sao; thì thấy những dòng viết diễn tả loanh quanh mơ hồ không thể chấp nhận; Trong Google có đoạn viết thế này:

"... Nhưng, ... thật sự có thứ nụ tầm xuân nở ra xanh biếc hay không? Vì nhiều người cho rằng nụ tầm xuân chỉ là những cánh hoa hồng dại làm gì có màu xanh biếc?
Để nhận ra xem có còn loài hoa tầm xuân nào mà nụ nở ra xanh biếc nữa chăng bài viết này sẽ đề cập đến những dữ kiện liên quan đến nụ tầm xuân.

Trước hết như nhiều người công nhận rằng hoa tầm xuân chỉ là một chi nhánh của loài hoa mọc hoang dại trong họ hoa hồng. Tầm Xuân còn có những tên khác là: thích hoa, bạch tàn hoa, thích mi, ngưu cúc, thập tỉ muội, thất tỉ muội, dã tường vi. Hoa có màu trắng hay hồng; còn màu "xanh biếc" trong câu thơ thì tác giả đã túng vận nên chỉ nói cho suôn, cho hợp với vần "iếc" trong từ ngữ "tiếc" của câu sau. Chuyện túng vận đúng hay sai sẽ được đề cập ở phần sau. Và trong nhóm hoa thuộc họ nhà hồng này có những loài có tên khoa học là Rosa tunquinesis hay Rosa cymosa hay Rosa multiflora (Wikipedia) và có nguồn gốc từ Âu châu, Tây Á..."

Ngay trong chính bài thơ, những câu tiếp theo:

"Nụ tầm xuân nở ra xanh biếc
Em có chồng anh tiếc lắm thay"

Nụ Tầm Xuân: Hoa còn nằm trong bọc đài hoa!

Tác giả bài thơ "Nụ Tầm Xuân", ví cánh hoa như cô gái Xuân vừa lớn lên, cánh hoa và nhụy hoa chưa thể bộc lộ ra ngoài, còn e ấp nằm trong sự "bảo trợ" của đấng sinh thành. Nhưng khi tác giả muốn hỏi nàng làm vợ thì đã trễ tràng! Theo kẻ viết bài này, Nụ Tầm Xuân là có thật ở bất kỳ nơi nào có hoa. Nụ Tầm Xuân là tên của hoa chưa nở vì còn các cánh đài hoa màu xanh ấp ủ. Tóm lại, "Nụ Tầm Xuân" là nụ hoa chưa thể nở ra màu sắc, còn được bao bọc bởi màu xanh của cánh đài hoa! Sau khi nở, hoa sẽ có màu sắc huy hoàng tùy theo loài hoa. Nhưng các cánh "Đài Hoa" sẽ nở ra, núp phía dưới cánh hoa. Đài hoa màu xanh biếc tồn tại suốt thời kỳ hoa nở. Nhưng chúng đã hoàn thành nhiệm vụ và biến thành đài hoa!

Tại sao tác giả bài thơ ví người con gái mười ba mười bốn tuổi thời trước là nụ tầm xuân? Theo ý người viết bài này, đây là một ý tưởng độc đáo rất văn chương, rất lãng mạn và rất gợi hình! Ta cứ nhìn một cánh hoa mới vừa thoát ra từ nụ hoa, có những cánh màu xanh bao bọc, một thời gian sau từ cánh đài hoa ấy nở ra nhường chỗ cho những cánh hoa sắc màu mỉm cười với ánh sáng mặt trời!

Cho nên tác giả bài thơ mới viết tiếp lời cô gái trẻ vừa lấy chồng, trả lời kẻ tình si:

"Tiếc gì một miếng trầu cay
Sao anh không hỏi những ngày còn không
Bây giờ em đã có chồng
Như chim vào lồng như cá cắn câu..."

Như vậy, theo ý của kẻ viết bài này, NỤ TẦM XUÂN không phải là một loài hoa mà là một giai đoạn tăng trưởng của hoa, trước khi khoe sắc; được "bao che" hay "bảo vệ" bởi những cánh đài màu xanh bên ngoài. Tên của màu xanh được mang là: ĐÀI HOA!

Nhân dịp Xuân đến thăm mọi nhà, mọi người, người viết mạo muội vài ý phiếm gọi là! Chúc Trăm Họ nhà ta hoan ca, tạm quên thân phận lưu vong biệt xứ. Kính chúc toàn thể an lành, khỏe mạnh, thịnh vượng, tăng tuổi thọ, và HẠNH PHÚC!

letamanh

NGƯỜI SÔNG HẬU

PHƯƠNG NAM CHIỀU CUỐI NĂM

Về qua mấy nhánh sông Tiền
Bên kia sông Hậu bờ biêng biếc lòng
Sóng dồn chín ngọn Cửu Long
Đêm nằm thao thức biển Đông gọi về.

Dấu chân người giữ đất quê
Cò ơi cánh mỏi biết về phương nao
Phù sa bồi lắng từ lâu
Đôi bờ cố thổ nơi đâu mà còn.

Se lòng từng sợi bấc non
Dặm dài đất nước chân mòn nẻo thôi
Vẳng nghe nhịp võng à ơi
Mái chèo lướt sóng lòng người miên man.

Ta về đây đất phương Nam
Bần xanh từ thuở lọt lòng mẹ cha
Bao mùa lấm láp phù sa
Màu cơm lên khói quê nhà xa xôi.

Cù lao cát mịn bãi bồi
Tiếng chim gọi bạn ngược xuôi lớn ròng
Quê mình mưa nắng đục trong
Chiều ơi có thấm vị nồng nàn xuân. ■

THỤC UYÊN

ĐÊM THÁNH VÔ CÙNG

Đêm thật đen, gió vi vu...
Nghiêng bên nào cũng lạnh, nghiêng bên nào cũng tái tê. Cơn lạnh từ Bắc Băng Dương ùa về ào ạt không kịp chống đỡ. Tuyết nhiều nơi đã đổ trắng xóa kịp cho những chuyến xe tuần lộc chuyên chở những câu chuyện thần thoại đêm Giáng Sinh.
Những ngọn thông ngút ngàn lấp lánh tuyết!
Tuyết trắng như bông và rải đều khắp đất trời.
Trời lạnh trừ âm. Hơi thở bốc khói, những chiếc xe cũng bốc khói..
Loài thú đã bắt đầu ngủ đông...
Chim đã rúc vào hang ổ, sợ đường bay trắng xóa, sợ những cơn bão tuyết mênh mông.
Cỏ cây oằn oại, hàng cây chết sững trơ trọi ướp đá.
Vạn vật đóng băng tê liệt. Đông đặc trong tuyết và cũng rã tan trong tuyết.
Đêm đen thẫm, gió phất phơ...
Chỉ có ngàn sao ngự trị trong dải ngân hà vẫn lấp lánh trôi... Chúng như cùng hội tụ về đây, đêm nay cùng rực sáng!
Bài thánh ca đâu đó vút cao, vút cao...
Chấp chới trong cung điệu trầm bổng, trần gian bỗng chốc rũ bỏ hết khổ đau, thù hận, tràn ngập trong mê cung của hoan lạc và ân sủng.
Sao trời bằng bặc, ngàn sao giăng mắc như thiên la địa võng nhưng hành trình của chúng thật đúng quy tắc.

Mỗi ngôi sao hình như ẩn chứa một định mệnh.
Trong mịt mùng tiền kiếp chúng chỉ là những thiên thạch vô danh được tách rời từ những mảnh thiên thể. Tạo Hóa cùng mây gió nước kết tụ hình thành cuộc sống riêng và thắp sáng cho những vì tinh tú, và mỗi thân phận người được sắp đặt dưới định mệnh ấy..
Có những vì tinh tú rực rỡ như những đốm lân tinh, chúng chiếu sáng cho các vì sao cô độc lu mờ hơn...
Như gã mục đồng trong truyện Những Vì Sao, hàng đêm chàng từng ngắm các vì sao và biết tường tận cuộc hành trình thú vị của chúng. Sao Hôm và Sao Mai. Sao Vua và Hoàng Hậu. Ngay cả những vì sao cũng biết cưới hỏi nhau, biết khiêu vũ với nhau...
Chàng mục đồng biết thân phận hèn mọn của mình và chọn cho mình một ngôi sao lu mờ nhất! Nhưng có hề gì, không phải chàng đã có một ngôi sao phúc tinh là cô tiểu chủ mà chàng thầm yêu và tôn kính như một thánh nữ, đã dịu dàng tựa vào vai chàng, kề cận chàng say ngủ suốt một đêm đó sao?
Hãy ngủ đi thiên thần bé nhỏ, giấc ngủ ngây thơ của nàng đã xóa bỏ mọi ranh giới, giai cấp, để ước mơ lãng mạn của chàng trở thành hiện thực và bay vô tận đến những vì sao xa xôi nhất...
Phúc âm đêm vằng vặc ánh sao trời.
Bài thánh ca vẫn vút cao vút cao.
Tiếng kinh nguyện rì rầm đã chan hòa hồng ân.
Những dấu đinh khổ nạn, những giọt máu bầm của Chúa trên thập tự giá đã hứa hẹn mùa Phục Sinh.
Đêm huyễn mộng.
Đêm thánh đến vô cùng! ■

HỒ CHÍ BỬU

XUẤT HÀNH ĐẦU NĂM

Năm mới xuất hành ra ngồi quán cóc
Chẳng có em nào. Ta nhậu mình ên
Đâu phải lữ hành sợ gì đơn độc
Cần gì nhà hàng – Ta ngồi quán không tên

Ực cái trót – Chà, đã đời thợ mộc
Khà cái khì. Ly rượu nếp trong veo
Phố vẫn đông. Người ngược xuôi ngang dọc
Ta rung đùi ngồi nhậu tỉnh queo.

Mình dân dã đâu xênh xang áo mũ
Chẳng cân đai. Đỏm dáng. Nực cười
Ta xông đất bà chủ hàng cũng đủ
Ngày xuất hành. Con mắt liếc có đuôi... ■

NGUYỄN VĂN ĐIỀU

CUỐI NĂM

Cái lạnh mùa đông tê da thịt
Bầu trời xám ngắt mấy ngày qua
Lòng vòng ta lại vào fitness
Xông hơi quên cái lạnh cắt da

Thiên hạ lao xao mùa lễ hội
Tiệm ăn quán xá vẫn đông người
Bâng khuâng cho một năm vừa hết
Hà cớ làm sao chẳng thấy vui ?

"Có phải tiếc Xuân mà đứng gọi ?" (1)
Hay cảnh tha phương chợt nhớ về ?
Ta sống quê người luôn bận rộn
Nên bao lần đánh mất đam mê

Tôi viết bài thơ ngày cuối năm
Mùa Đông trời có gió lạnh căm
Một chút phân vân nhìn lịch mới
Hiu hắt bên song rụng lá vàng. ■

(1): câu thơ Nguyễn Khuyến.

THÁI TÚ HẠP

MÙA XUÂN TRÊN QUÊ-HƯƠNG

nguyện cầu cho quê hương tàn chinh chiến
lửa hận thù tắt lịm trên môi cười
trái tim người tình thương về thắp sáng
khắp đồng quê thành phố dậy reo vui
luống cày thơm niềm tin trong nắng mới
bước chân về trong mái ấm đoàn viên
tình trong mắt ngời lên bao thắm thiết
giữa trái tim đời thanh thản bình yên
non nước này trinh nguyên lời hẹn ước
dù đạn bom nghiệt ngã dấu điêu tàn
tóc mẹ hiền thôi giăng mờ đỉnh núi
lệ như sông trầm uất xót xa thương
thức dậy anh quê hương đã đổi mới
trên cành khô cây trái đã nở hoa
em thấy chăng khói vươn cao nhà máy
nhịp sống bừng lên trùng điệp hoan ca
thơ mộng quá dòng sông quê tri kỷ
ta thả hồn theo cánh gió diều bay
trên tay người không còn mang vũ khí
ta thấy đời thanh khiết mộng tình say
hòa bình ơi những sớm mai lớp học
những bình minh vui họp chợ lên đường
tiếng hát em ngọt ngào như suối mật
vắng xa rồi oan nghiệt với tang thương
mùa xuân về núi sông hằng mơ ước
đời thắm tươi trong tâm nguyện viên thành
đợi chờ nhau quây quần bên bếp lửa
ngàn cánh chim tung cánh giữa trời xanh ■

M.H. HOÀI LINH PHƯƠNG

XUÂN MÃI XA TRỜI

Ừ, thì hãy uống cho say
Mềm môi ly cạn, ly đầy, ly vơi...
Không người đối ẩm... Buồn ơi!!
Để nghe một thoáng ngậm ngùi riêng ta...

*

Người bây giờ về đâu?
Qua muôn trùng dâu bể
Biết ta có còn nhau?
Bao Xuân đời lặng lẽ...

*

Tôi nghìn khuya ướt mắt
Thời gian vàng dấu tay
Tôi trên miền trăng cũ...
Rượu mừng Xuân đong đầy

*

Từng năm và từng năm...
Chào tình ta tuổi mới
Mùng bốn Tết chờ nhau
Để ngàn sau vời vợi...

*

Tôi nhỏ bé bên người
Những mùa xưa hoa nở
Xuân càng nồng trên môi
Tình càng đau mấy thuở...

*

Vẫn là màu kỷ niệm
Trời mấy độ vàng hoa
Sao mình sân ga nhỏ
Mãi chờ Xuân ngoài xa?... ■

Washington D.C. – Những mùa Xuân ký ức.

LÊ MINH HIỀN

CHÚT TÌNH VÀO XUÂN*

51
Tuyết tan Phố Nhỏ* vào Xuân
cồn hoa vàng mộng hoa vàng tăm mây
mưa chiều xuống mái hiên Tây
nguyên thu khuất dạng thành mây la đà

52.
Từng đêm đứt khúc hoàng hoa
sương tan hồn lạc một tòa thiên nhiên
nốt huyền thơm ngực mơn miên
thương miền cồn lạ!... lối thiền buồn hiu

53.
Lòng trần từ độ chân như
ngộ ra buông ngã tương tư vô tình
thà như lá rụng vô minh
ngất ngây trái cấm tồn sinh địa đàng

54.
Dẫu sao đêm ấy nghê thường
cầu mơ lỗi nhịp cuống cuồng trao thân...
năm kia chim sáo sang sông
tiếc duyên nuôi nợ vướng chân sợi sầu

55.
Kể từ nghìn trùng xa nhau
hoài trông cố quận lụy màu xuân ngoan
Nhỏ đi. Chiều bước ngỡ ngàng
thời gian... đâu đó ngổn ngang giang đầu

56.
Hồ trường mấy chén ngây ngô
lơ thơ lá rụng mặt hồ lao xao
chút tình đọng giọt còn đau
còn đây ký ức đỏ ngầu tâm linh

57.
Mưa Xuân ngớt hạt... tàn canh
vườn sau gió lướt trên cành sầu đâu
Nhỏ ơi! hoan lạc đêm nào
đêm nay ủ giấc mưa ngâu bên ngoài

58.
Trở mình tình đã phôi phai
cô đơn tận tuyệt ta đây với mình
bốn bề phòng vắng vô thanh
tinh anh phát tiết bên triền khe hoang

59.
Ba năm vỡ mộng uyên nguyên
vòng đời khép kín ước nguyền mù sa
yêu người ta thuở lụng là
gìn vàng giữ ngọc xưa xa huy hoàng

60.
Ta về giũ áo cơ hàn
tiết Xuân thấm lạnh mưa ngàn cồn lau
lách mình vào giấc chiêm bao
còn nghe hoa rụng rơi vào chân tâm

61.
Vô ưu nở cuối trăm năm
cồn hoa vàng rực nỗi niềm Như Lai
thôi thì thôi thế thì thôi
thiền sư cất một tràng cười vô ngôn... ■

(4:21 mờ sáng)
(còn tiếp)
Stanton, California Nov. 28th – Dec. 3rd, 2025

**Phần 3 CHÚT TÌNH VÀO XUÂN, tiếp tục Trường thi lục bát CỒN HOA VÀNG, trong Tuyển Thơ Văn MƯA & EM, Nhân Ảnh xb July, 2025 với 2 phần đầu:*
Phần 1: Mộng Nguyên thu
Phần 2: Hồn Tương Tư
**Phố Nhỏ: Little Saigon, City in South California*

ĐẶNG HIỀN

MÙA XUÂN

Anh muốn viết cho em bài thơ
Dịu dàng như em
Bài thơ của những năm bốn mươi
Khi con của chúng ta sắp sửa chào đời

Số tử vi nói nam Nhâm nữ Quý
Em hy vọng là nó con trai
Anh thỉnh thoảng vào ra
Chọc em cười bằng cách gọi tên con
Hạnh phúc ngời sáng mắt em
Đẹp như những đóa hoàng mai
Em sẽ sinh con vào mùa xuân

Bao nhiêu năm chung sống cùng nhau
Anh chợt nhớ ra em chẳng bao giờ ca hát
Đôi khi em khóc vì anh
Đôi khi em tiếu lâm liến thoắng
Em bên anh tự nhiên như số trời đã định
Như lấy chồng thi sĩ

Để tự chế em không thèm đọc thơ anh
Mùa xuân con sẽ chào đời
Thu đông con hành em đau lên đau xuống

Phải chăng chuyện thơ văn là thuần tưởng tượng
Là của bạn bè và những người chung quanh
Đừng nói ngược những điều đã qua
Khi không thể nào khác đi quá khứ

Con của chúng ta sẽ chào đời vào mùa xuân
Sẽ thơ hơn thơ
Như tình yêu em... ■

BEN OH

XUÂN KHÔNG TÊN

Xuân tha phương nỗi nhớ buồn buồn
Nhớ mẹ già năm tháng thấy thương
Khoảnh khắc đang còn trong ký ức
Tết cổ truyền lại nhớ quê hương

Cuộc đời là một bước thời gian
Xuân đến xuân đi rồi cũng tàn
Hãy để cho đời thêm sức sống
Xuân hư vô đã mấy xuân sang

Mênh mang ta gọi xuân không tên
Chốn quê nhà ấm áp bên hiên
Một ngày nọ lại rời xa mẹ
Trong bôn ba đau đáu nỗi niềm

Công ơn một cõi nợ sinh thành
Xuân về tóc mẹ hết xuân xanh
Mẹ thêm tuổi, hoen sâu ánh mắt
Ta về thăm mẹ kẻo xuân sang

Mẹ chờ trông đêm vắng sao khuya
Cây đèn dầu thấp thoáng trong nhà
Đêm hiu quạnh buồn trong dĩ vãng
Tình Mẹ ta mãi nhớ thiết tha. ■

CAO NGUYÊN

TẾT ĐẾN RỒI

Thượng giới là đây chẳng xa xôi
Nếu mùa xuân ấy tựa vai tôi
Nói nói cười cười dưa hạt trắng
Rượu hồng say khướt bởi đôi môi
Thoảng như nàng hỏi một đôi lời
Tưng bừng pháo nổ rộn trong tôi
Bao điều muốn nói... Sao khó nói!
Chỉ bảo nàng ơi, Tết đến rồi! ■

DAN HOÀNG

TẾT XA QUÊ HƯƠNG

Xuân về nơi xứ người ta,
Gió mang hơi lạnh, nhạt nhòa dáng quen.
Mai vàng hé nở trong tim,
Mùi hương cố xứ ẩn chìm trong mơ.

Gói trà Mẹ gửi bao giờ,
Tôi pha giữa chốn bơ vơ đất này.
Khói tan, hương ngọc sen bay,
Nghe như giọng Mẹ tháng ngày thuở xưa.

Đêm nay pháo nổ giao thừa,
Tôi ngồi đếm nhớ chẳng thừa cũng đau.
Phố đông người lạ chen nhau,
Còn tôi lặng bước qua cầu gió sương.

Nhớ quê, nhớ mảnh vườn thương,
Nhớ cha bên bếp lửa hồng khói bay.
Nhớ đôi mắt mẹ hao gầy,
Trông con biền biệt tháng ngày không thư.

Nếu mai gió có về đưa,
Xin mang hơi ấm giao mùa quê hương.
Dù tôi lạc giữa muôn phương,
Vẫn nghe Tết đến trong hương đất lành. ■

Phố biển, 14/11/2025

VƯƠNG HOÀI UYÊN

Lỗi Hẹn Với Mùa Xuân

Cũng đành lỗi hẹn với mùa xuân
Lỗi hẹn với bao điều đã hứa
Khi trở về mùa xuân không còn nữa
Trên nhánh mai gầy đã trổ lộc xanh.

Cũng đành lỗi hẹn với người thân
Ngày Ba mươi Tết hương thơm nồng góc phố
Người già ngẩn ngơ nhớ thời trẻ nhỏ
Áo mới xênh xang trong nắng hanh vàng.

Thôi cũng đành lỗi hẹn với thời gian
Những cánh mai rụng vùi mùa xuân xuống đất
Nói sao hết những điều được, mất
Đời người như dòng sông bên lở nhớ bên bồi.

Cũng đành bay qua như cánh chim trời
Mặc hồ nước vẽ chân dung vội vã
Cành trơ trụi nửa đời thương nhớ lá
Cánh tay nào để vuột mất mùa xuân. ■

(Denver – USA. Xuân đất khách)

THANH TRẮC NGUYỄN VĂN

Xuân Hà Nội

Xuân đã về chưa Hà Nội ơi?
Ta về lồng lộng gió lưng trời
Sông Hồng bỗng đỏ như ngày ấy
Nửa dường nhung nhớ, nửa xa xôi.

Bóng chiều bàng bạc bóng Hồ Tây
Mây pha màu khói, khói pha mây
Mùa xuân thấp thoáng như cô gái
Nắng hồng bẽn lẽn, má hây hây.

Ta theo tìm em giữa phố xa
Bao nàng áo đỏ đẹp như hoa
Bao màu ngói đỏ tươi son mới
Lấp lánh hoàng hôn những mái nhà.

Là đã bên nhau rồi đó em
Mùa xuân Hà Nội buốt hơi kem
Hoa đào nghiêng nụ lung linh gió
Lất phất mưa bay ướt lạnh thềm. ■

DUNG THỊ VÂN

ĐẦU XUÂN

1-
Lộc biếc đâm chồi
Xanh cây nở cỏ
Ta mãi bên trời
Chở mấy vần thơ
2-
Hôm nay đầu xuân
Hoa cỏ xanh ngần
Ngẫm điều còn mất
Nắng hồng phân vân
3-
Ngàn hoa bừng nở
Tô thắm góc trời
Đàn chim rời tổ
Hát mùa xuân ơi
4-
Cây lê đương rộ
Trắng một góc vườn
Lả lơi trước gió
Buộc dòng thơ tuôn
5-
Ôi ngày đầu xuân
Hoa bừng sắc thắm
Xuân đến bao lần
Xuân vẫn ngàn năm
6-
Ta ôm mùa xuân
Trong trời lộng gió
Cuộc người cứ nhân
Vui như hoa nở. ■

TÔN NỮ MỸ HẠNH

TẢN MẠN CÙNG THÁNG GIÊNG

Phơi trong làn sương mỏng
Hương hoa của đất trời
Phố tràn đầy nắng ấm
Mầm sống chợt sinh sôi.

Đón dòng sông chảy ngược
Tí tách hạt mưa nguồn
Gieo trồng bao trái ngọt
Bên kia đồi xanh non.

Tiếng chim gù thao thức
Trên mái ngói rêu phong
Trái tim đừng lỗi hẹn
Nhớ thương nhốt trong lồng.

Người tìm về nguồn cội
Trong mảnh ghép thời gian
Xuân ươm hồng ước vọng
Xanh cỏ nội chim ngàn.

Buổi chiều ba mươi tết
Tiếng cười nói lao xao
Cả một trời ký ức
Năm tháng còn bên nhau.

Phím đàn rơi thong thả
Mai nở vàng bên hiên
Em về qua ngõ nhỏ
Mặc khải cùng tháng giêng. ■

ĐẶNG KIM CÔN

Mùa Xuân Ra Bến

Ra bến sáng nay hỏi xuân có lạnh,
Để quanh em, còn có một buổi chiều?
(Những đôi mắt còn đỏ bên hiên nắng
Vời vợi bên đường tiếng bước xuân reo)

Vâng, có nhau đâu mà mong đợi
Một mình em. Hiu hắt. Một mình em
Một mình sáng nay dõi về chiều ấy
Giọt nước mắt nào chưa khô trong tim?

Giọt nước mắt nào còn hoen trên bến
Long lanh trùng phùng, nhòe nhoẹt biệt ly
Ấm vòng tay mừng, lạnh bàn tay vẫy
Xuân về chưa mà đã để xuân đi?

Ra bến sáng nay, một chiều, tiếng bước
Gõ giữa mùa xuân gọi nắng về xưa
Hỡi con đường! Còn bao nhiêu phía trước?
Mãi cứ đi, về, xa như là mơ! ■

THIÊN DI SG

CHÚ CHIM NHỎ & MÙA XUÂN

Bay đi, chú chim nhỏ
đem theo tiếng hót vui
mùa Xuân và ánh sáng
xua tan những ngậm ngùi

mang mùa Xuân đến người bên cửa sổ
trước khi hoàng hôn chìm vào bóng đêm
hãy hót vui dịu lòng quá khứ
cho nguôi ngoai giọt lệ tâm hồn

kìa em bé đang cười ngây thơ
kìa hương thơm của mùa hoa mới
kìa cô gái lặng yên bên cửa
ngón tay nhẹ lướt phím đàn mơ

vỗ đôi cánh trong gió mê hoặc
trong lối đi giữa những đường mây
hãy lấp đầy trái tim cô quạnh
mang hương hoa đến vạn người say

với sắc màu ấm áp
gió vi vu hồn nhiên
quên mùa đông buồn bã
quên khổ lụy triền miên

thế giới còn vần thơ tinh khiết
cho trái tim chờ đón ngày mai
nếu có thể thức người mê ngủ
cho ta còn hy vọng tương lai

hãy lấy đi bao niềm sợ hãi
từ đôi môi ngậm chặt dấu lời
hãy mang đến nguồn ánh sáng mới
đêm tối tăm sẽ bị đẩy lùi

bay đi, chú chim nhỏ,
đem ánh sáng mùa Xuân
về trong lòng ai đang đau khổ
cho loài người sống lại niềm tin ■

18.11.2025

ĐỖ T. CÔNG

THÁNG CHẠP THẮP NGỌN HIỂN LINH

Tháng Chạp ta lạc mất rồi
trăng treo viễn xứ đò trôi ngược dòng
những đời sớm tối long đong
gửi mưa cho nắng gửi lòng về đâu

Tháng Chạp trời đất u sầu
nửa chôn cuối mộ nửa cầu nguyện thôi
còn đây giữa những nổi trôi
bóng hoàng hôn chết bóng tôi nhạt nhòa

Tháng Chạp đêm trắng mù lòa
hai hàng cây rũ khóc òa mộng mơ
tiễn người người tiễn bơ vơ
đường chia trăm nẻo ai chờ tử sinh

Tháng Chạp thắp ngọn hiển linh
đi hay ở cũng một mình bơ vơ
đếm ngày đợi tháng ơ thờ
thấy ta bà cũng ngẩn ngơ ngậm ngùi ■

XUYÊN TRÀ

NĂM NGỌ NHỚ TUỔI ĐỜI

Gởi những Nhâm Ngọ đã chồn chân
Để quên một thời lận đận...

Ta, con ngựa không hay
Sao mỗi ngày mỗi chướng?
Em hiền thục, ta một đời ngang bướng
Tội tình em, từ buổi theo về...

Ta, con ngựa đam mê
Hí lộng trời rong ruổi
Xưa thất chí? Bỏ đời lên núi
Những mười năm khổ lụy em chờ

Ta, con ngựa sa cơ
Nhớ bóng cờ trận mạc
Hồn thiên cổ quay cuồng trong gió cát
Ai người xưa thấu được oan trường?

Ta, con ngựa không cương
Giữa vô thường nhật nguyệt
Vó câu ngàn xa làm sao em biết
Sống quê người hay trở lại quê cha?

Ta, con ngựa kinh qua
Nhớ sơn hà đất nước
Thương Xích Thố đã bao ngàn năm trước
Nhớ tuổi đời, hóa đá giữa mùa xuân...? ■

(Con ngựa của Quan Vũ)

NGUYỄN ĐỨC NAM

GIAO MÙA

sáng sớm bước ra vườn
sương thu còn ướt chân
cỏ non còn long lanh
như đôi mắt tình nhân

khóm hoa vàng Yến cho
đã bắt đầu hé nụ
hoa mùa xuân hay thu?
nào ai biết giao mùa?

em Gia Long còn nhớ?
ngọc ánh hay ngọc anh?
anh nhớ mái tóc em
xõa mềm trên vai thon...

hình như em đệ tứ
Quỳnh Châu lớp đệ tam
Quỳnh Giao cùng một lớp
với chim quý Hoàng Oanh

em về thăm Cali
khu Fountain Valley
thăm Yến, bạn học cũ
hôm sau, về Hawaii

gặp nhau sau nhiều năm
mình ôn chuyện Gia Long
ngày ấy ngây thơ quá
em mới tuổi mười lăm...

em đi học xe trường
người ấy đọc thơ anh
cho anh là thần-tượng
một thần-tượng vô danh

75 anh xa quê
người ấy ở lại nhà
lấy chồng và... quên cả
những mảnh tình xưa xa...

Angelia, Angelia ơi
vào buổi trưa đầu Thu
nghe tin em qua đời
nơi bán đảo xa xôi

tim anh như vỡ vụn
trong nỗi nhớ khôn cùng
từ đây không còn Ánh
ai kể "tình Gia Long"? ■

(một ngày không chơi Golf, làm thơ cho Ngôn Ngữ)

NGUYỄN VĂN GIA

LY RƯỢU CHIỀU CUỐI NĂM Ở THANH KHÊ

Chiều cuối năm ở Thanh Khê
Trời se se lạnh - non sông đẹp quá buổi giao mùa
Mấy con én lạc nhau tìm về
Uống một ly
tiễn đưa năm cũ đầy những chuyện không vui
và bỏ lại sau lưng những tai ương xui rủi
Uống một ly
quên đi giấc mộng đêm hè
và bao thế sự trớ trêu
Uống một ly
mừng may mắn còn được ngồi bên nhau
Niên tàn nguyệt tận...
Nhớ bạn thơ bạn rượu năm xưa
giờ vắng những ai
Phạm Ngọc Lư – Hoàng Tư Thiện – Xuân Thao
Chẳng biết có giận hờn chi cuộc đời này không
mấy cha nội rất tài hoa vội rủ nhau về miền mây trắng
Trần Huyền Thoại –
một người làm thơ buồn nhất trần gian –
nghe nói phương trời tây y đang ốm nặng
Chẳng biết ai để hỏi thăm cho biết bệnh tình
Thôi thì Trời kêu ai nấy dạ –
chuyện sinh tử mình cứ giả bộ coi thường
Năm cùng tháng tận lại ngồi bên nhau

Sẵn rượu tây thơm ngát
Cạn với nhau một ly vui
Cạn với nhau một ly sầu
Mốt mai xa đời
Biết có ai rưới lên mồ cho một ly rượu nhạt (*)
Rượu cuối năm mơ màng
Chừng nghe như trong hơi gió
Có đám Lương Sơn Bạc
Có Lục Vân Tiên hảo hớn theo hơi rượu trở về...
Mới lên lên xuống xuống vài ly
Cái giọng Quảng vừa ngang phè vừa quê quê
lại cãi nhau chuyện thắng–thua thành–bại ở đời
(Dân Quảng Nam ngồi độc ẩm cũng tự cãi với chính mình
huống chi tụ ba tụ bảy!)
Khi tỉnh rượu
mới hay mấy gã ngồi đây
chẳng khác chi những tay ngu phu thất thế
Chút chữ lận lưng chẳng nên cơm cháo gì!
Rượu vào lời ra
nói liếp-ba-ga những gì thường hay giữ kẽ
(Chẳng sợ thằng tây đen nào vì đã có ông thần rượu bảo kê)
Mấy ly sương sương tranh nhau nói chẳng cần ai nghe
Ôi bữa rượu tàn niên dễ thương quá thể
Khẩu hiệu đời thường hô hoài cũng ớn
Hứng chí buổi tàn niên
Kính cẩn nâng ly ngang mày –
Giọng vang như sấm:
– Hennessy muôn năm!
– Remy Martin muôn năm!
– Chivas muôn năm!
– Ông Già Chống Gậy muôn năm!
– Rượu Thuốc Thầy Lê muôn năm!
Xin cảm tạ chút men say
đã cho tôi được một vài phút giây
sống thực kiếp con người... ■

(*) *"Sinh tiền bất tận tôn trung tửu*
Tử hậu thùy kiêu mộ thượng bôi"
Nguyễn Du

TRẦN THANH QUANG

MỘT THOÁNG HƯƠNG XUÂN

Mưa lấm láp những mặt đường tháng Chạp
ngọn sầu đông lá mọc tự hôm nào
hoa cúc nở vàng sân - hoa cúc nở
bên hiên nhà ai quét lá lao xao

Ta xa xứ bao năm. Ừ, xa xứ
thời gian trôi bạc trắng một đời người
ngó chừng lại quê nhà xa tít tắp
mẹ già ta ai têm miếng trầu tươi?

Em gái nhỏ lấy chồng bên quê nội
nhớ tuổi thơ tháng Chạp chạy lên đồi
hái hoa dại em bày trò đám cưới
mấy đời con biết còn giữ tiếng cười!

Và bè bạn lênh đênh trôi mấy hướng
giạt đi đâu tháng Chạp có quay về
mưa lấm-láp–dầm-dề–sân-lá-rụng
nén nhang thơm thoang thoảng chút tình quê. ■

NP PHAN

XUÂN Ở LẠI

rồi đến lúc sẽ thôi ngày lạnh giá
mùa sẽ giêng cho nắng mới ra ràng
em sẽ mặc chiếc áo hồng thuở nọ
xuân đằm hương và cây cỏ xênh xang

cho dẫu muộn, vẫn sắc màu thắm đượm
trời đất bao la, ngày tháng vô cùng
hoa vẫn nở giữa lòng người từ độ
trái tim hồng đã mở lượng bao dung

sẽ có những mùa xuân còn ở lại
để thêm say trong chút nắng thơm nồng
nghe rất nhẹ một làn hương lặng lẽ
đến bao giờ mới nói với mênh mông? ■

NGUYỄN NHÃ TIÊN

THƠ – NIỀM BÍ MẬT MỘT DI SẢN

ÔNG ĐỒ

Mỗi năm hoa đào nở
Lại thấy ông đồ già
Bày mực tàu giấy đỏ
Bên phố đông người qua

Bao nhiêu người thuê viết
Tấm tắc ngợi khen tài
"Hoa tay thảo từng nét
Như phượng múa rồng bay"

Nhưng mỗi năm mỗi vắng
Người thuê viết nay đâu?
Giấy đỏ buồn không thắm
Mực đọng trong nghiên sầu

Ông đồ vẫn ngồi đấy
Qua đường không ai hay
Lá vàng rơi trên giấy
Ngoài giời mưa bụi bay

Năm nay đào lại nở
Không thấy ông đồ xưa
Những người muôn năm cũ
Hồn ở đâu bây giờ.

(Vũ Đình Liên)

Nếu chọn một hình ảnh mang mang hoài cổ như là biểu tượng một di sản thơ để mỗi dịp xuân đến, tết về là cái hình ảnh cũ càng ấy lại thường xuất hiện trong tưởng vọng của mỗi người, thì chắc rằng "Ông đồ" trong gia tài thơ Vũ Đình Liên được xếp ở vị trí hàng đầu.

Hoài Thanh – tác giả Thi nhân Việt Nam, phần viết về Vũ Đình Liên, đã cho rằng: "Theo đuổi nghề văn mà làm được một bài thơ như thế cũng đủ. Nghĩa là đủ để lưu danh, đủ với người đời..." Hơn bảy mươi năm về sau, và chắc rằng còn hơn thế nữa, đã chứng minh nhận định đó hoàn toàn chính xác. Có nhiều nhà thơ đồng thời với thi sĩ Vũ Đình Liên, tung hoành dọc ngang trường văn trận bút sáng danh trên thi đàn, nhưng không dễ có một "Ông đồ" tỏa chiếc bóng cô đơn và vĩnh cửu giữa ngút ngàn thời gian.

Đã không ít lần đi dưới trời Hà Nội rét ngọt và mưa xuân mỏng mảnh giăng đầy. Và hình như với tôi, thường mỗi lúc như thế nhìn Hà Nội phố cổ lại thấy cổ hơn bất cứ lúc nào. Thế rồi, từ vô khối hình ảnh cổ xưa ấy, bỗng thấy bóng dáng "Ông đồ" đâu đó cùng với mùa xuân cổ điển bước ra "Bên phố đông người qua". Hóa ra sức sống của một bài thơ không chỉ "Như ngọn cỏ tàn đến tiết lại trồi lên" (CLV), mà thơ ấy còn có cái khả năng tạo dựng lại mùa màng, tạo dựng lại thời tiết, réo gọi người xưa quay về. *Mỗi năm hoa đào nở / Lại thấy ông đồ già / Bày mực tàu giấy đỏ / Bên phố đông người qua.*

Vẫn biết trên cái căn gác, nơi góc phố Trần Nhân Tông giáp với Bà Triệu ở Hà Nội, đã hơn hai mươi năm rồi kể từ buổi thi sĩ Vũ Đình Liên đi xa, nơi ấy giờ đây đã thành cõi thành miền của "Những người muôn năm cũ"! Thế nhưng bao giờ cũng vậy, dường như vô thức mách bảo tôi mỗi khi có dịp đi ngang qua đấy lại phải ngước mắt nhìn lên căn gác ấy. Cũng giống như có những sớm mai tinh sương trời Hà Nội, tôi đi vòng quanh công viên Thống Nhất, lại tưởng nghe ra tiếng bước chân của nhà thơ Quang Dũng và cái nhịp thở đều đều của ông chạy vòng quanh con đường bờ hồ tập thể dục còn lẫn đâu đây trong gió sớm. Và rồi, lại còn biết bao nhiêu lần tơ tưởng khác: Thế Lữ, Lưu Trọng Lư, Huy Cận, Đinh Hùng, Vũ Hoàng Chương... Dường như Tagore có nói rằng: "Thi sĩ là tình nhân của nhân loại". Họ có là tình nhân hay không, tôi không rõ lắm, nhưng có lẽ thế này, nếu Hà Nội thiếu vắng những thi sĩ tài danh ấy, có thể Hà Nội sẽ khuyết đi, sẽ trống vắng một tình yêu nào đó trong lòng người thưởng ngoạn, cho dù bây giờ tất cả đã hư không, đã *"Ngoài kia sao vẫn từng đôi sáng"* (Huy Cận). Nhưng *"Thác là thể phách còn là tinh anh"* (Kiều), và như thế, bao thể phách lung linh ngời sáng những tinh anh kia sẽ còn ở lại mãi cùng đất trời và con người, không những là sự nghiệp cao quý của một đời văn mà còn là những huyền thoại, giai thoại đẹp đẽ nữa.

Như giữa một ngày đang xuân thế này, cái "Ông đồ" của Vũ Đình Liên - cái con người cũ càng và cô đơn một cách kiêu hãnh đó, lại lặng lẽ tỏa sáng. Không những trong vọng tưởng hay sự hoài cổ của mỗi người, mà chừng như hiện hữu trên mực tàu giấy đỏ bày ra khắp nơi phố phường, cho đến cả những cái phố xếp, chợ xếp ở tận những miền quê xa xôi eo óc. Vâng, thi sĩ bây giờ, trái tim nồng nàn đượm hương trầm một thuở mê say ấy, đã tro than mà không hề quá vãng. Bởi giờ đây nó là một thứ tầng vỉa văn hóa, một thứ lửa ngầm âm ỉ mãi cùng thời gian để đến mùa lại có dịp cháy đỏ bùng lên. "Đốt trái tim trầm gởi gió hương" như thơ Vũ Đình Liên từng viết.

Kể từ khi bài thơ "Ông đồ" xuất hiện lần đầu trên báo Tinh Hoa đến nay đã hơn bảy mươi năm. Thời gian – người thẩm định đúng đắn giá trị mọi tác phẩm văn học! Đã đành rồi, nhưng nào phải bài thơ ấy chỉ đẹp huyền thoại trong cái biên giới văn học của một dân tộc, mà còn hơn thế nữa, nó đã được dịch ra nhiều ngoại ngữ: Pháp, Anh, Nga, Thụy Điển, Trung Quốc... cho đến tận các nước Ả Rập. Làm nên một tác phẩm thi ca như thế quả thật là hiếm hoi trong lịch sử văn học. Ngay cả tác giả của nó, từ lúc sinh khai đứa con tinh thần của mình, cũng khó tưởng tượng ra nổi cái "Ông đồ" ngồi hiu quạnh "qua đường không ai hay" bên phố Hàng Bồ ấy, lại có những bước lãng du qua nhiều đất nước trên thế giới lắm vậy. Hoàn cảnh bài thơ ra đời nghe cũng khá ly kỳ, dường như nó mang tính định mệnh cho cả một cuộc đời của thi sĩ. Nghĩa là, từ cuộc hôn phối ngẫu nhiên với đất trời, với thế giới cùng trái tim thi sĩ, để từ đó sáng tạo ra một tuyệt tác để đời, một đỉnh cao nghệ thuật mà sức vang hưởng quả khó bề cho bất cứ ai có thể thay vào đấy được.

Vâng, phố Hàng Bồ vào cái thời "Ông đồ" của Vũ Đình Liên hẳn là không mấy xa lạ với nhiều nhà thơ tài hoa thuộc vào lớp hàng đầu xuất hiện vào buổi bình minh của Thơ mới. Dọc theo phố xá có nhiều cửa hàng buôn bán sách vở giấy bút. Và hình ảnh cái ông đồ già ngồi viết thuê liễn - đối kia cũng chẳng xa lạ gì với mọi người vào mỗi dịp tết đến xuân sang. Nhưng cái thế giới bí nhiệm của thơ là ở chỗ "Ông đồ" - cái con người cũ càng đó, phải chờ đợi chính bước chân thi sĩ Vũ Đình Liên bước tới, làm nên cuộc hội ngộ, cứ y như một sự sắp xếp bí mật của "con tạo". Từ cuộc hội ngộ đó bài thơ "Ông đồ" được khai sinh ra đời vào năm 1936 và sau đó đã đăng lên báo Tinh Hoa. Ấy thế mà thi sĩ họ Vũ chưa yên lòng; sau đó độ năm năm, tác giả của nó trong một lá thư gởi Hoài Thanh đề ngày 9 tháng 1 năm 1941, đã viết: "Tôi bao giờ cũng có cảm tưởng là không đạt được ý thơ của mình... Cũng vì không tin thơ tôi có một chút giá trị nên đã lâu rồi tôi không làm thơ nữa" (Thi nhân Việt Nam, tr. 64). Có lẽ sự khiêm tốn đó đã làm đẹp thêm cái cốt cách của một nhà thơ vốn lặng lẽ và cô đơn *"Lòng ta là những hàng thành quách cũ. Tự ngàn năm bỗng vắng tiếng loa xưa"* (Vũ Đình Liên).

Lúc còn sinh thời, nhà thơ Vũ Đình Liên còn cho biết những chi tiết rất thực, khá xúc động về cái ông đồ nghèo trên phố Hàng Bồ thuở ấy. Vì nghèo không có tiền mua sẵn giấy, phải đợi lúc khách đến mua câu đối, ông đồ mới vào cửa hàng mua từng tờ giấy lẻ ra viết. Nhưng phải đến cái chi tiết này mới là thú vị: Nhà mẹ vợ của nhà thơ cũng là cái cửa hàng đó, và vợ ông chính là người thường bán giấy cho ông đồ nghèo kia. Vẫn theo nhà thơ Vũ Đình Liên kể: "Nếu tôi không gặp nhà tôi thì chưa chắc đã có bài thơ *"Ông đồ"* (Dạ, thưa thầy. Phan Hoàng, Nhà Xuất bản Trẻ. Tr. 78). Thì ra, sự tương quan giữa hồng nhan và trái tim đầy nhạy cảm của những thi sĩ muôn đời thường vẫn là chất "men" khích lệ cho tác phẩm nên hình nên vóc, cho dù đọc bài thơ "Ông đồ" người ta không thấy có một chi tiết nào liên quan đến đề tài tình yêu lứa đôi.

Sẽ là thiếu nếu như không nhắc đến người bạn tri âm với bài thơ "Ông đồ", đấy là bức họa của cố danh họa Bùi Xuân Phái đã lấy cảm hứng từ bài thơ trên để vẽ. Từ cái duyên Thơ - Họa đó, các tiền bối đã trở thành bạn thân thiết với nhau: *"Thiêu thân nghệ thuật là duyên nghiệp. Đốt trái tim trầm gởi gió hương"* (Vũ Đình Liên). Bây giờ thì cả thơ và họa ấy đều là di sản quý giá trong kho tàng Văn học Nghệ thuật. Và rồi mỗi khi nhìn hoa đào, hoa mai đua nhau nở đón mùa xuân nô nức trở về, ta lại ngẩn ngơ hỏi như hỏi vào vô tận: *"Những người muôn năm cũ. Hồn ở đâu bây giờ".*

Nguyễn Nhã Tiên

TRẦN THỊ NGUYỆT MAI

MƯỜI NĂM (2016 - 2026)

Mười năm. Thời gian trôi qua nhanh như một chớp mắt. Mới đó, có ai ngờ. Bao nhiêu biển dâu và nước chảy qua cầu!

Hôm đến Virginia đưa tang họa sĩ Đinh Cường vào đầu năm 2016, buổi tối thứ Ba ngày 12/1, ở nhà anh chị Phạm Cao Hoàng, tôi đã được gặp các bạn của anh. Các anh Nguyễn Trọng Khôi, Chân Phương, Lữ Quỳnh, Nguyễn Đình Thuần, Trần Hoài Thư, Đỗ Thanh Tùng... Và các chị Duyên, Hoàng Bạch Mai, Nguyễn Thị Thanh Bình...

Giờ đây, điểm lại những gương mặt ngày ấy, nhà thơ Chân Phương đã giã biệt cõi trần chiều thứ Tư ngày 6/5/2020, nhà văn Trần Hoài Thư đi xa sáng sớm thứ Hai 27/5/2024 và nghệ sĩ Hoàng Bạch Mai, vào thứ Tư 26/3/2025. Đó chỉ là nhắc đến những thân hữu tham dự lễ tang. Nếu kể thêm những người bạn của anh không đến dự được, còn có thi sĩ Du Tử Lê ra đi ngày 7/10/2019, họa sĩ Thanh Trí 29/1/2023, nhà văn Nguyễn Đình Toàn 28/11/2023, họa sĩ Khánh Trường 29/12/2024, họa sĩ Nguyễn Đồng 18/3/2025, và gần đây nhất là nhà văn Doãn Quốc Sỹ ngày 14/10/2025...

Không dưng lúc này trong trí tôi cứ nghĩ miên man đến *Serenade* của Franz Schubert được nhạc sĩ Phạm Duy đặt lời Việt qua tiếng hát vượt thời gian Thái Thanh cao vút mà thật da diết: *Dù một ngày đời sẽ vỡ tan rồi / Người về khuất chân trời / Nhớ nuôi cho hương một chiều / Vương vấn đời*... Vâng, đời đã vỡ và người đã khuất. Chỉ còn thương tiếc những bóng tài hoa...

Cuối tháng 10 vừa qua, Đinh Trường Giang, người con đầu của anh Đinh Cường, cho hay đang layout cuốn "Đi Vào Cõi Tạo Hình II", để rồi sẽ in một ít giữ làm kỷ niệm. Trong *Lời thưa* đầu sách, Giang tỏ bày:

Đây là những đoạn ghi của ba chúng tôi (như các đoạn ghi gọi là thơ) về cõi tạo hình, đã đăng trên các tạp chí, các trang mạng, không phải là sách chuyên môn có phân tích và nhận định mà chỉ thuần tình cảm chủ quan của tác giả với các họa sĩ đã từng gặp và tiếp xúc.

Tập II này viết về những họa sĩ cùng thời của ông từ 1957 đến 1966 thành lập Hội Họa Sĩ Trẻ Việt Nam và vài bạn bè họa sĩ trẻ. Đáng tiếc là còn vài người ông chưa kịp viết bài trước khi qua đời, nên có thể xem đây là một công trình dang dở.

Tuy nhiên chúng tôi vẫn muốn tập hợp các bài đã viết lại để in thành sách lưu giữ như một kỷ niệm.

Xin được rộng lòng tha thứ cho những thiếu sót.

Đọc lại những dòng chữ cách nay đã mười năm, cảm xúc vẫn nguyên vẹn với cõi họa, cõi thơ của một Đinh Cường thơ mộng. Xem những tựa bài, tựa hồ một đoạn ghi của anh ngày cũ:

1. Lê Thành Nhơn trở về với đất
2. Để đi đến xám trắng và đen Nguyễn Trung đã là...
3. Đỗ Quang Em, người đặt để ánh sáng một cách quyền uy
4. Triển lãm tranh Nguyên Khai tại Virginia
5. Đi San Antonio thăm Nguyễn Phước
6. Trịnh Cung, cuối cùng cho một tình yêu
7. Chân dung Mai Chửng, vừa hẹn tôi, mùa hè tới...
8. Lê Tài Điển nghệ sĩ tạo hình nhiều trải nghiệm
9. Gặp lại Hoàng Ngọc Biên ở San Jose
10. Nguyễn Trọng Khôi và những viên đá cuội
11. Rừng
12. Để nhớ Âu Như Thuy người họa sĩ nằm chết trên đèo Cả
13. Những giờ phút cuối của Chóe ở Virginia
14. Thanh Trí, người bạn cùng thời hay tiếng sóng vỡ dưới trăng...
15. Bấm blog PCH đọc được bài thơ làm nhớ Tôn Thất Văn
16. Tôn Nữ Kim Phượng – Người họa sĩ xa lạ ấy hay một cây bông phượng vàng xưa quý, hiếm của Huế

17. Bửu Chỉ từ những ngón tay lấm màu
18. Hoàng Đăng Nhuận vẫn màu son tươi ấy
19. Để nhớ Dương Đình Sang, một họa sĩ tài hoa của Huế
20. Nhìn Nguyễn Đình Thuần đứng trước tiệm Gift & Cigarettes ở California nhớ Paris
21. Khánh Trường, sức mạnh của im lặng
22. Đã đến lúc người thi sĩ ấy phải vẽ
23. Văn Cao
24. Bùi Giáng, đi về với gió du côn
25. Trịnh Công Sơn, uống chung ly rượu này

Bước vào phần nội dung, đó đây ta bắt gặp, "... tiếng vang của tranh trừu tượng Nguyễn Trung thật nồng nàn, như tiếng chuông được lan xa từ một chuông đồng quý - như chiếc chuông đồng chùa Thiên Mụ... Thật vậy, từ những dessins tài hoa đến những tranh thiếu nữ một thời là thứ ánh sáng như âm bản, anh có quyền buông thả hết để hôm nay chỉ vẽ như không vẽ mà thấy vẫn là những tác phẩm nghệ thuật đạt mức thượng thừa." Hay ở một chương khác, khi viết về họa sĩ Đỗ Quang Em, "Vẫn nồng ấm một màu nâu được chuốt thật mịn mặt phẳng tranh, vẫn ánh sáng rất quý từ khuôn mặt, nếp áo, đồ vật, nhưng trên hết là bố cục, một bố cục mới và bạo, cho thấy tinh thần bức tranh hoàn toàn hiện đại so với không khí tranh cổ điển của sáng và tối, cũng một màu nâu, đỏ đậm đặc tuyệt vời thời Baroque với Rembrandt, Vermeer... hay Ludovico Carracci..." Hay chương nói về Nguyên Khai, "Những thiếu nữ trong tranh anh mang hình dáng quý phái, đặc biệt có những chân dung hai mặt rất Nguyên Khai. *'Tranh Nguyên Khai là thơ được dựng lại bằng màu sắc trên nền vải'*, đúng như Huỳnh Hữu Ủy nhận xét." Hoặc nhắc đến, "Thế giới nghệ thuật của Lê Tài Điển nghiêng nhiều về đời sống tâm linh, thời gian sau này còn tìm về lộ trình Phương Đông như một bình thản cho tâm hồn... Anh như một tấm gương lớn phản chiếu toàn thân, một hiện hữu mang cả khổ đau và hạnh phúc." Với Nguyễn Trọng Khôi thì, "Những viên cuội, những quyển sách cũ, ly thủy tinh, những lọ gốm Lý Trần... từ vật vô tri đã được Nguyễn Trọng Khôi phà lên hơi ấm nồng nàn cũng như Cézanne (họa sĩ Pháp 1839-1906) đã làm cho những quả táo, những tách trà trở nên bất tử trong tranh tĩnh vật như ông đã nhìn thấy chúng từ bên trong."

Rồi thì, "Thanh Trí vẽ mà *'tưởng chừng đang hái giấc mơ'*... Giấc mơ của một đời người... Khởi đi từ hạnh phúc đến đau đớn, gào thét và im lặng. Đó là hai tứ thơ ở hai cực trong tranh Thanh Trí. Chị không dựng nên một thế giới hoang tưởng mà đã đắm chìm trong giấc mơ, để diễn tả thành đường nét, màu sắc quyết liệt của riêng mình... Viết về bạn, xem tranh bạn, tôi như còn nghe âm vang tiếng sóng vỡ dưới trăng." Hoặc nhớ về "Tôn Nữ Kim Phượng đã tham dự 15 bức sơn dầu với những nét vẽ phóng khoáng, táo bạo như một Jackson Pollock của trường phái Biểu hiện Trừu tượng (Abstract Expressionism) hay một Vieira da Silva với những đường nét kỷ hà tuyệt diệu." Ở chương Bửu Chỉ, người bạn thân thương, "Chỉ đã tạo được cho mình một ngôn ngữ nghệ thuật, hay nói như Picasso: *'Nghệ thuật là ngôn ngữ của các tín hiệu'*... Không gian tranh Bửu Chỉ thường là khoảng không xám sậm và đôi vầng nhật nguyệt. Nhân vật là hình người gầy trơ xương, một thứ tượng đồng của Alberto Giacometti, mang tính bi thảm, như chực rơi xuống vực thẳm. Mà vực thẳm trong tranh Bửu Chỉ cũng chính là hy vọng hạnh phúc. Bởi những lóe sáng bất ngờ ở cạnh dưới cùng bức tranh giữa cái không gian mù tăm đó. Và chính bởi hành trình của nghệ thuật mà Bửu Chỉ đã già giặn, chín muồi..." Còn Khánh Trường, "Như Nietzsche với hình ảnh Zarathustra đã gợi lên lộ trình sâu rộng của một bậc Đại Bồ Tát giữa lòng đen tối của thế gian. Khánh Trường là hình ảnh của Zarathustra: *'Trong tất cả những tác phẩm, ta chỉ yêu những tác phẩm nào được tác giả viết bằng máu của chính mình. Ngươi hãy viết bằng máu rồi ngươi sẽ biết được rằng máu chính là tinh thần.'* Zarathustra đã nói như thế, Khánh Trường đã vẽ như thế." Hay khi nói về tranh Du Tử Lê, "Sức mạnh huyền bí của màu xanh lá cây trong tranh Du Tử Lê đã cuốn hút tôi từ những bức đầu tiên, màu xanh ấy không thấy được trong thơ ông, mà chỉ nghe vang trong đêm xanh đen: những con sói cô đơn hú giữa đồi; trăng lạnh... Và người thi sĩ ấy đã vẽ đã để lại trong tôi màu xanh lá cây, màu nguyên thủy mang một tính *'primitive'* độc đáo như màu xanh huyền bí trong bức Kẻ dụ rắn – Le charmeur de serpent – của Henri Rousseau." Hoặc với tranh Văn Cao, "Những minh họa của anh phóng khoáng, những mảng đen dẹt, khỏe, ngựa và thiếu nữ của anh có nét riêng, dễ nhận, rất trẻ trung, phảng phất chất sang trọng, quý phái. Minh họa của anh như thơ ngắn của anh... Anh thích những đường kỷ hà, như Kandinsky. Anh vẽ nhanh và nét bút vung mạnh, rất thần, rất thiền." Đặc biệt về người bạn nhạc sĩ rất thân thiết Trịnh Công Sơn, "vẽ nhiều tranh, với những hưng phấn đột xuất kỳ lạ, càng về khuya khi rượu đã thấm, còn lại một hai người bạn thiết, Sơn vẽ… Nhiều nhất có lẽ là những tĩnh vật có ly rượu..." và "những phác thảo chân dung bạn bè. Trịnh Công Sơn nắm bắt và lột tả khi vẽ chân dung rất tài... Qua nét vẽ của Sơn khi đã thấm rượu trong buổi hàn huyên, chỉ cần phác vài nét chính, giặm thêm màu đậm nhạt, hoen nhòa đã tỏ lộ ra cái thần sắc của người đối diện mà đôi khi vẽ kỹ chưa chắc đã có hồn như vậy. Sơn còn vẽ rất nhiều chân dung những nhan sắc, là hương hoa của mùa màng tình yêu hay bất chợt thấy dáng ai kia với màu son môi như một đốm lửa hồng *(đôi môi em là đốm lửa hồng - TCS)*… Không gian tranh của Sơn bao giờ cũng dở dang, nhưng lại đầy tinh khiết, sáng tạo." ...

Trên đây chỉ là những trích đoạn rất ngắn mà tác giả đã viết về một số họa sĩ. Cuối sách là phần phụ lục với ba bài viết:

1. Ngô Thế Vinh viết về người bạn tấm cám Nghiêu Đề
2. Đỗ Long Vân viết cho lần triển lãm tranh Đinh Cường 1965 – Bửu Ý dịch Việt ngữ
3. Trịnh Công Sơn viết cho lần triển lãm tranh Đinh Cường tại Đại học Duyên Hải 1974

Người họa sĩ ấy đã đi xa mười năm. Nhưng qua cuốn sách này với những tranh ảnh cùng phụ chú, cho tôi cảm giác như anh vẫn đâu đây, bên bạn bè và người thân, ấm áp. Cảm ơn Giang đã hết sức cố gắng, trong điều kiện và thời gian hạn hẹp, để hoàn thành ý nguyện cuối đời của Ba. Trong tương lai, nếu bộ sách này được một nhà xuất bản nào đó bên Việt Nam in ấn, phát hành để có thể đến với nhiều độc giả hơn thì niềm vui càng tăng thêm gấp bội. Vì đó cũng chính là mong ước của họa sĩ Đinh Cường lúc sinh thời.

Trần Thị Nguyệt Mai

15.11.2025

BÙI VĨNH PHÚC

NÓI CHUYỆN ĂN
TRONG ĐỜI SỐNG, TÂM THỨC, VÀ NGÔN NGỮ VIỆT

Tranh của Bùi Xuân Phái (1920 – 1988)

.1.

Ăn uống, nói chung, là chuyện bình thường. Ta nhớ trong "Cung Oán Ngâm Khúc", Nguyễn Gia Thiều viết "... Máy huyền vi mở đóng khôn lường! / *Vẻ chi ăn uống sự thường* / Cũng còn tiền định khá thương lọ là..." Như thế, ăn là một chuyện bình thường, như việc đi đứng, nói năng, hít thở. Nó là chuyện sống. Cho dù trong cuộc sống ấy, đôi khi ta vẫn được nhắc bảo là "Ăn để sống chứ không phải sống để ăn". Cả Đông và Tây đều có những cái nhìn sâu sắc và ý nghĩa khi nói đến chuyện ăn uống này. Khái niệm "ăn" không chỉ là hành động sinh tồn mà còn là một **hiện tượng văn hóa, triết học và xã hội** sâu sắc. Cách nhìn nhận về việc ăn uống khác biệt rõ rệt giữa phương Đông và phương Tây, phản ánh những giá trị cơ bản, cốt lõi của mỗi nền văn minh.

Ở phương Tây, đặc biệt là trong văn hóa hiện đại, việc "ăn" thường được tiếp cận dưới góc độ khoa học, cá nhân và trải nghiệm thẩm mỹ.

- **Tính Khoa học (Dinh dưỡng):** Triết lý ăn uống tập trung mạnh vào thành phần dinh dưỡng (Nutrition). Việc ăn uống là một hoạt động có ý thức, nhằm tối ưu hóa sức khỏe, thể chất và hiệu suất cá nhân (ví dụ: Calorie counting, Macrobiotics).
- **Tính Thẩm mỹ và Tách biệt:** Ẩm thực được coi là một loại hình nghệ thuật (Cuisine) với sự sáng tạo cá nhân của đầu bếp. Món ăn thường được phục vụ riêng lẻ theo trình tự, phản ánh sự tách bạch và tập trung vào trải nghiệm vị giác cá nhân.
- **Triết lý Cân bằng:** "Ăn" là sự cân bằng giữa khoái cảm và trách nhiệm sức khỏe.

Một câu nói mà ta thường nghe là "Hãy nói cho tôi biết bạn ăn gì, tôi sẽ nói cho bạn biết bạn là người như thế nào." (Tell me what you eat and I will tell you what you are.) Nhận định này của Jean Anthelme Brillat-Savarin, một nhà ẩm thực học Pháp, nhấn mạnh đến vai trò của ẩm thực trong việc định hình bản chất con người và văn hóa. Nó lại nhắc ta đến chuyện "cái sống" và "cái chín" trong việc định hình sự văn minh. Trong "Le Cru et le Cuit" ("Cái sống và Cái chín"), Claude Lévi-Strauss, nhà nhân học nổi tiếng thế giới, như một cách chơi chữ, chơi âm, đã cho rằng việc chuyển đổi miếng ăn từ "sống" sang "chín" qua việc thui, nướng, v.v..., đã biến đổi loài người từ trạng thái man dã, nguyên thuỷ, sang một cuộc sống có nhiều nét văn hoá, văn minh.

Là người đọc sách và là một "con vật xã hội", là sinh vật có cả môt nghệ thuật thâm sâu về chuyện giao tiếp, rồi đi đến... chuyện PR (Public Relations), so với các loài sinh vật khác, chúng ta cũng thường được nghe một, hai câu tương tự, theo cách nói của nhà ẩm thực học Jean Anthelme Brillat-Savarin đã trình bày ở trên, như: "Hãy nói cho tôi biết bạn đọc (những) sách gì, tôi sẽ nói cho bạn biết bạn là người như thế nào.", hoặc, "Hãy nói cho tôi biết bạn chơi với những ai, tôi sẽ nói cho bạn biết bạn là người như thế nào." Không biết câu nào trong ba câu trên xuất hiện trước trong cuộc sống loài người, nhưng, rõ ràng, việc ăn, giao tiếp và đọc sách là ba sinh hoạt căn bản, xếp theo thứ tự, trong việc nhìn nhận bản chất của con người.

Ở phương Đông, đặc biệt là ở các nền văn hóa chịu ảnh hưởng của Trung Quốc, Việt Nam, triết lý "ăn" gắn liền với Sự Hòa hợp (Harmony), Thiên nhiên và Cộng đồng (Communal).

- **Tính Hòa hợp (Âm Dương):** Việc ăn uống là hoạt động cân bằng năng lượng âm (lạnh, nước) và dương (nóng, lửa) trong cơ thể và trong món ăn. Mục đích của nó không chỉ là cung cấp năng lượng mà còn là duy trì sự cân bằng của cơ thể với môi trường.
- **Tính Cộng đồng và Tổng thể:** Bữa ăn là không gian kết nối xã hội và gia đình, phản ánh thứ bậc (thứ tự mời ăn). Món ăn thường được chia sẻ trong một khung cảnh mang tính gắn kết và tổng thể.
- **Triết lý Y học:** Ẩm thực được coi là Y học. Món ăn là bài thuốc phòng ngừa và chữa trị.

Lão Tử, một đạo gia Trung Quốc, viết: "Trị nước lớn như nấu món cá nhỏ." (治大國若烹小鮮 - Trị đại quốc nhược phanh tiểu tiên.) Câu này cho thấy ngụ ý về triết lý quản lý/lãnh đạo là phải tinh tế, nhẹ nhàng, không nên can thiệp quá mức, giống như việc nấu một món cá nhỏ ngon cần sự cân bằng và không làm hỏng nguyên liệu. Còn nhà văn Nguyễn Tuân của Việt Nam ta, người đã đưa cái ăn, miếng uống lên một tầm mức nghệ thuật, thì nói "Ăn là một việc làm văn hóa." Câu nói của ông khẳng định ẩm thực không phải (chỉ) là bản năng mà là đỉnh cao của sự tinh tế, là nơi hội tụ của sự hiểu biết về nghệ thuật, lịch sử và con người.

Tóm lại, trong khi phương Tây nhìn nhận việc ăn uống thông qua lăng kính khoa học và trải nghiệm cá nhân, thì phương Đông lại tiếp cận nó như một nghệ thuật hòa hợp thiên nhiên, cân bằng âm dương và duy trì sự gắn kết cộng đồng.

Trước khi tìm hiểu sâu hơn về chuyện ăn trong đời sống, trong tâm thức và ngôn ngữ người Việt, ta hãy thử lược thêm một số cách nhìn và phát biểu của thế giới Tây phương, Âu Mỹ về chuyện ăn.

Nhà văn Virginia Woolf của Mỹ, vừa mang tính cổ điển/hàn lâm lại mang nét tiền phong qua các tác phẩm của mình, phát biểu: "Người ta không thể suy nghĩ tốt, yêu tốt, ngủ tốt nếu chưa ăn ngon" ("One cannot think well, love well, sleep well, if one has not dined well.") Còn M.F.K. Fisher, một nhà ẩm thực học người Mỹ, thì nói "Đầu tiên, chúng ta ăn. Sau đó, chúng ta làm những việc [khác]" (Hoặc "Ăn cái đã, mọi chuyện khác tính sau", "First, we eat. Then, we do the things.") Kịch tác gia George Bernard Shaw nổi tiếng Anh quốc thì bảo: "Không có tình yêu nào chân thành hơn tình yêu dành cho ẩm thực." ("There is no love sincerer than the love of food.") Có lẽ ta phải rất quan tâm đến câu nói này của nhà viết kịch, đặc biệt khi ta đang muốn lò dò tiếp cận với món "tình yêu trai gái". Bởi lẽ, Auguste Escoffier, đầu bếp nổi danh và cũng là người chuyên viết về ẩm thực Pháp, người đã phổ thông hoá và nâng cấp cách nấu các món ăn truyền thống Pháp, đã nói: "Thức ăn ngon là nền tảng của hạnh phúc đích thực." ("Good food is the foundation of genuine happiness.") Và, ai đã nói câu này nhỉ, "Tình yêu của người đàn ông đi qua dạ dày"? Đây là một câu tục ngữ hoặc thành ngữ dân gian rất phổ biến. Ta không rõ ai là người đầu tiên nói ra câu này. Tuy nhiên, có lẽ nó có nguồn gốc từ Đức hoặc Pháp. Trong tiếng Anh, câu tương đương, là "The way to a man's heart is through his stomach", cũng là một thành ngữ rất quen thuộc.

Còn ai ở phương Tây nữa nhỉ? À, có ông tổ của các vị lương y đây. Hippocrates, mà lời thề đạo đức của ông luôn nằm trong tim và được thốt trên môi của mọi y sĩ khi nhậm chức, được gọi là lời thề Hippocrates, lại liên kết cái ăn với chuyện thuốc men và chuyện chăm sóc sức khoẻ. Ông khuyên ""Hãy để thức ăn là thuốc và thuốc là thức ăn của bạn." ("Let food be thy medicine and medicine be thy food.") Vậy mới thấy, ăn uống, ở một khía cạnh, nó là một "sự thường", như đã nói, nhưng ở một mặt khác, nó là chuyện khôn ngoan trong việc giữ sức khoẻ. Trong những năm gần đây, ta thấy có rất nhiều quyển sách được xuất bản liên hệ đến cái ăn, việc ăn, theo chiều hướng mà ông tổ y khoa Hippocrates đã khuyên. Chẳng hạn như quyển "Ăn xanh để khoẻ" ("Fresh Vegetable and Fruit Juices") của Norman W. Walker (viết cùng bác sĩ y khoa R.D. Pope). Hay quyển "Ăn gì bổ não" ("Brain Maker") của bác sĩ David Perlmutter (do Kristin Loberg chấp bút). Hay quyển "Ăn gì không chết" ("How Not to Die") do bác sĩ Michael Greger viết cùng với Gene Stone. Vân vân.

Ngoài ra, còn có những câu nói được truyền tụng trong nhân gian, không cần biết ai là tác giả, mang đầy minh triết và sự thâm thuý, như: ""Nếu bạn thực sự muốn kết bạn, hãy đến nhà ai đó và dùng bữa cùng họ..., những người cho bạn thức ăn cũng sẽ trao cho bạn trái tim của mình." ("If you really want to make a friend, go to someone's house and eat with him... the people who give you their food give you their heart."). Hoặc một nhận định gần gũi mà ai cũng có thể cảm nhận được: "Tiếng cười rạng rỡ nhất ở nơi có thức ăn." ("Laughter is brightest in the place where the food is.") Thức ăn, của ăn, cái ăn chính là một hạnh phúc trên đời.

Người Trung Hoa, cũng là một dân tộc có một nền văn hoá lâu đời, trong đó có khía cạnh ăn uống, cũng có nhiều câu nói liên hệ xa gần đến điều này, trong nhiều sự trong sinh hoạt của họ. Như câu: "Dân dĩ thực vi thiên" (民以食为天), mang nghĩa là "Người dân lấy ăn uống làm trời." [1]. Điều này muốn nói đến việc người dân xem thức ăn là điều quan trọng bậc nhất, là nền tảng của sự sống và xã hội. Hay câu "Bất thời bất thực" (不時不食), với nghĩa là "Không đúng mùa, không ăn". Câu nói khuyên người ta không ăn thức ăn trái mùa, hoặc không ăn vào những giờ giấc không thích hợp. Một lời khuyên mang tính vừa "lễ nghĩa", vừa rất "thiền" và rất "chính niệm". Nó cũng mang tinh thần của câu "Ẩm thực hữu tiết, khởi cư hữu thường" (飲食有節，起居有常). Có nghĩa là "Ăn uống có điều độ, sinh hoạt có giờ giấc". Đây là triết lý sống cân bằng, nhấn mạnh đến kỷ luật trong cả ăn uống và nghỉ ngơi. Còn gần gũi với các lời khuyên nhủ để có sức khoẻ tốt của Tây phương, Âu Mỹ ở trên, liên quan đến chuyện ăn, người Trung Hoa nói "Tế tước mạn yến" (細嚼慢嚥), là "Nhai kỹ nuốt chậm". Đây là lời khuyên về thói quen ăn uống lành mạnh, giúp tiêu hóa tốt hơn. Cũng trong hướng ấy, họ cũng nói "Phạn hậu bách bộ tẩu, hoạt đáo cửu thập cửu" (飯後百步走，活到九十九). Có nghĩa là "Sau khi ăn, đi bộ trăm bước, sống đến chín mươi chín tuổi". Đây là lời khuyên về việc vận động nhẹ nhàng sau bữa ăn để tăng cường sức khỏe và tuổi thọ. Chuyện này thì đa số chúng ta cũng đều biết. Ăn xong mà nằm ì ngay ra, bật TV xem, thì chỉ làm cơ thể không vui và tự hại mình. Còn Khổng Tử thì có một câu nhắm thẳng vào bản tính con người, nhấn mạnh đến nhu cầu cơ bản của nó: "Thực sắc tính dã" (食色性也), "Ăn uống và sắc dục là bản tính tự nhiên của con người."

Như thế, chuyện Đông Tây Nam Bắc liên hệ đến cái ăn, nói qua, là như vậy. Nó vừa là "sự thường" mà cũng là sự "không thường". Bởi nó đã được "nâng cao", suy nghĩ, lý giải, biến hoá, để thành một hay những nét văn hoá, nghệ thuật, thậm chí triết lý sống. Nó không chỉ là chuyện "sống trên đời ăn miếng dồi chó, chết đi rồi biết có hay không". Cho dù, để làm được miếng dồi chó cho ngon, cho "tươm", thì cũng là một dạng nghệ thuật.

.2.

Bây giờ, xin được bàn về chuyện ăn, chuyện "cái ăn" của người Việt nói riêng. Và ta sẽ thấy, trong hệ hình văn hoá của người Việt, "cái ăn" thường đi chung với "cái ở", cái giao tiếp, ứng xử. Có nghĩa là, "cái ăn" bao trùm gần như toàn bộ đời sống, suy tư và ứng xử của người Việt mình. Dùng ca dao, tục ngữ, qua sách vở, cũng như "nghiệm thu" qua lời ăn tiếng nói của người Việt, chúng ta sẽ đào sâu vào cái nhìn hết sức phong phú của ta về việc "ăn". Và những gì liên hệ đến nó trong đời sống, trong tâm thức, trong ngôn ngữ người Việt. Đó là một "chỉnh thể" phong nhiêu, ăm ắp cái làm, cái sống, cái túi khôn, cái mực thước, cái tràn lan, cái "lăng ba vi bộ", cái quan tâm, cái suy nghĩ, đánh giá và nhìn ngắm cuộc đời của con người Việt.

Bàn về chuyện ăn, ở một khía cạnh, có lẽ dân mình vốn dĩ khổ cực đã lâu, nạn binh đao cứ tiếp diễn mãi trong lịch sử dân Việt, nên sự ăn, tự một lúc nào đó có thể đã trở thành một ám ảnh trong lề thói suy nghĩ dân tộc. "Ăn" là chuyện đang bàn đến, là một "sự thường", sao lại đẩy đưa để nói đến chuyện ám ảnh, chuyện "phân tâm", chuyện "lịch sử"?!! Để lý giải điều này, ta cũng có thể quan tâm đến việc Việt Nam là một dân tộc vừa có truyền thống trọng lễ, vừa có tinh thần thực dụng ở khía cạnh là biết học hỏi cái khôn ngoan, cái đạo ứng xử cần thiết để thành công, qua những kinh nghiện trong cuộc sống. Và cái túi khôn qua kinh nghiệm đó, nhiều khi, được gắn kết một cách thần tình với khái niệm "ăn".

Ăn uống là một nét văn hóa của con người, nó còn là một động tác sinh lý quan trọng, giúp con người tự tồn và phát triển về mọi mặt. Theo quan niệm Âu Tây, như đã nói, ăn uống là một chuyện "bình thường như hơi thở", mặc dù đôi khi được nhìn như một nghệ thuật, nhưng nó rất hiếm khi được dự phần vào những suy tưởng có tính cách triết lý hoặc tôn giáo. Ăn ở đây là ăn ngon, và nhất là ăn bổ, đủ chất lượng dinh dưỡng. Còn theo quan niệm Á đông nói chung, và Việt Nam ta nói riêng, ăn uống là một nghệ thuật, một triết lý sống. Cũng như 'triết lý ve gái" [2] chỉ Việt Nam ta có. Nhìn chung, và nói một cách khá cực đoan, thì Mỹ chỉ có "flirting", hoặc "necking", hay "petting", thậm chí "spooning" [3] thôi! Không hề có những triết lý "ăn" hay "ve", "tán" như theo lối ta.

Trở lại chuyện ăn, Thạch Lam (cũng như Nguyễn Tuân, đã nói ở phần đầu), trong "Hà Nội 36 phố phường" đã chứng tỏ rõ, đối với ta, ăn là một nghệ thuật. Vũ Bằng trong "Miếng ngon Hà Nội" và "Thương nhớ mười hai" còn đi xa hơn Thạch Lam một bực trong việc cho thấy miếng ăn nước Việt đã được chế biến với một cung cách nghệ thuật, sáng tạo và đã được thưởng thức như thế nào. Sau này, ở ngoài Bắc, còn có nhà văn Băng Sơn với quyển "Thú Ăn Chơi Người Hà Nội", qua đó, ông viết rất hay về miếng ăn và cách ăn Việt. Ngoài chuyện văn hóa, quan niệm Á đông còn cho rằng "Nhất ẩm nhất trác giai do tiền định" [4] (一飲一啄皆由前定), vấn đề ăn uống không phải là chuyện tình cờ, hoặc chỉ vụ vào chuyện bổ béo, mà là đã được định trước bởi... "thiên duyên". Ăn uống như thế, đối với các dân tộc Á đông nói chung và Việt Nam nói riêng, lại mang tính cách triết lý và nhuộm màu đạo giáo. Nói lòng vòng như thế để cho thấy rằng chuyện "ăn uống" dù là một "ám ảnh" đối với con người Việt Nam, nó không phải là chuyện phàm phu hoặc bệ rạc. Huống hồ chữ "ăn" của Việt Nam ta còn liên hệ đến nhiều mặt khác của đời sống. Nó là văn hóa, là triết lý, là nếp nghĩ, nếp làm của con người Việt. Ở đây, ta sẽ bàn về chuyện ăn của ta trong ngôn ngữ, dưới ánh sáng hiện tượng luận. Như thế cũng có thể hiểu rằng đây là một bài viết có thể có tính cách... triết lý, một thứ "triết lý trò chơi", "triết lý cuộc sống" riêng trong cuộc sinh hoạt, cuộc ở đời của người Việt, mang đậm tính xã hội và văn hóa. Nói chuyện ăn, chuyện sinh hoạt, giao tiếp, mà bàn về văn hóa, có lẽ cũng không phải là chuyện lạc điệu!

Như đã nói, trước hết, "ăn" là một động tác sinh lý để nuôi sống con người, gồm có việc đưa thức ăn vào miệng để nhai rồi nuốt, như *ăn cơm, ăn quà, ăn cỗ*. ***Ăn cơm***, theo lối nói của ta, là dùng các bữa ăn chính trong ngày để sống, ngoài ra nó còn có nghĩa là làm chuyện dễ dàng, *dễ như ăn cơm* là vậy. ***Ăn cơm bữa*** là chuyện làm hằng ngày, chẳng hạn "Nó qua lại nhà nàng như ăn cơm bữa". ***Ăn cỗ*** là ăn tiệc thết từng bàn, từng thồi 8, 10 hoặc 12 người... ở nhà hàng Soái Kình Lâm thời Việt Nam ngày xưa chẳng hạn. ***Ăn giỗ*** là ăn để nhớ đến một người đã chết. ***Ăn hỏi*** hay ***ăn trầu*** là nhận lễ hỏi của đàng trai và hứa gả con gái nhà mình cho người ta. ***Ăn cưới*** thì quá dễ, không cần nói ai cũng biết; cưới là phải có ăn, không ăn không ra cưới. Ăn cưới còn là một chuyện "tham dự sự kiện" (event attending), những người tham dự sự kiện sẽ có thể có cơ hội chụp ảnh (photo op) với những người nổi tiếng. Chính bởi thế, cô dâu thường cũng phải thay đổi ba hay bốn bộ quần áo để xứng tầm với "sự kiện long trọng" này. ***Ăn mừng*** là bày tiệc ra ăn uống nhậu nhẹt trong một dịp vui mừng nào đó. ***Ăn tân gia*** là ăn mừng nhà mới. ***Ăn quà*** hay ***ăn hàng*** là ăn bánh trái ngoài đường, ngoài chợ, không tính vào các bữa ăn chính; nó còn có nghĩa là cất hàng lên tàu hay cướp giựt của cải trong nhà người khác, như trong những câu "Tàu tới ăn hàng rồi đây!", hay "Bọn côn đồ đã ăn hàng xong" 'buồm' mất dạng. ***Ăn bốc*** là dùng tay bốc ăn; không dùng đũa thìa gì cả. Người đạo Hồi có thói quen ăn bốc; tuy nhiên tay nào dùng để ăn, tay nào dùng để làm... các công việc khác thì phải được để ý cẩn thận. Bởi vậy nhiều chuyện vui cười đã... xảy ra chung quanh hai bàn tay năm ngón của những người có thói quen ăn bốc.

Ăn cám xú là câu mắng kẻ ngu đần, coi kẻ đó như con heo. ***Ăn như heo*** là ăn nhiều và ăn một cách rất bẩn. ***Ăn cầm chừng*** là ăn từ từ, ăn tà tà để đợi; nhưng ***ăn cầm hơi*** thì lại là ăn ít, có ăn chút đỉnh để sống, để tạm... giữ hơi sức trong người, chứ không biết ngon. ***Ăn hớt (ngọn)*** là ăn trước, không chờ người khác trong khi đáng lẽ phải chờ, vì những lý do a, b, c... khác nhau; còn ***ăn cơm hớt*** là nói hớt, giành nói những lời người ta sắp nói hoặc nói những chuyện người ta không muốn mình nói. ***Ăn cơm tháng, ăn cơm tuần*** thì là hoàn cảnh của học trò xa nhà, có thể như kiểu của Kim Trọng ngày xưa, mang "cặp sách, túi đàn" đi học xa, nhưng vẫn có thì giờ dò la được nhà cửa của Thuý Kiều. ***Ăn chay*** theo Phật giáo là không ăn mặn, chỉ dùng tương, chao, rau đậu mà tránh cá, thịt; theo Công Giáo thì là... "sáng nhịn đói, trưa ăn no, chiều lót lòng", những ngày lễ trọng thì còn phải kiêng thịt nữa. ***Ăn chân*** là làm lở bàn chân, ca dao nói "Một lần cho tởn đến già, đừng đi nước mặn cho hà ăn chân" là vậy. ***Ăn chè*** là ... ăn chè, gồm có chè chuối, chè bà ba, chè đậu xanh, đậu đỏ, chè ba màu, chè trôi nước, chè khoai nước dừa bột báng, vân vân; ngoài ra, nó còn có nghĩa là trai gái hò hẹn đến nơi vắng vẻ để tình tự. ***Ăn chực, ăn chõm*** hay ***ăn gẫu, ăn ghé***, là ngồi chờ đến bữa để người ta phải cho ăn chứ thực tình người ta không muốn mời. ***Ăn chơi*** là ăn và chơi, ăn uống và giải trí, như ca dao đã cho biết "Tháng Giêng là tháng ăn chơi. Tháng Hai trồng đậu trồng khoai trồng cà". Hay như kiểu nói "flirting" của Xuân Tóc Đỏ với cô hàng bán mía, một câu giả định rất ỡm ờ, "Nếu *đấy* mà chịu về lo liệu cho *đây* thì *đây* đâu có ăn chơi!".

Ăn gỏi là ăn thức ăn nhiều món, thường có vị chua như gỏi cá, gỏi tôm càng, gỏi sứa, gỏi bao tử... ở chợ cầu Ông Lãnh xa xưa. Nó còn có nghĩa là chơi lớn, tiêu lớn, "Xài tiền như ăn gỏi", và lại có nghĩa là lấn hiếp, trên cơ, như trong câu: "Khổ! Nó thì ăn mày như ăn gỏi, con ạ!". ***Ăn hại*** là ăn của người mà không làm được chuyện gì; nó thường được đi kèm với chữ "đái nát". ***Ăn hoang*** là tiêu xài phung phí. ***Ăn ghém*** là ăn các thứ rau độn trộn chung như rau thơm, chuối cây, giá, bắp chuối... cùng với nước canh. ***Ăn gạo luộc*** là chỉ người nghèo ăn cơm lạt, không có thức ăn đi kèm. ***Ăn đường*** không phải là ăn của ngọt như đường... Hiệp Hòa, nhưng là ăn tiêu khi đi đường. ***Ăn đụng*** là ăn chung với nhiều nhà khác một con heo hay một con cầy. Ngày xưa, dân nhậu ở Sài Gòn thường thích kéo nhau đi "đánh đụng" có nghĩa là đi "hạ cờ tây", đi chén "nai đồng quê" ở đường Trần Quốc Toản, Phan Đình Phùng, hay chạy xuống tận khu Gò Vấp. ***Ăn đòn*** là "phải đòn" mà chẳng được ăn uống gì... sất cả. ***Ăn chung*** là cùng ngồi chung mâm với nhau, hoặc nghĩa rộng hơn là ăn tiêu, sống chung một ngân sách gia đình cho đỡ tốn; một nghĩa khác là ăn thua, là liên hệ đến, như "Chuyện đó mà có ăn chung gì đến tôi!". Một nghĩa khác nữa là thu và chi được điều hòa cân bình, như "Việc làm của nó thì cũng vừa đủ ăn chung thôi, không khá!" ***Ăn dầm*** thường đi với "ở dề," (hay "nằm dề") có nghĩa là ăn ở mà chẳng làm gì, chẳng đi đâu, chỉ ở một chỗ.

Ăn da là sự phá hoại của các chất hóa học, hoặc nắng và nước biển, làm hư hại các tổ chức tế bào, khiến da bị lở. Đàn ông ở đô thị thì không quan tâm lắm đến việc dưỡng da, chứ còn phụ nữ thì bây giờ có đủ thứ "lotion" để "chân ái dưỡng da". Như "lotion number nine", là sữa dưỡng thể (body lotion), một liệu pháp *spa* toàn thân với hương thơm quyến rũ của quả vả, đường rang và thuốc lá ngọt. Chơi cái màn "chân ái dưỡng da" như thế thì còn hơn là có được cái "love potion number nine", một "chất nước thuốc tình yêu" làm cho ai cũng yêu mê mình, của Madame Ruth, một bà cô *di-gan* có hàm răng bọc vàng ở phố Ba Mươi Tư và Vine, như lời một bài hát thịnh hành của thập niên 1960. [5] Người ta nói "Nhất da nhì dáng" là thế! Nghe kiểu so sánh cũng có vẻ giông giống với lối nói "Thứ nhất cự ly, thứ nhì tốc độ" trong phương pháp tiếp cận tình yêu của con người thời đại bây giờ. Bài bản như chiến lược pháp của Tôn Tử vậy. ***Ăn dè*** là ăn từ từ, ăn nhín, không muốn ăn hết ngay, ăn từ từ để "kéo dài hạnh phúc". ***Ăn dối*** không phải là ăn gian nói dối nhưng là ăn cho qua, ăn lấy có mà thôi; trong Nam kêu là ***ăn quấy quá***. ***Ăn dở*** không phải là ăn kém mà là đàn bà ăn chua khi mới có thai, mới "nghén". ***Ăn kiêng*** là khi ốm phải chọn món ăn để tránh bệnh. ***Ăn khan*** là chỉ ăn mà không có rượu để uống. Chán chết! Nhưng những người thích "phá mồi" thì lại hay chơi như thế, cho dù là có rượu sờ sờ ngay trước mắt. Lúc này là lúc cần "ăn nhín" thì cứ nhào tới "phá mồi"! ***Ăn khao*** là mở tiệc ăn mừng sau khi thi đỗ hoặc được thăng quan tiến chức. ***Ăn dằn bụng*** hay ***ăn lót dạ, lót lòng*** là ăn điểm tâm lúc buổi sáng, ăn nhẹ. ***Ăn lấy thảo*** là ăn tượng trưng để đẹp lòng người mời; nó còn là câu nói khiêm tốn khi biếu quà cho người khác: "Má con nói con mang chục cam bác ăn lấy thảo!". ***Ăn mót*** là lượm những đồ ăn rơi mà ăn, người ta nói: "Méc moi chòi mòi ăn mót". Nó còn có nghĩa là hưởng của thừa sau người khác, là "chơi hoa tàn", như "Cái thằng cà chớn" ấy thì chỉ chuyên ăn mót chứ sức mấy mà biết cắt chỉ" (sic).

Ăn ảnh là "manger photo", theo lối nói vui của tuổi trẻ ngày xưa, là chụp hình trông đẹp. Bây giờ, tuổi trẻ có màn "*selfie* tự sướng", lại có các thứ công nghệ *digital* của *smart phone* phù trợ, có thể "chơi' đủ các kiểu hình rất "ăn ảnh", đủ màu sắc và ánh sáng thích hợp, tẩy xoá các khuyết điểm và làm tôn làn da đẹp, để mọi người (đặc biệt phái nữ) đăng lên FB, tự PR cho mình. Chỉ đến khi chủ nhân của ảnh xuất hiện tại "hiện trường" thì người được hẹn mới bật ngửa, "Sao trông không giống em trong hình!". Hay, khi lò dò đến nhà dâng "của lễ" cho bố mẹ vợ tương lai, như trong một vở kịch vui trên TV, "khổ chủ" mới thét lên ai oán, "Sao em Thảo ở đây không giống như em Thảo gửi hình cho cháu!". Chết thế! ***Ăn mặn*** là trái với ăn chay, là ăn các món nêm mặn, có chất thịt. ***Ăn nắng*** là da bị sạm nắng; ca dao nói: "Da trắng ăn nắng dễ dàng. Da đen dang nắng nắng hàng da đen". ***Ăn nhậu*** là ăn và uống rượu, ta hay nghe nói "Ăn nhậu đã rồi nói bậy", hay "Ăn nhậu đã rồi đánh lộn"; nó còn có nghĩa là liên quan, dính dấp đến, gần như ***ăn chung*** hay ***ăn nhập***, như "Má ơi! Chuyện đó mà ăn nhập gì tới tui!". ***Ăn thịt*** là ăn món ăn bằng thịt, như thịt heo, thịt bò, thịt dê, v.v..., hoặc để chỉ loại động vật sống ròng bằng thịt như cọp; nghĩa bóng là ăn hiếp, xâu xé, đánh chửi: "Mày đi lang thang một mình xuống dưới coi chừng bị tụi nó ăn thịt đa!". ***Ăn tái*** là ăn thịt vừa chín tới, chưa chín hẳn, như khi ăn phở ta có thể ăn tái gầu, tái nạm, tái sách, vân vân. Tục ngữ cũng nói: "Thứ nhất thịt bò ăn tái, thứ nhì con gái đương xuân". Câu này không biết có đúng không, nhưng người Tàu cũng nói một câu tương tự, còn đưa "con gái đương xuân" xuống hàng thứ ba: "Thế gian tam sự nan trừ liễu / Hảo tửu, phì dương, nộn nữ nhi", có nghĩa là "Thế gian ba sự khó chừa / Rượu nồng, dê béo, gái vừa đương xuân". Thật đúng là những kẻ coi miếng ăn miếng uống to như... cái bánh xe, mà hạ thấp... giá trị phụ nữ, không thể được xem là người "văn minh"!

Ăn sống là ăn món ăn còn sống, không nấu, hoặc nói về trái cây thì là ăn lúc còn xanh, chưa chín. Chuyện ăn sống và ăn chín này là cả một khoảng cách lớn của văn hóa mà, như phần một đã nói, nhà nhân học cơ cấu Claude Lévi-Strauss đã trình bày kỹ trong quyển "Le Cru et le Cuit". ***Ăn tươi*** là chỉ việc ăn thịt ăn cá bằng cách để tươi mà nấu nướng chứ không phơi, không ướp. Ăn tươi thì thịt ngon hơn. Nó còn có nghĩa bóng là mắng vãi, ăn hiếp, "ăn tươi nuốt sống" người khác. ***Ăn quên thôi*** hay là ***ăn quên chết*** là ngon miệng ăn mãi. ***Ăn tạp*** là gặp gì ăn nấy, không cần biết sạch bẩn, ngon dở gì cả. ***Ăn tham*** có nghĩa đen như tham ăn, còn nghĩa bóng là hưởng lợi một mình, không chia cho người khác. ***Ăn tiêu*** là việc tiêu xài tổng quát. ***Ăn thâm***, là ăn lấn ra, xài lấn đến tiền không phải của mình, như "ăn thâm tiền quỹ". ***Ăn thừa*** là ăn những món ăn còn dư của người khác bỏ đi; nó cũng có nghĩa như *ăn mót* đã nói ở trên. ***Ăn vã*** là chỉ ăn thức ăn mà không chịu ăn cơm. ***Ăn vạ*** là nằm vạ để đòi người ta bồi thường, nếu không thì làm người ta mang vạ (Bùi Hiển có chuyện "Nằm [ăn] vạ" rất lý thú); ngoài ra, nó còn liên quan đến tục phạt vạ trong làng thôn xưa bằng cách bắt kẻ có tội phải mổ bò, mổ lợn đãi đằng cả làng để tội được xóa. ***Ăn vặt*** là ăn luôn miệng, cũng có lúc gọi là ***ăn quà***. Dân gian có bài hát: "Thìa la thìa lẩy, con gái bẩy nghề, ngồi lê là một, dựa cột là hai, theo trai là ba, "ăn quà" là bốn, trốn việc là năm, hay nằm là sáu, láu táu là bẩy". Bài hát này như thế là không công bằng, chỉ "kể tội" phái tóc dài. Thật ra, con gái có nhiều tính dễ thương, đáng yêu hơn, chứ không phải chỉ có toàn chuyện... hư hội như thế! ***Ăn vụng*** là ăn lén, không để người khác thấy; nghĩa bóng là lén vợ hoặc chồng để tư tình với người khác. ***Ăn xổi*** là làm qua rồi ăn ngay, như "bóp dưa ăn xổi", "muối cà ăn xổi"; nói "Ăn xổi ở thì" để chỉ những người làm ăn qua quít, dối trá, ăn ở tạm bợ, được lúc nào hay lúc ấy, không lâu dài, không tình nghĩa.

Ăn tết là sắm sửa vui chơi ăn uống trong dịp tết. ***Ăn thề*** là sau khi cúng thần để chứng kiến cuộc thề nguyện, xúm lại cùng nhau ăn uống. Sách Luận Ngữ nói "Tế thần như thần tại" [6], thần đã ở đó, được cúng rượu và có thể có cả thức ăn, thì con người cũng phải tụ tập ăn uống cùng nhau chứ! ***Ăn xôi*** là ăn xôi, gồm có xôi bắp, xôi lúa, xôi gấc, xôi vò, v.v...; nghĩa bóng là "hai năm mươi", là "kick the bucket", là "đi buôn muối", là chết. Nguyễn Bảo Sinh, nhà thơ dí dỏm ở Việt Nam, sáng tạo nhiều câu thơ "thần kỳ" được nhiều người biết, có viết xa gần về chuyện "ăn xôi" này: *"Rồi ra tất cả chúng ta / Đều lên nóc tủ ngắm gà khoả thân."* (sic). Thì ra người được... để hình trên nóc tủ, và đang ngắm "gà khoả thân" rất hấp dẫn bầy trên đĩa kia, đã "ăn xôi" rồi! ***Ăn sàng*** là ăn bữa cúng sàng tức lễ "sơ ngu", sau khi làm ma chay xong. ***Ăn trầu gẫm*** là ngồi suy xét việc đời. ***Ăn bám*** là ăn chực, ăn nhờ, dựa vào người khác mà sống. ***Ăn báo*** là ăn nhờ vào người khác mà không làm gì cho người ta nhờ cả, cũng giống như ***ăn hại*** nhưng nhẹ hơn. Còn ***ăn báo cô*** là ăn nhờ vào người khác, lại có ý như bảo người ta phải có bổn phận nuôi mình. ***Ăn bẩn*** là ăn uống dơ dáy, nghĩa bóng là ăn hối lộ. ***Ăn bòn*** là lấy của người dần dần. ***Ăn cắp*** là lấy của người lúc người vô ý hay vắng mặt. ***Ăn trộm*** cũng có nghĩa như ăn cắp nhưng ở một mức độ nặng hơn, như khoét vách, cậy cửa, leo nhà người ta để lấy đồ sau khi đã rình rập, để ý từ trước. ***Ăn cướp*** là dùng bạo lực để lấy của người khác một cách có tổ chức. ***Ăn cướp cạn*** là đón đường giựt của người rồi chạy. ***Ăn chạy*** là ăn quịt, ăn xong không trả tiền, đánh bài tẩu mã. ***Ăn chận*** là lấy trước một phần mà đáng lẽ mình phải đưa đủ cho người ta. ***Ăn gian*** là tính toán dối trá để bắt người ta trả nhiều hơn số tiền phải trả.

Ăn xin là ăn mày, là đi xin của người mà ăn. Đồng Đức Bốn có mấy câu thơ nói về "ăn mày": *"Đang trưa ăn mày vào chùa. Sư ra cho một lá bùa rồi đi. Lá bùa chẳng biết làm gì. Ăn mày nhét túi lại đi ăn mày".* Khổ! ***Ăn sương*** là kiếm ăn về khuya, lúc còn sương, để chỉ những cô gái điếm hay quân ăn trộm. Ca dao nói: *"Có trộm mới đi ăn sương / Ai người tử tế ra đường giữa đêm".* ***Ăn lời*** là lấy tiền lãi của số vốn cho mượn... Nó còn có nghĩa là nuốt lời, như trong Kiều "Nói lời rồi lại ăn lời như không". ***Ăn hoa hồng*** là hưởng số bách phân của giá bán hay số lời về một dịch vụ mà mình đã đứng ra làm trung gian. ***Ăn chắc*** là chỉ việc chắc... ăn, chắc chắn sẽ xong, không sợ hỏng. ***Ăn chịu*** là ăn mà không trả tiền ngay, nợ lại để trả sau; nghĩa bóng chỉ sự thỏa hiệp với nhau trong công việc làm ăn, như khi nói "Cũng phải có ăn chịu với nhau sao đó nên tụi nó mới đi với nhau chớ!". ***Ăn ý*** là hợp với nhau. ***Ăn mặc*** không phải là ăn và mặc mà chỉ là chuyện trang phục; trong Kiều có câu: *"Mùi thiền ăn mặc đã ưa nâu sòng"*. Người miền Nam nói là *ăn vận*. ***Ăn trét*** hay ***ăn trớt*** là bị vuột mất, không có kết quả. ***Ăn quen*** là quen thói ăn mãi, làm mãi; tục ngữ có những câu: "Ăn quen bén mùi ăn mãi" và "Ăn quen, chồn đèn mắc bẫy". ***Ăn ở không*** là rảnh rang thất nghiệp, ăn rồi nghỉ chẳng có công việc để làm. ***Ăn ở*** là cư xử, đối đãi, một nghĩa nữa là lấy nhau, chung chạ với nhau; ca dao có câu: "Ước cho ăn ở một nhà, ra vô thấy mặt kẻo mà nhớ thương". ***Ăn nằm*** cũng có nghĩa như *ăn ở*, nhưng chỉ rõ việc chung chạ hơn.

Ăn nói không phải là ăn và nói, nhưng chỉ là việc nói năng đối đáp. ***Ăn khớp*** nghĩa đen là hai khớp vừa nhau, nghĩa bóng là hợp ý nhau, như khi nói: "Hai người nói chuyện ăn khớp nhau quá ha!". ***Ăn khách*** là có đông khách thưởng thức, chẳng hạn một cửa hàng ăn khách, một cuốn sách ăn khách, v.v... Xin không nói thêm ở đây. ***Ăn nhịp*** là theo đúng nhịp, nghĩa bóng cũng là *ăn khớp*. ***Ăn nhầm*** là bất ngờ ăn phải mặc dù không muốn, chẳng hạn nói: "Ôi! Ăn nhầm miếng ớt cay quá!". Trẻ con người Bắc di cư vào Nam, thuở nhỏ đi học, thường bị bạn bè con nít trêu ghẹo là "Bắc kỳ ăn cá rô cây. Ăn nhầm lựu đạn chết cha Bắc kỳ." Đối với trẻ con, đây chỉ là một cách chòng ghẹo, nghe thì có vẻ kỳ thị, nhưng thật ra đây chỉ là một cách thể hiện (theo lối "bỗ bã", chưa trưởng thành của trẻ) sự chưa quen biết với cái khác, cái lạ, không hẳn là sự "ác độc". ***Ăn guốc*** là bị cô con gái cầm guốc cao gót hay giầy *Ét-ca-panh* (Escarpin) đánh lên đầu, khốn khổ, nhưng chắc là phải có lý do, ngoại trừ lý do cô nàng là một người quá "đanh đá cá cầy". ***Ăn đứt*** là hơn hẳn không còn chối cãi gì được, trong Kiều nói: "Nghề riêng ăn đứt hồ cầm một chương" là vậy. ***Ăn lan*** là ăn rộng ra, bò lan ra, như nói về ghẻ chốc hoặc về cỏ; còn ***ăn loang*** là nói về chất lỏng thấm dần ra. ***Ăn thông*** là ăn luôn tới, thông thương tới tận nơi, như khi nói: "Con rạch này nó ăn thông tới tận sông Cái à nghe." ***Ăn thua*** là tranh tài hơn kém. ***Ăn thua đủ*** thì hơn ăn thua (không đủ) một bực, nó có nghĩa là đọ sức tới cùng, không chịu thua, nhận mọi điều kiện và hậu quả, "Được mà, muốn sao cũng được, tôi nhất định tới mà, ăn thua đủ mà!". ***Ăn hiếp*** là "bắt nạt", là "bully", ỷ mình có sức, có thế hơn mà bắt ép người ta phải theo ý mình. Con nít Nam kỳ hay nói: "Mày đừng ỷ sức ăn hiếp tao, tao dìa tao méc má tao cho coi!"; con nít Bắc kỳ vô Nam thì nói: "Mày định "ăn hiếp" ông hở. Ông về ông bảo bu ông ra đánh bỏ bầm mày!" Còn có những ông xâm trên bắp tay câu "Xa quê hương, nhớ chị dâu" (như lời kể, rất nghiêm và buồn, của một nhà văn MC Việt Nam), thì, tôi nghĩ, có lẽ lúc nhỏ, mỗi khi bị ăn hiếp, bị bắt nạt, ông nhỏ này lại mang chị dâu của mình ra để doạ dẫm, đe nẹt các trẻ con khác! Có lẽ người chị dâu này hoặc là có sắc đẹp và, đặc biệt, có võ nghệ siêu quần, như Tiểu Long Nữ, hoặc là có món "Cửu âm bạch cốt trảo" vô cùng kinh khiếp của nữ nhân Mai Siêu Phong!

Và cuối cùng ở phần liệt kê các từ ghép liên hệ đến chữ "ăn" này, là... ***ăn năn***, tỏ sự hối tiếc đã phạm lỗi, tự hứa sau sẽ không tái phạm nữa; ***ăn ten*** (antenne) là cây dẫn điện ở máy phát, thu thanh hay máy truyền hình. (Sau đó, mở rộng ra, nó còn có nghĩa là "người chỉ điểm" (informer) trong những lĩnh vực như mật vụ, trinh thám-gián điệp, hay trong hoàn cảnh đầy phức tạp của các tù nhân trong cuộc sống, trong tâm lý và hành vi họ đối với nhau và đối với cấp trên, những kẻ có quyền hạn trên đời sống họ); và ***ăn banh*** (en panne) là bị hư xe giữa đường, làm trễ hay làm mất cuộc vui đang chờ ở chân trời phía trước.

.3.

Tới đây chuyện ăn vẫn chưa xong, bởi lẽ từ trên trở lên chỉ là một số những từ kép có dính đến chữ "ăn" được góp nhặt lại thôi. Từ phần này trở xuống là những thành ngữ, tục ngữ, ngạn ngữ nói về chuyện ăn, ăn uống và ăn ở. Và chính là trong phần thành ngữ, tục ngữ, ngạn ngữ này, những khía cạnh mang tính chiêm nghiệm, khuyên bảo, đánh giá, bình phẩm, răn dạy con người của cha ông ta trong cuộc sống, cuộc giao tiếp, cuộc sinh hoạt, ứng xử, v.v..., mới thật nổi bật và rõ nét. Cái ăn, cái uống của ta phong nhiêu, bao la và bao hàm đủ các khía cạnh của đời sống, và có khi "dai dẳng và kinh khiếp" như vậy, nên ông bà ta có lúc cũng phải khuyên là **"Ăn bớt bát, nói bớt lời".** Dù sao tác giả bài này đã lỡ dại mà mổ xẻ chuyện ăn uống và ăn ở nên đành phải "ăn thua đủ" với nó, nếu ngưng lại nửa chừng thì biết "ăn làm sao, nói làm sao" với các bậc thức giả, cho nên "chưa thể bớt lời" được. Vì vậy sau đây xin được "ăn cơm mới, nói chuyện cũ" thêm một lúc nữa.

Ăn vóc học hay không phải là muốn học giỏi thì mua quả vóc về mà ăn, chẳng có quả nào là quả vóc cả. Câu này muốn nói ăn uống đã được nên vai nên vóc thì cũng phải học hành cho nên người. ***Ăn bánh vẽ*** là bị gạt gẫm bằng những lời hứa hẹn suông. ***Ăn bánh tét nhưn mây*** không phải là được ăn bánh ú, bánh tét gì cả, mà là bị đòn đánh bằng roi mây, đau lắm. ***Ăn bữa sáng lo bữa tối*** hay ***ăn bữa hôm lo bữa mai*** là chỉ nhà nghèo, phải chạy ăn từng buổi. ***Ăn cơm chúa, múa tối ngày*** là ăn của ai thì phải cúc cung tận tụy phục vụ người ấy. ***Ăn (một) bát cháo chạy ba quãng đồng*** chỉ việc ăn thì ít mà làm thì phải ra công sức thật nhiều; nó còn có nghĩa là vì miếng ăn mà phải chạy đi thật xa. ***Ăn bắc, nằm nam*** ý chỉ muốn được cả hai bề. ***Ăn cướp cơm chim*** là ăn chặn, ăn xén tiền của kẻ nghèo; nó hay đi cùng với những câu mắng chửi tệ hại khác. ***Ăn cháo đá(i) bát*** chỉ người bạc bẽo, không biết ơn nghĩa, ăn rồi chửi người đã cho mình ăn. ***Ăn cơm nhà nọ, kháo cà nhà kia*** là xin xỏ nhờ cậy người này lại nói tốt cho người khác, cốt ý để người mình xin ghen tị, tranh hơn, cho mình nhiều hơn nữa. ***Ăn cơm với cáy thì ngáy o o, ăn cơm với bò thì lo ngay ngáy*** chỉ người nghèo ăn uống kham khổ nhưng chẳng phải lo lắng gì, còn người giàu ăn uống sung sướng mà lòng có trăm mối lo không yên.

Ăn cơm chưa biết trở đầu đũa cũng như ***ăn chưa sạch, bạch chưa thông***, chỉ trẻ con không biết gì, nói năng chưa rành, chưa biết cách nói chuyện. ***Ăn trông nồi ngồi trông hướng*** nghĩa đen là ăn cơm phải để ý trông vào nồi để mọi người được đều nhau, hoặc có khi phải nhường cho nhau, ngồi thì đừng phạm hướng như quay lưng vào bàn thờ hay vào mặt người khác, còn nghĩa bóng là ăn ở phải thận trọng, đừng để vấp vào những lỗi lầm sơ đẳng. ***Ăn cỗ đi trước, lội nước theo sau*** chỉ những hạng người trước lợi lộc thì xông vào giành phần, đến khi có công có việc thì giả vờ không hay biết để tránh đi; tóm lại chỉ người ích kỷ, chỉ biết đến mình. Sau này có người dùng nó như một cách thế sống khôn ngoan ở đời! ***Ăn bất thùng chi thình*** là ăn ào ào, ăn kiểu... "tới luôn bác tài", không đợi mời và ăn rất nhanh, cũng như ***ăn nồi bảy quảng ra, nồi ba quảng vào. Ăn bóng nói gió*** là nói không có chứng cớ rõ ràng. ***Ăn cắp quen tay, ngủ ngày quen mắt*** là nói về thói quen; mọi thói xấu đều do thói quen mà ra và có thể chừa bỏ được nếu biết cố gắng. ***Ăn cây nào rào cây nấy*** giống như ***ăn cơm chúa múa tối ngày*** đã nói ở trên. ***Ăn có chỗ, đỗ có nơi*** chỉ việc phải sống ngăn nắp, không được bừa bãi. ***Ăn (có) nhai, nói (có) nghĩ*** chỉ việc phải cẩn thận khi ăn nói, không thôi mang họa.

Ăn đã vậy, múa gậy làm sao là câu nói của người ngoài hoặc của người cho mình ăn, giúp đỡ mình chuyện này chuyện nọ, muốn biết mình sẽ trả ơn người ta làm sao. ***Ăn chực nằm chờ*** là lê lết, nhờ nhỏi người khác. ***Ăn dầm nằm dề*** chỉ kẻ ăn rồi nằm một nơi, không chịu làm gì cả. ***Ăn chực đòi bánh chưng*** cũng như ***ăn mày đòi xôi gấc*** là đã phải nhờ vào người mà còn kén chọn, đèo bồng [7] , chèo kéo, đòi hỏi quá đáng. Câu sau, *ăn mày đòi xôi gấc*, đôi khi còn được dùng để nói về những nam nhân muốn với quá cao, đặc biệt trong vấn đề nam nữ, muốn quen biết, tự ghép đôi mình với một cô nương con nhà quyền quý, cao sang. Nó gần với câu "Đũa mốc mà [đòi] chòi mâm son". ***Ăn chưa tàn miếng trầu*** chỉ một thời gian ngắn chỉ 20 phút đến nửa tiếng. ***Ăn chưa no, lo chưa tới*** là còn bé, chưa biết lo nghĩ gì. ***Ăn chung ở chạ (ở lộn)*** chỉ những liên hệ vợ chồng cũng như *ăn nằm*. ***Ăn chó cả lông*** không phải chỉ dân ăn thịt "nai đồng quê" mà không biết làm lông. Câu này chỉ người tham lam, được lợi muốn vơ hết, không chia cho ai cả. ***Ăn (cho) đều, tiêu (cho) sòng*** (Bắc) hay ***Ăn đồng, chia đủ*** (Nam), chỉ việc công bình trong vấn đề làm ăn chung. ***Ăn chắc mặc dày*** hay ***ăn lấy đặc, mặc lấy dày*** chỉ con người sống cần kiệm, kỹ lưỡng, căn cơ. Câu này còn chỉ sự thành thật của một người.

Ăn đàng sóng, nói đàng gió, cũng như ***ăn không nói có, ăn gian nói dối*** chỉ người ăn nói ngược ngạo, gian dối, thêu dệt, phao vu cho người khác. ***Ăn đây nói đó*** là ăn của người này mà nói xấu người khác, ý chỉ người phỉnh nịnh. ***Ăn để (mà) sống, không phải sống để (mà) ăn*** chỉ việc ăn uống để nuôi sống cơ thể chứ không phải mục đích của đời sống là "thực bất tri kỳ vị", là chỉ để tìm miếng ăn. Ca dao cũng có câu trách người quá chú tâm vào miếng ăn đến mất cả bình tĩnh khi bị lấy mất "miếng mồi": "Miếng ăn là miếng tồi tàn. Mất ăn một miếng lộn gan lên đầu". Hay, một câu nói khác cũng để nhắc nhở chuyện này, "Miếng ăn là miếng nhục!" (Nhưng, có những kẻ cố cãi, lại còn chơi chữ: "Nhưng miếng *nhục* là miếng *thịt*!" Chẳng còn ra thể thống gì cả). ***Ăn gửi nằm nhờ*** là ăn ở nhờ vào người khác. ***Ăn gió nằm sương*** là chỉ cảnh vật vã ngoài trời. ***Ăn hại đái nát*** chỉ việc ăn uống tốn kém mà không làm được chuyện gì có ích. ***Ăn hơn nói kém*** hay ***ăn thừa nói thiếu*** chỉ việc ăn thì nhiều mà không biết nói năng gì cả; ngoài ra, nó còn chỉ việc thêu dệt, xuyên tạc, thêm bớt lời người khác. ***Ăn kiêng, ăn khem*** hay ***ăn kiêng nằm cữ*** chỉ sự kiêng cữ những món ăn có hại cho sức khỏe; nhất là đối với phụ nữ đang mang thai, hay mới sinh, ngoài việc ăn kiêng, việc đi-đứng-ngồi-nằm đều phải giữ ý tứ để bảo vệ cho thai nhi, nhất là trước khi sinh.. ***Ăn kỹ no lâu, cày sâu tốt lúa*** nghĩa đen là nhai kỹ, ăn chậm thì ăn được nhiều và sẽ no lâu, cũng như khi cày sâu, lớp đất nhuyễn sẽ dày, rễ lúa sẽ ăn sâu khiến lúa trở nên tốt; nghĩa bóng nói nếu làm việc kỹ sẽ đạt được kết quả tốt. ***Ăn kỹ làm dối*** là câu nói ý chê người làm việc dối trá cho qua chuyện. ***Ăn làm sao nói làm sao*** chỉ sự bị dụ vào tình thế khó khăn cứng họng, không biết xử trí ra sao trước sự ngang trái, có khi không phải do mình gây ra, như trong Kiều có câu: "Bây giờ đất thấp trời cao. Ăn làm sao, nói làm sao bây giờ?'. ***Ăn không thì hóc, chẳng xay thóc cũng bồng em*** là câu nói để chỉ việc đã ăn, đã nhờ người ta thì phải làm cái gì đó mà trả lại, chứ không thì xấu hổ. Nó còn có nghĩa là ăn mà không làm thì hay sinh ra chuyện có hại, nên kiếm việc lớn việc nhỏ gì đó mà làm để tránh việc ở không. ***Ăn không ngồi rồi*** là ăn rồi ngồi, chẳng làm gì cả.

Ăn hàng con gái, đái hàng bà già không phải chỉ chuyện sinh lý ăn và đái, nhưng là chỉ chuyện thường tình là đàn ông con trai chỉ thích giao thiệp với các cô hoặc các bà còn trẻ, chứ không để ý gì đến các bà già. Đúng là ông cha ta có mắt nhận xét, nhưng cách nói "tàn bạo" quá! ***Ăn mày cầm tinh bị gậy*** là lời phê bình những người ăn nói vô duyên, lẩn thẩn, nói chuyện thừa, vô nghĩa, ai cũng biết, cũng như ăn mày thì chỉ toàn là cầm bị gậy chứ còn cầm cái gì! ***Ăn mày (vẫn) hoàn bị gậy*** chỉ tình trạng trở lại như cũ sau một thời gian chạy chọt để mong khá hơn. ***Ăn mày quen ngõ*** như ***ăn quen bén mùi ăn mãi*** đã nói ở trên. ***Ăn mặn khát nước*** chỉ người ăn ở ác đức thì sẽ gặp nghiệp báo trở lại. ***Ăn mặn nói ngay hơn ăn chay nói dối*** chỉ việc dù không đi tu nhưng lòng dạ ngay thẳng, hiền lành còn hơn là đi tu mà ăn nói, làm chuyện thất đức. ***Ăn mận trả đào*** hay ***ăn một quả trả lạng vàng*** chỉ việc hưởng ít mà báo đáp nhiều. ***Ăn mật trả gừng*** chỉ ngược lại. ***Ăn miếng chả, trả miếng bùi*** là đền đáp cân xứng với những gì người ta đã làm cho mình. ***Ăn miếng trả miếng*** là quyết hơn thua với người làm hại hoặc có ác ý với mình. ***Ăn một miếng, tiếng để đời*** là đã nhờ vả người thì sẽ phải mang tiếng mãi; ngoài ra nó còn có nghĩa là hưởng của bất chính, dù ít chăng nữa, cũng sẽ mang tiếng xấu muôn đời.

Ăn no ngủ kỹ chổng tĩ lên trời là được sung sướng rồi sinh kiêu căng không thèm biết đến ai. ***Ăn no ấm cật rậm rật mọi nơi*** là ăn uống no say, đầy đủ thì hay sinh chuyện bậy bạ. ***Ăn no tức bụng*** là hưởng lợi nhiều thì coi chừng thế nào cũng bị nạn. ***Ăn ngọn nói hớt*** là, theo tin tưởng của người dân quê, trẻ con mà được cho ăn cơm trên mặt, chưa xới, chưa trộn, thì sau này lớn lên sẽ hay nói hớt. Nghĩa bóng dùng để chỉ người chen ngang vào lời người khác để giành nói trước, hoặc chọn ăn phần trên, phần ngon mà không nhường nhịn ai, để lộ sự thiếu ý tứ, thiếu tế nhị trong cung cách ứng xử, giao tiếp.

Ăn xuôi nói ngược và ***ăn ngược nói ngạo*** là nói hoặc làm trái với lẽ phải. ***Ăn như mèo*** là ăn nhỏ nhẹ và rất ít. ***Ăn như bò ngốn cỏ*** là ăn uống ngồm ngoàm, thô lỗ. ***Ăn như mỏ khoét*** là ăn nhiều, bao nhiêu cũng không đủ. ***Ăn như tằm ăn dâu*** là ăn uống nhỏ nhẹ, không ai để ý, nhưng lâu ngày sẽ thấy hết. ***Ăn như tằm ăn lên*** là ăn rất nhiều, càng ăn càng khỏe, như con tằm lúc đầu ăn ở dưới lá dâu rồi sau bò cả trên mà ăn. ***Ăn như tằm ăn rỗi*** là ăn rất nhiều và rất khỏe, nhai nghe rõ tiếng như tằm vào thời kỳ gần chín (ruột gần thành tơ), ăn cả lá già, tiếng nghe răng rắc. ***Ăn như rồng cuốn, uống như rồng leo, làm như mèo mửa*** là ăn uống ồ ạt, bặm trợn, thật nhiều mà đến lúc làm thì biếng nhác, chẳng nên công cán gì.

Ăn như quỷ phá nhà chay là vừa ăn vừa làm rùm, giỡn cợt om sòm, không biết điều chỉnh âm thanh, làm phiền hàng xóm đang cần yên lặng nghỉ ngơi (sic). ***Ăn ốc nói mò, ăn măng nói mọc, ăn cò nói bay*** chỉ người ăn nói ba phải, bạ đâu nói đấy, không có ý kiến gì mới lạ cả, cũng như ăn ốc thì nói chuyện đi mò ốc, ăn măng thì nói chuyện măng mọc, ăn cò thì nói chuyện con cò nó bay… ***Ăn phải đũa*** là nhiễm tập thói xấu mà không biết, hoặc bị ảnh hưởng người khác; nó còn có nghĩa là ăn quen, lúc gặp nạn mới biết. ***Ăn quả nhớ kẻ trồng cây*** ý nói phải nhớ ơn người đã giúp đỡ mình; nghĩa rộng, phải nhớ ơn tổ tiên. ***Ăn quả nhả hột*** là phải biết chọn lọc cái hay cái dở, việc phải việc quấy, việc nên làm việc nên tránh. ***Ăn se sẻ đẻ ông voi*** chỉ người thêu dệt, phóng đại, chuyện bé xé ra to. ***Ăn tìm đến, đánh nhau tìm đi*** nghĩa là khi thái bình rảnh rỗi thì xúm lại ăn chơi, hưởng thụ, đến khi chiến tranh hay lúc có việc thì tản đi chỗ khác. Ý giống câu *ăn cỗ đi trước, lội nước theo sau*; có những người lợi dụng câu này để biện minh cho sự ích kỷ, thiếu tinh thần trách nhiệm của mình, để cho là đó là một cách xử thế khôn ngoan ở đời. ***Ăn to nói lớn*** chỉ kẻ trượng phu, dám làm dám chịu. ***Ăn thủng nồi trôi rế*** là ăn bám vào người khác cho đến hết. ***Ăn trắng mặc trơn*** là ăn mặc bình dị, sạch sẽ, không xa hoa lòe loẹt. Mở rộng nghĩa, nó còn chỉ cuộc sống giàu sang, sung sướng, đầy đủ về vật chất, không phải vất vả lo toan, có thể hiểu là "ăn sung mặc sướng", "sống nhàn hạ", một cuộc sống sung túc, an nhàn. Ngoài ra, trong một số trường hợp, thành ngữ này còn được dùng để chỉ người không có ý định, không có mục đích rõ ràng, thường chỉ biết ăn uống mà không có ý nghĩ sâu sắc hoặc không có mục đích cụ thể, như "Cô ấy ăn trắng mặc trơn, không có gì để làm, chỉ biết ngồi một chỗ." ***Ăn trên nói trước***, cũng giống như *ăn trên ngồi trước* chỉ người có chức tước quyền hành; ngoài ra nó còn dùng để chỉ kẻ tham ăn tham nói.

Ăn trộm có tang, chơi ngang có tích chỉ việc muốn cáo buộc ai, phải có tang chứng rõ ràng. ***Ăn xong quệt mỏ*** là lời để phê bình những người không kể đến ơn nghĩa, khi cần thì đến nhờ vả, lạy lục, xong việc thì bỏ đi, không biết cám ơn. ***Ăn mệt nghỉ*** là thức ăn nhiều lắm, ăn mãi không hết, giải thích theo lối "hiện tượng", nó còn có nghĩa là ăn xong thì mệt, chỉ muốn nằm nghỉ, nằm nghỉ xong lại dậy ăn tiếp, ăn xong lại mệt, lại nghỉ rồi lại ăn. Là ăn theo lối trong các buổi gặp gỡ của giai cấp quan quyền, thượng lưu La Mã ngày xưa: Vừa nằm chống tay trên gối, nghe đàn ca nhã nhạc, vừa ăn; xong một chập, nghỉ ngơi (hay làm cho rỗng bụng qua đường họng), rồi lại ăn tiếp! *Ăn mệt nghỉ* là thành ngữ mới, chỉ mới xuất hiện khoảng cuối thập niên 1960, đầu thập niên 1970. Ngoài *ăn mệt nghỉ* ra, ta còn có *chơi mệt nghỉ, làm mệt nghỉ, cười mệt nghỉ*... Tóm lại là *xì trum mệt nghỉ!* [8]

.4.

Chuyện ăn uống, hay nói rõ hơn là chuyện ăn ở của con người, thì vô tận, có thể nói mãi cũng vẫn còn. Bài khảo luận này chỉ ghi nhớ và góp nhặt lại một số những câu nói được xem là thông dụng nhất trên đầu lưỡi của chúng ta về chuyện ăn và uống, cũng như chuyện ăn và ở của con người, đặc biệt là con người Việt Nam. Nếu, ngoài việc soi chiếu lại cái tâm lý, cái phong tục tập quán, cái nếp làm nếp nghĩ ngàn đời của dân tộc, cái túi khôn của cha ông, cái suy nghĩ, quan tâm, dị nghị, phê phán của/về con người, phản ánh qua những câu nói hết sức bình dân, được truyền lại từ ngàn xưa của ông cha ta qua biết bao đời dựng nước và giữ nước, xây dựng nền nếp xã hội, bài viết này còn tạo lại được một niềm yêu thích và sảng khoái cho những người Việt đang ở tại quê nhà, hay đang xa quê, đối với chữ nghĩa dân tộc, hay hãnh diện đối với ngôn ngữ, đất nước quê hương, thì tác giả rất vui. Mong là nó được xem như một sự chia sẻ lòng yêu tiếng Việt, và như một nụ cười, gửi đến người đọc.

Như một câu ngạn ngữ đã nói, "Thức ăn ăn thấy ngon hơn nếu được chia sẻ với thân hữu, với bạn bè" ("Food tastes better when shared with friends."), thì những ý nghĩ, những tư tưởng, mong là cũng có thể trở nên đậm đà, có ý nghĩa hơn, khi được chia sẻ với nhau. Đó là hạnh phúc của việc viết và đọc.

Nhân dịp này, qua việc bàn về cái nhìn của con người Việt trong chuyện "ăn uống" và "ăn ở", xin cám ơn tất cả những con người Việt, những thân bằng thân hữu, những bạn bè hiện ở khắp bốn phương trời, những bà con chòm xóm xưa cùng với các bậc tổ tiên, tất cả những con người Việt đã xây đắp và vun bồi ngôn ngữ, chữ nghĩa Việt, những người đã chung tay gầy dựng, tô bồi đất nước, và nhất là đã tạo cho chúng ta một căn cước tính Việt Nam.

"Ăn uống" và "ăn ở", những "sự thường" và "không thường" ấy, nằm trong vùng phủ sóng của cái căn cước tính đó.

Bùi Vĩnh Phúc
Tustin Ranch, Calif.
tháng XI, 2025

GHI CHÚ

[1] "Vi thiên" và "vi tiên". Câu thường được dùng phổ biến là "Quốc dĩ dân vi bản, dân dĩ thực vi tiên" (Nước lấy dân làm gốc, dân lấy ăn làm đầu). Nó nhấn mạnh việc mưu sinh, no bụng là ưu tiên số một của người dân. Có sự khác biệt như thế này: "Dân dĩ thực vi thiên" (民以食為天) là câu gốc Hán, xuất phát từ sách *Tống Sử (History of Song)*, mang ý nghĩa sâu sắc: dân chúng coi miếng ăn, sự no đủ là quan trọng nhất, là "trời" (thiên) của họ. Còn câu "Dân dĩ thực vi tiên" (民以食為先) là cách nói phổ biến hơn trong tiếng Việt, là biến thể từ câu gốc. "Tiên" (先) nghĩa là trước, đầu, cũng diễn tả ý "lấy việc ăn làm đầu", là ưu tiên hàng đầu của người dân.
Như vậy, "Dân dĩ thực vi thiên" là câu gốc Hán, còn "Dân dĩ thực vi tiên" là cách trình bày, diễn đạt phổ biến trong tiếng Việt. Dù sao, cả hai đều truyền tải cùng một ý nghĩa cơ bản: sự no ấm là quan trọng nhất đối với đời sống con người. Câu có cụm "Quốc dĩ dân vi bản" (Nước lấy dân làm gốc), đi kèm với "dân dĩ thực vi tiên", là để hoàn thiện ý nghĩa chính trị và xã hội của nó.

[2] Xem "Triết lý Cái Đình" của Kim Định (Nguồn Sáng xuất bản, 1971). Theo tác giả, đạo/triết lý "ve gái" này bắt nguồn từ quẻ Hàm (咸)trong

Kinh Dịch, chỉ về sự giao cảm, cảm ứng (cảm thụ và phản ứng) giữa con người với con người, đặc biệt là trong quan hệ nam nữ và giao tiếp xã hội nói chung. Nó được diễn tả bởi quẻ Hàm (䷞), ghép bởi hai quẻ đơn: dưới là quẻ Cấn (艮), một vạch liền ở trên hai vạch đứt ở dưới (☶), chỉ thiếu nam (núi và bền gan), và trên là quẻ Đoài (兌), một vạch đứt ở trên hai vạch liền ở dưới (☱), chỉ thiếu nữ (ao ước, đẹp lòng). Từ Kim Định, qua nghiên cứu, ta có thể biết thêm rằng Quẻ Hàm, hay Trạch Sơn Hàm (trên núi có sông / núi sông giao cảm), tượng trưng cho việc hỏi cưới, hứa hôn, đám cưới, sự phối hợp, các hiệp định, sự liên minh, hiệp hội, cảm hứng dễ chịu, hỗ tương, biểu trưng cho sự tương tác hoàn hảo:

- **Quẻ Đoài (Hồ Nước) ở trên:** Tượng trưng cho sự **Vui Vẻ, cởi mở** và **Thiếu Nữ**. Đoài là miệng hồ, sẵn sàng tiếp nhận và biểu lộ sự vui mừng.
- **Quẻ Cấn (Núi) ở dưới:** Tượng trưng cho sự **Dừng Lại, Tĩnh Lặng** và **Thiếu Nam**. Cấn là núi, là sự trầm lắng, tĩnh tại, biết dừng lại ở mức độ phù hợp.

Sự Cảm Ứng Lý Tưởng: Khi **Núi (Cấn)** ở dưới, trầm tĩnh lắng nghe, và **Hồ Nước (Đoài)** ở trên, vui vẻ và cởi mở biểu đạt, sự giao cảm sẽ diễn ra tự nhiên, hài hòa và chân thành.

Triết gia Kim Định, rất cụ thể, đã bàn luận một cách triết lý và mang tính lịch sử về đạo "ve gái" trong việc hát trống quân của người Việt, mà chữ Nho gọi là lễ "sơn thuỷ" (sông núi). Ông cho rằng hát trống quân bao gồm một triết lý toàn diện qua việc múa hát, và trong những lời hát đối ứng giữa hai bên nam nữ ấy, những lời hát tự nhiên tự phát không có bài bản nhất định, nhiều khi, chuyên chở trong chúng rất nhiều yếu tố triết lý bình dân để mở rộng và đi sâu vào lòng quần chúng.

[3] *Flirting* được xem là hành động như thể bị thu hút hoặc cố gắng thu hút ai đó, thường là qua ánh mắt, lời nói, nhưng chỉ để giải trí chứ không phải với ý định nghiêm túc. *Necking* là hôn ở cổ để dẫn tiến xa hơn (making out). *Petting* là việc sờ mó, đụng chạm, vuốt ve. Còn *Spooning*, từ chữ "spoon" là thìa muỗng, cũng nói về quan hệ luyến ái giữa hai người nam và nữ. Ngoài việc chỉ những hành vi thân mật như hôn hít, ôm ấp, từ này còn chỉ hành động nằm nghiêng bên nhau, kẻ sau người trước, co chân lại, và gần sát như hai cái thìa (spoon) được úp vào nhau.

[4] "Nhất ẩm nhất trác giai do tiền định", có nghĩa là ""Mỗi lần uống một ngụm, mỗi lần mổ/gắp một miếng, đều đã do số mệnh định sẵn từ trước." Câu này thể hiện triết lý sâu sắc (của Phật giáo/Đạo giáo) về số mệnh, rằng mọi thứ trên đời, dù là những hành động nhỏ nhất như ăn

uống, đều đã được sắp đặt bởi duyên số hoặc nghiệp lực từ kiếp trước (tiền định).

[5] Nguyên văn và dịch nghĩa: *"I took my troubles down to Madame Ruth / You know that gypsy with the gold-capped tooth / She's got a pad down on Thirty-Fourth and Vine / Selling little bottles of love potion number nine // I told her that I was a flop with chicks / I've been this way since 1956 / She looked at my palm and she made a magic sign / She said, "What you need is love potion number nine" // She bent down and turned around and gave me a wink / She said, "I'm gonna make it up right here in the sink" / / It smelled like turpentine, it looked like Indian ink / I held my nose, I closed my eyes, I took a drink // I didn't know if it was day or night / I started kissing everything in sight. But when I kissed a cop down on Thirty-Fourth and Vine / He broke my little bottle of Love Potion Number Nine... Love Potion Number Nine / Love Potion Number Nine / Love Potion Number Nine...)* (Tôi đã kể hết mọi chuyện với Madame Ruth. Bạn biết đấy, cô nàng Digan với hàm răng bọc vàng đó. Cô ta có một gian hàng, một "bệ phóng", kê ở góc phố Ba Mươi Tư và Vine. Bán những lọ thuốc tình yêu số chín nhỏ. Tôi nói với cô ta rằng tôi là một kẻ thất bại trong chuyện yêu đương. Tôi đã sống như thế này từ năm 1956. Cô ta nhìn vào lòng bàn tay tôi và làm một dấu hiệu ma thuật. Cô ta nói, "Cái anh cần là thuốc tình yêu số chín". Cô ta cúi xuống, quay lại và nháy mắt với tôi. Cô ta nói, "Tôi sẽ pha chế ngay trong bồn rửa này". Nó có mùi như dầu thông, trông giống như mực tàu. Tôi bịt mũi, nhắm mắt lại, nhấp một ngụm. Tôi không biết là ngày hay đêm. Tôi bắt đầu hôn mọi thứ trong tầm mắt. Nhưng khi tôi hôn một cảnh sát ở góc phố Ba Mươi Tư và Vine. Hắn ta đã làm vỡ lọ thuốc tình yêu số chín nhỏ của tôi... Thuốc tình yêu số chín. Thuốc tình yêu số chín. Thuốc tình yêu số chín.)

[6] Nghĩa là: "Thờ cúng Thần linh phải như thể Thần linh đang hiện diện (có mặt) ở đó." Câu này không chỉ là lời khuyên về hình thức cúng bái, tránh sự biểu lộ hình thức hời hợt, mà còn là một triết lý về thái độ và lòng thành kính khi thực hiện lễ nghi. Xuất xứ là từ kinh điển của Nho giáo, cụ thể là Luận Ngữ (論語), bộ sách ghi lại lời nói và hành vi của Khổng Tử và các môn đệ của ông. Câu đầy đủ (trong Luận Ngữ): "Tế như tại, tế thần như thần tại." (祭如在，祭神如神在。). Có nghĩa là: "Cúng tế (tổ tiên) phải như thấy tổ tiên đang có mặt, thờ cúng thần linh phải như thấy thần linh đang hiện diện." Câu này là một trong những nguyên tắc cốt lõi về Lễ (禮) trong triết học Khổng giáo, đề cao tinh thần và thái độ trong nghi lễ hơn là hình thức vật chất.

[7] "Đèo bòng" hay "đèo bồng" (có khi viết là "bèo bồng") có nghĩa là "vướng vít, quấn quýt, dan díu". Ca dao nói "Trót đa mang nên phải đèo bòng", hay "Đèo bòng chi lắm tội trời". Trong Truyện Kiều có câu: *" Đôi ta chút nghĩa đèo bồng / Đến nhà trước liệu nói sòng cho minh".* Đào Duy Anh, trong Từ điển Truyện Kiều, giải thích: "Đèo" là mang theo, "bồng" là bồng bế. Nghĩa bóng là dan díu, vướng vít. Còn đối với "bèo bồng" thì ĐDA cho đó là một danh từ kép của "bèo" và cỏ "bồng".
Từ "đèo bồng" (hay "bèo bồng") là một cách nói ghép, chỉ những mối quan hệ tình duyên quấn quýt, dan díu, không rõ ràng, dễ tan vỡ, như "nghĩa bèo bồng" trong Truyện Kiều, xuất phát từ hình ảnh cành bèo, lá bồng trôi nổi, dễ dạt đi.

Có thể phân tích thêm: 1/ **Đèo (bèo):** Theo nghĩa thuần Việt từ chữ "đèo" là mang thêm, chở thêm, mang theo, vướng vào (có thể gần gụi với chữ "đeo" về mặt từ nguyên); hay từ chữ "bèo", với hàm nghĩa là trôi nổi, lênh đênh. 2/ **Bồng (bồng):** Có gốc từ chữ Hán là "bồng" (蓬), chỉ loại cỏ dại, dễ bay theo gió, mọc ở nơi hoang vu. Ý nghĩa gốc của "đèo bồng"/"đèo bòng" (hay "bèo bồng") là kết hợp này tạo ra hình ảnh một thứ gì đó mong manh, không có gốc rễ, lênh đênh, không bền vững. Nghĩa bóng của nó thường được dùng để chỉ những mối quan hệ yêu đương mập mờ, vướng víu, không chính thức, dễ bị chia lìa, thường mang sắc thái tiêu cực. Nhưng, trong lời ăn tiếng nói của người Việt, từ "đèo bồng"/"đèo bòng" còn mang một ý nghĩa khác nữa.

Trong quyển Truyện Kiều của Trần Nho Thìn (chủ biên) và Nguyễn Tuấn Cường (khảo, chú, bình), do nxb Giáo Dục in năm 2007, bìa cứng khổ lớn, gần như vuông, các tác giả cho biết rằng từ "đèo bòng" trong câu *"Đôi ta chút nghĩa đèo bòng / Đến nhà trước liệu nói sòng cho minh"* còn được viết là "bèo bồng", và rằng, ngoài ra, có nhiều bản Kiều khác nhau ghi là "đèo bồng". Dĩ nhiên là để chỉ một thứ quan hệ yêu đương vướng víu, không chính thức. Dù sao, trong Việt Nam Quấc Âm Tự Vị, Paulus Huình Tịnh Của giải thích "đèo bòng" là "Tham muốn quá. Đòi, với trặc trẹo". Tôi ngờ rằng, "bòng" (trong "đèo bòng") là từ chữ "bồng" (蓬), đã giải thích ở trên. Đây cũng có thể là cách phát âm và ghi âm theo lối gốc miền, địa phương, giống như các chữ thầy/thày, mầy/mày, nhẩy/nhảy, tụi bây/tụi bay, hết thẩy/ hết thảy, mầu/màu, v.v... Mỗi cặp gồm một lối có dấu mũ ở trên, một lối không. Việt Nam Từ Điển của Lê Văn Đức và Lê Ngọc Trụ, trong phần giải thích về câu "Ăn mày đòi xôi gấc" cũng dùng từ "đèo bòng" để chỉ việc tham lam, "nghèo mà đèo bòng, hay đòi hỏi những sự quá đáng."

Riêng về từ "đèo", như Đào Duy Anh giải thích ở trên, ta thấy trong một số ngữ cảnh, nó có nghĩa là "mang theo". Ta nhớ bài ca dao (Hôm Qua)

Tát Nước Đầu Đình: "*Hôm qua tát nước đầu đình / Bỏ quên chiếc áo trên cành hoa sen / Em được thì cho anh xin / Hay là em để làm tin trong nhà? / Áo anh sứt chỉ đường tà / Vợ anh chưa có, mẹ già chưa khâu / Áo anh sứt chỉ đã lâu / Mai mượn cô ấy về khâu cho cùng...*" Anh chàng trong ca dao "tán" rất khéo. Nhờ cô gái khâu hộ áo, rồi hứa hẹn "*Khâu rồi anh sẽ trả công / Đến khi lấy chồng anh sẽ giúp cho*". Mà những điều anh hứa giúp thì toàn là những chuyện chàng rể, nhà trai phải làm để chuẩn bị đám cưới: "*Giúp cho một thúng xôi vò / Một con lợn béo, một vò rượu tăm / Giúp em đôi chiếu em nằm / Đôi chăn em đắp, đôi trầm em đeo / Giúp em quan tám tiền cheo / Quan năm tiền cưới, lại đèo buồng cau.*". Phần cuối, ngoài "quan năm tiền cưới" thì lại có thêm cả một "buồng cau". "Đèo" là như thế! Là thêm vào. Người Bắc, chở nhau đi bằng xe đạp, hay xe gắn máy, cũng gọi là "đèo nhau", với nghĩa là "mang nhau theo". Trong Nam gọi là "chở nhau".

Về chữ "bòng" trong "đèo bòng", tôi nghĩ là nó nhiều phần có thể phát xuất từ chữ "bồng" gốc Hán, như đã nói ở trên. Hoặc là từ hình ảnh "cây bồng (bồng)". Như trong cụm từ "rối như mớ bòng bong". Ở đây, chữ "bòng" trong "mớ bòng bong" có nguồn gốc từ tên một loại cây leo thân rễ có lá nhỏ, mọc lan rộng và thường quấn quýt vào nhau, tạo thành mớ lộn xộn, khó gỡ, từ đó diễn tả trạng thái rối bời, nhiều thứ dính vào nhau, không rõ ràng, phức tạp. "Bòng bong" chỉ cây hải kim sa (hoặc cây "bồng bồng"), một loại cây dây leo có tua tủa ra, mọc nhiều, rậm rạp, sum suê, thường được dùng để trị các chứng bệnh về đường tiết niệu. Danh pháp khoa học của nó là *Lygodium japonicum*. Thành ngữ "mớ bòng bong" mô tả tình trạng rất rối rắm, lộn xộn, phức tạp, chồng chéo như một mớ dây leo quấn chặt vào nhau, khó phân biệt, khó giải quyết.

[8] "Xì trum" là một từ ngữ được đưa vào ngôn ngữ Việt Nam khoảng năm 1972, 1973. Nó bắt đầu từ loạt truyện "Xì trum" bằng tranh của Pháp, được "can ke" và được dịch lại qua tiếng Việt. "Xì trum" là tên giống dân rất dễ thương, người chỉ nhỏ bằng ngón tay và nói cái gì cũng chỉ dùng độc có hai chữ "xì trum". Tuy nhiên, khi đặt trong câu nói, trong dòng văn, trong ngữ cảnh (context), thì ai cũng hiểu "xì trum" trong câu này là gì, "xì trum" trong câu kia là gì... Chẳng hạn một dân "xì trum" ham ăn nói: "'Xì trum' quá! Từ sáng đến giờ chẳng có cái 'xì trum' gì để mà 'xì trum' cả!", thì chữ "xì trum" thứ nhất chỉ một từ biểu cảm gì đó như "Chán", hoặc "Buồn"/ "Rầu", v.v...; chữ "xì trum" thứ hai chỉ cái gì ăn được; còn chữ thứ ba thay cho chữ "ăn".

NGUYỄN VY KHANH

BÁO CHÍ HẢI NGOẠI THỜI ĐẦU (1975 - 1979)

Biến cố ngày 30-4-1975 đã chấm dứt một cuộc chiến huynh đệ tương tàn, cho "người ngoài" và những chủ nghĩa trần gian ngắn hạn. Báo-chí Việt-Nam Cộng-Hòa, ở miền Nam, đã bị cấm, đốt, tiêu diệt, do đó đã theo người tị nạn ra hải-ngoại, và một sinh hoạt báo-chí cùng một nền văn-học không cộng sản tiếp nối nền văn-học khai phóng, dân-chủ tự do cùng với các sinh-hoạt chính-trị, xã-hội của con người miền Nam. Các báo và tạp-chí thời đầu đã là cái nôi xuất hiện những nhà văn mới, chống Cộng, như Giang Hữu Tuyên, Vũ Kiện, Bắc Phong,... sau thêm Nguyễn Ngọc Ngạn, Võ Kỳ Điền, Nguyễn Văn Ba, Tưởng Năng Tiến, Võ Hoàng, v.v... bên cạnh những nhà văn đã từng nổi tiếng hoặc hoạt động trước năm 1975 ở quê nhà.

Với văn-học chữ quốc-ngữ thì ngay từ thời bình minh của nền văn-học, báo-chí đã là đất nẩy mầm và song hành với sinh hoạt văn-học nghệ thuật. Ra đến hải-ngoại, báo-chí của người Việt ban đầu tiếp tục "sứ mạng" đó nhưng dần về sau này thì tách rời hẳn sinh hoạt văn-học đúng nghĩa (còn lại dịch vụ in và đại lý bán sách)!

Về báo chí lưu vong của người Việt sau ngày 30-4-1975, một trong những tờ báo đáng gọi là mở đầu, đi tiên phong là ***Chân Trời Mới*** ra đời ngay đầu tháng 5-1975 (số 1, ngày 2-5-1975) ở trại tị nạn đảo Guam rồi ở trại Pendleton, CA, nhưng in ấn thành báo phải xem tờ *Đất Mới* của Huy Quang Vũ Đức Vinh và Thanh Nam xuất bản ở Seattle, WA tháng 7-1975, *Trắng Đen*, tuần báo, số 1 ra ngày 6-3-1976, của Việt Định Phương và tờ *Hồn Việt* của Nguyễn Hoàng Đoan tháng 11-1977, là những tờ báo đầu tiên của người Việt tị nạn, lưu vong – vì trước đó đã có một số báo-chí của sinh viên và Việt kiều quốc-gia cũng như cộng-sản: trước năm 1975, Tổng hội Sinh viên Việt-Nam tại Mỹ có tờ đặc san *Sinh Viên* ở Washington D.C., của các sinh viên một thời như Nguyễn Đình Hoà, Đàm Trung Pháp, Nguyễn Hữu Trí, v.v... *Lá Thư Việt Kiều* của Hội Ái hữu Việt Kiều (có English Supplement) tại Hoa-Thịnh-Đốn từ 8-1956. Riêng sinh viên Công giáo du học ở Bắc Mỹ năm 1951 đã lập hội và ra tờ *Chuông Việt* ở Chicago để nối sợi dây liên lạc – thời của những sinh viên Đỗ Trọng Chu, Nguyễn Gia Hiến, Nguyễn Thái, Bùi Kiện Thành, Nguyễn Văn Thơ, Phó Bá Long, Huỳnh Văn Lang,... và nhiều linh mục, tu sĩ. Ngoài ra còn có các bản tin bằng tiếng Anh như *Vietnam News*, the voice of non-communist Vietnamese số 1, 25-9-1977, v.v... Ở Bỉ có tờ *Khai Phóng* của Nhóm Sinh viên Việt-Nam tại Louvain từ 1971 ra được 5 số, ngưng 1972. Ở Pháp có tờ *Thông tin Sinh viên* (tiền thân của tờ *Nhân Bản*, 1977) của sinh viên quốc gia và *Đoàn Kết* của Việt-kiều thân Cộng từ thời Mậu Thân 1968. Ở Canada, nếu sinh-viên đại học ở thủ đô Ottawa từng có tờ *Tấc Đất* thì thủ đô tỉnh bang Québec có tờ đặc san *Đất Lạnh / Terre Froide* của Hội Việt kiều Québec bất định kỳ từ thập niên 1960, lúc đầu là tiếng nói sinh-viên Việt-Nam Cộng-Hòa theo học tại đại học Laval gồm "quốc-gia" và "thân Cộng, phản chiến" lúc lằn ranh chưa rõ (trong Ban biên tập từng có Lương Châu Phước), sau trở thành tiếng nói của Việt kiều (từ biến cố tháng Tư 1975) và cựu sinh-viên "quốc-gia".

Chân Trời Mới là tờ báo in/giấy bắt đầu từ đảo Guam nhưng đặc biệt là những người chủ động biên tập như Phạm Kim Khánh sau đó di tản qua nhiều nước khác nhau, họ tiếp nối tiếng nói tị nạn qua báo-chí. Ở Úc tiếp nối ra tờ *Người Việt Tự Do* số đầu ra ngày 01/11/1975 nhưng không sống được lâu. Nhóm thứ hai khá đông đảo ở Hoa-Kỳ, tiếp tục ra tờ *Đất Mới / New Land*, bán nguyệt san phát hành ở Seatlle WA. Nhóm Montréal (Canada) dùng lại tên *Chân Trời Mới* làm "*tiếng nói của những người yêu chuộng hoà bình đấu* *tranh cho tự do dân-chủ thực sự"* - sau giao lại cho nhóm Dân Quyền Trương Trí Vũ biến thành tờ *Dân Quyền. Chân Trời Mới* chủ-nhiệm ký Lam Khê, chủ-bút Việt Doãn, tổng-thư-ký Nguyễn Đình (vào giai đoạn đầu các nhà báo và tranh đấu chính-trị thường ký biệt hiệu hơn là dùng tên thật - lý do khác với việc dùng biệt hiệu, tên giả để chống phá nhau trên báo-chí sau đó và qua Internet của thời nay), số đầu ra ngày 1-9-1975, đến số 24 (12-1977) thì đình bản, xong "*sứ mệnh chuyển tiếp*" "đánh dấu sự thành công của nỗ lực kết hợp các anh chị em cùng chí hướng" và chuyển thành tờ *Dân Quyền* cho 'giai đoạn đấu tranh mới' "tiếp nối nỗ lực đấu tranh cho quyền làm người của nhân dân ta" (Trích Quan điểm, số 24) như sẽ nói ở phần sau.

Đất Mới / New Land, bán nguyệt san phát hành ở Seatlle WA, khổ tabloid song ngữ Anh-Việt, số đầu tháng 7-1975, số cuối 241 (1987), xuất-bản với trợ cấp của Chương trình Tỵ Nạn tiểu bang Washington, Huy Quang Vũ Đức Vinh thành lập và chủ-nhiệm chủ-bút, Thanh Nam tổng thư ký, Nguyễn Văn Giang trị sự (Executive Editor) phụ trách hình thức, lên trang và phát hành. (Thanh Nam mất ngày 2-6-1985 và Huy Quang Vũ Đức Vinh mất 9-12-2005). Mai Thảo phụ trách tòa soạn (Editor) hai năm trước khi về Quận Cam tục bản tờ tạp-chí *Văn*. Phần tiếng Anh do Phạm Xuân Vinh làm Editor. Những người viết chính: Huy Quang, Nguyễn Văn Giang, Túy Hồng, Phan Lạc Tiếp, Trần Thị LaiHồng, Nguyễn Thanh Trang, sau thêm Mai Thảo, Võ Đình, Nhất Tuấn,... Trên tờ báo này, lần đầu tiên có bài viết từ trại tỵ nạn ký tên Tưởng Năng Tiến. Vũ Đức Vinh mục Người Trung Niên, và giải đáp thắc mắc liên quan đến chương trình tỵ nạn, vấn đề tạm trú, định cư. Thanh Nam phụ trách các mục văn học nghệ thuật Hồn Xưa Tiếng Xưa, Sinh hoạt Văn Nghệ, Góp Vần Họa Điệu, Làng Say Xướng Họa, Chuyện Quanh Bàn Nhậu và Điểm sách,... dưới nhiều bút hiệu như Việt Trần (như ông từng buồn đau cho biết đổi ngược họ tên cha mẹ đặt - Viễn Khách), Tiểu Lưu Linh, Đồ Say. Túy Hồng phụ trách mục Đất Mới Đời Mới Người Vẫn Cũ, đăng các truyện dài Sạn Đạo và Tay Che Thời Tiết, và sự có mặt của Nguyên Phong và Nguyễn văn Nha. *Đất Mới* dùng máy điện tử IBM có quả cầu với chữ không dấu và phải bỏ dấu bằng bút nhỏ nét.

Ở các trại tị nạn trên đất Hoa-Kỳ cũng đã có những bản tin báo-chí phần chính để giúp người mới đến và chờ định cư ở Mỹ: Florida, căn cứ Eglin Air Force có tờ cùng tên *Đất Mới/New Land* xuất-bản từ 15-5-1975; Fort Chaffee ở Arkansas có tờ *Tân Dân/New People* từ 4-5-1975 và tờ *Helping Hand* từ 2-5-1975; Fort

Indiantown Gap ở Pennsylvania có *Đất Lành/Good Land* từ 14-6-1975; Camp Pendleton ở California có *Thông Báo/Vietnamese Newsletter* từ 5-1975,

Hồn Việt-Nam của Minh Đức Hoài Trinh số 1 ra ngày 15-10-1975, ở Paris (Pháp) cũng như *Quê Mẹ* của Võ Văn Ái năm 1976 tại Gennevilliers ra được một số, vì là của những người đã ở sẵn ở ngoài, chỉ có thể xem là tiếng nói yêu nước, nhớ nước, nói đến hòa-bình và chiến-tranh như biến cố, sự kiện,... *Hồn Việt-Nam* bộ mới với số ra tháng 10-1977 mới trở thành tờ báo đấu tranh chính-trị với ban biên-tập mới có sự tăng cường của Trần Tam Tiệp, Vũ Phong, Phạm Hữu. Như vậy, từ ý tưởng tái thiết đất nước sau chiến-tranh, báo đi đến chỗ đối đầu chính-trị và đấu tranh cho quê-hương! Các cây viết cộng tác trước sau phần lớn sống ở Bắc Mỹ như Trường Sơn, Du Tử Lê, Lê Tất Điều, Kiều Phong, Hư Trúc, Mai Khuê, Trần Tam Tiệp, Võ Văn Hà, Phạm Nam Sách, Phạm Cao Dương, Thằng Bờm, Bồ Hòn, Đạo Cù, Phạm Hữu, Nguyễn Hữu Ích, Vũ Phong... *Hồn Việt-Nam* theo thiển ý không thể là xem là tờ báo tị nạn tiên phong như Thụy Khuê đã đề cập trong bài "Hai Mươi Lăm Năm Văn Học Việt-Nam Hải Ngoại 1975-2000" (99), tiên phong ở Pháp thì đúng hơn.

Lửa Việt, bán nguyệt san, số 1 ra tháng 9-1975, vùng thủ đô Washington D.C., do Nguyễn Ngọc Bích chủ biên. Bài vở được đánh máy trên giấy stencil rồi in roneo, với sự cộng tác của những nhà văn, nhà báo quen thuộc trước 1975 như Nghiêm Xuân Hồng, Ngô Vương Toại, Lê Tất Điều, Trùng Dương, Phạm Trần, Mặc Đỗ, Trần Phong Vũ, Võ Phiến, Hà Mai Phương, Vi Khuê, Viên Linh,... [Theo Viên Linh trong bài "40 Năm văn-học hải-ngoại, 1975-2015" trên báo *Người Việt* 8-4-2015, thì "tờ "Lửa Việt Xuân Bính Thìn (1976)" là *giai phẩm văn nghệ đầu tiên của Văn Học Hải Ngoại.* Tờ giai phẩm ấy in như một tờ báo Xuân của miền Nam, cái khác chính yếu là nhận định của các nhà văn nhà thơ cộng tác về đất nước người, về tâm sự lưu vong. Tháng 4 này 2025, hình dung tổng quát về 50 năm Văn Học Hải Ngoại, tốt nhất xin hãy bắt đầu tìm hiểu nền văn học ấy bằng những sáng tác nhận định đầu tiên xuất hiện trong năm lưu vong đầu tiên. Sáng tác có: Nghiêm Xuân Hồng: Xuân Thực hay Xuân Mộng, tùy bút - Mặc Đỗ: Cái Áo Len Màu Rêu, truyện ngắn - Hùng Lân (nhạc sĩ): bản nhạc Tuyết Rơi - Võ Phiến: Mưa Giăng Tuyết Đổ - Viên Linh: Cố Hương, thơ - Trần Phong Vũ: Về Một Cái Hẹn Nơi Quê Cũ, truyện ngắn - Nguyễn Đức Nam: Mùa Xuân Không Trở Lại, truyện ngắn - Kim Y: Hờn Vong Quốc - Vi Khuê: Hoang Vu - Huyền Vũ (ký giả thể thao): Hướng Nhớ Người Đi"].

Trắng Đen, tuần báo, số 1 ra ngày 6-3-1976, ở La Crescenta CA, của Việt Định Phương, tục bản nhật báo thời trước 4-1975, đến số 51 (1977) ngừng, ra bộ mới số 1 kéo dài đến số 237 (1983). Cộng tác có Tử Vi Lang, Đinh Văn Ngọc,... Việt Định Phương bí danh Phạm Trúc Việt tham gia Chí Nguyện đoàn Hải-ngoại Phục quốc (từ 1978) và có lúc tờ *Trắng Đen* ủng hộ kháng chiến, ông mất ngày 10-2-2010.

Văn Nghệ Tiền Phong bán nguyệt san tục bản ở Arlington VA thành *"tờ báo của mọi gia-đình Việt hải-ngoại"*, số đầu ra dịp Xuân Bính Thìn (1976), chủ-nhiệm vẫn là Hồ Anh Nguyễn Thanh Hoàng, và sau khi ông mất (2004), chủ-nhiệm ghi là Thủy Tiên. Từ những số đầu có sự cộng tác của Tử Vi Lang, Thanh Tân, Trúc Sỹ, Nguyễn Sơn, họa sĩ Hĩm và các nhà văn Võ Phiến (dùng biệt hiệu), Nguyên Sa (ký Đoàn Vũ), Hoàng Anh Tuấn và Túy Hồng. Đây là tờ báo bán mạnh với ấn bản có lúc lên đến hơn 10 ngàn số (và có thể 25 ngàn) và sống lâu nhất ở hải-ngoại cho đến nay, nhắm thông tin đại chúng, thời sự chính-trị và kiến thức phổ thông, tiểu-thuyết từng kỳ bình dân hoặc võ hiệp, quái dị. Báo tổ chức các "Giải Truyện Ngắn VNTP", Võ Phiến làm trưởng Ban Tuyển Chọn (sau xuất-bản như tập truyện *Trừng Phạt*). Về sau công ty Tienphong Inc. ra thêm tờ *Tiểu Thuyết Nguyệt San* do Tạ Quang Khôi phụ trách lúc đầu, Hà Bỉnh Trung thay thế, khổ sách chuyên về thơ văn và tiểu-thuyết đại chúng. Nhân viên và cộng tác viên bị ám sát: Đỗ Trọng Nhân, Lê Triết hiệu Tú Rua và phu nhân (22-9-1990),...

Bút Lửa, *"tiếng nói của những tâm hồn Việt Nam bất khuất muôn đời"*, ra mắt khoảng cuối năm 1976, Lê Tất Điều chủ trương, chủ-nhiệm Hoàng Kỳ, chủ bút Bạch Hổ, tổng thư ký Trần Phong Kiếm, thư ký tòa soạn Hoàng Phú, ban cố vấn gồm Nguyên Sa, Võ Phiến, Phạm Kim Vinh, Kiều Phong, Giao Chỉ, Bồ Đại Kỳ, Lưu Trung Khảo, Cao Bồi già. Tờ báo phúng thích thời sự và nhân-vật, với đặc điểm là tên toàn là bút hiệu: Ngụy Trúc, Hũ Chìm, Tiêu Lang, Cao Thủ, Hoàng Phú, Nguyễn Quang Kỳ Sửu, Lão Ông Di Tản rực rỡ tên vàng, Lạc Việt, Thí Mạng Cùi, Bỏ Đi Tám, Húc Mệt Nghỉ, Khò Khè, Cà Chớn, Chịu Chơi, Đầu Bò, Văn Nhân Rửa Chén, Thi Sĩ Bán Cà Rem, Láng Coóng, Móc Trâu Lăn, Bạch Hổ, Quả Da, Đai Lực Sĩ–Đạo Cù, Bê Bình Phương, Chàm Dàm,... Với ngôn-ngữ của báo-chí và phóng sự của thời trước 1975. *"Kể từ số 7, Bút Lửa trở thành bán nguyệt san.*

Đó là điều nhóm chủ trương chúng tôi không dám hy vọng trước nay chừng vài tháng. Hẳn quý vị còn nhớ, sau khi Bút Lửa ra đời, nhiều bạn lấy làm thắc mắc. Tại sao trên số 1 không nêu định kỳ xuất bản? Đây là báo niên san hay quý san? Là nguyệt san hay tuần san? Một tháng một lần hay một năm vài lần? Cái làm bạn đọc thắc mắc cũng là nỗi lo của chúng tôi, không biết một năm có thể in được mấy số, không biết mỗi số in nổi mấy nghìn tờ? không biết duy trì tờ báo sống nổi được bao nhiêu?". Với 12 số, tờ này có mặt khá ngắn ngủi với làng báo hải-ngoại.

Quật Khởi nguyệt san, "cơ quan ngôn luận của những người Việt tranh đấu cho dân chủ, tự do, tiến bộ" ra mắt tháng 3-1976.

Người Việt Tự Do, cơ quan ngôn luận của Tổ chức Người Việt Tự Do (được thành lập ngày 1-11-1975, sau là Lực lượng Quân Dân Việt-Nam Hải-ngoại) của Đỗ Thông Minh (Ngô Chí Dũng?), Ban biên tập hùng hậu nhưng không ghi chủ-nhiệm chủ-bút, phát hành từ Nhật-Bản, từ 1976 và ngưng năm 1981 khi tổ-chức sát nhập Mặt Trận Quốc-Gia Thống Nhất Giải Phóng Việt-Nam của HCMinh. Ngoài ra tờ nguyệt san cùng tên *Người Việt Tự Do* phát hành ở Campbell CA ngưng sau số 81 để ra tờ ***Kháng Chiến*** cơ quan Tuyên vận của Mặt Trận Quốc-Gia Thống Nhất Giải Phóng Việt-Nam – như vậy, tờ *Kháng Chiến* xuất-bản tại San Jose CA, lúc đầu in 10.000 bản cho mỗi số và Đỗ Thông Minh từ Nhật sang làm Chủ Nhiệm kiêm Chủ Bút, đến 1983 có khủng hoảng, ký giả Lê Thiệp thay thế đảm trách một năm rồi giao lại ông Huỳnh Lương Thiện cho đến khi xảy ra cuộc khủng hoảng Mặt Trận bể làm hai giữa ông PV Liễu và ông HC Minh. Báo có bài vở của Trùng Dương, Võ Hoàng, Bắc Phong,... Nhóm còn mở nhà xuất-bản Đồng Tiến và Mặt Trận còn tổ chức giải Văn-học Nghệ-thuật Quốc khánh Việt-Nam "*để tuyên dương những tác phẩm văn học nghệ thuật đóng góp vào việc xây dựng và vun bồi chí khí dân tộc trong giai đoạn đấu tranh hiện nay*".

Hồn Việt số 1 ra tháng 11-1977, số cuối 35 năm sau, đình bản hẳn sau số tháng 6-2012. Nguyễn Hoàng Đoan chủ-nhiệm, Phạm Kim Vinh chủ-bút thời đầu, Thanh Nam phụ tá chủ-nhiệm chủ-bút, Nguyễn Hữu Đông tổng-thư-ký, về sau Võ Phiến thay Thanh Nam và Lê Tất Điều làm tổng-thư-ký – và sau, Long Ân thay thế. Sang năm 1978, báo bán cho Đỗ Ngọc Tùng của nhà xuất-bản Đại Nam thì Mai Thảo về làm chủ-bút, tổng-thư-ký vẫn là Long Ân. Đến 1982, Ngọc Hoài Phương thay Mai Thảo và cuối cùng năm 1990, Ngọc Hoài Phương mua lại tờ báo và giữ cho đến ngày đình bản với phụ tá chủ nhiệm Trần Kiêm Thêm, chủ bút Vương Trùng Dương, phụ tá chủ bút Ngô Văn Quý, tổng thư ký tòa soạn Việt Dzũng (từ 1992 đến số cuối). Những người cộng tác lúc đầu có Phạm Kim Vinh, Lê Tất Điều, Nguyên Sa, Đỗ Ngọc Yến, Cao Tiêu, Du Miên,... Theo nhà báo Long Ân Lê Nguyên Long, *Hồn Việt* là "tờ báo đầu tiên của người Việt tị nạn", manh nha từ trại Fort Chaffee và do nhà in Thủy Quân Lục Chiến Mỹ ở San Diego in ấn (X. *Người Việt*, Xuân Quí Mùi 2003, tr. 116).

Quê Mẹ, xuất-bản năm 1976 tại Gennevilliers, sau một số đầu thì ngưng và chỉnh đốn lại thành tạp-chí, Võ Văn Ái chủ-nhiệm, Ỷ Lan tổng-thư-ký, với sự cộng tác của Từ Nguyên, Hồ Trường An, Nguyễn Hưng Quốc,... Dưới tiêu đề "Quê Mẹ" có thể đọc được như sau: *"Như chim hồng chim lạc. Dù lưu lạc mười phương, chúng ta vẫn bay mãi trên vùng trời quê hương. Đuôi xoè đóa sen, lưng chở núi, lòng ôm mặt trời, đôi mắt trừng trừng nhìn hư không xanh, và đôi cánh lộng làm rơi rụng nghìn dặm cách chia".* Thời đầu được người đọc và thức giả nồng nhiệt đón nhận nhờ sự cộng tác của nhiều cây viết nổi tiếng và nội-dung về vấn-đề thời sự Việt-Nam, vượt biên, v.v... nhưng càng về sau người chủ trương gần như đơn thân bao sân và báo ra bất thường hơn. Có một thời có thêm ấn bản Hoa-Kỳ. Tờ *Quê Mẹ* của Võ Văn Ái và Ủy-Ban Bảo Vệ Quyền Lợi Người Việt-Nam (từ 1977) vừa đại diện Văn Phòng Thông Tin Phật Giáo Quốc Tế và Giáo Hội Phật Giáo VN Thống Nhất tại hải ngoại, tranh đấu cho nhân quyền, tường trình trước diễn đàn LHQ về những vi phạm ở VN, phổ biến tin và bài từ trong nước gửi ra. Lúc đầu là "bán nguyệt san thông tin, văn-hóa và liên lạc người Việt hải-ngoại", khổ tabloid lớn ("Văn-nghệ sĩ sau ngày đi đăng ký" của Đinh Xuân Thu, số 11-15, năm 1977); sau đổi khổ A4 và là "cơ sở văn-hóa và liên lạc người Việt hải-ngoại" có sự cộng tác của nhiều văn-nghệ sĩ và một thời nội-dung văn-học đáng kể, sau chính-trị, tôn giáo nhiều hơn và mất đi nhiều cộng tác viên. Số cuối 153-154 ra tháng 2-2000.

Đuốc Tuệ / Torch of Wisdom do Buddhist Congregational Church of America/Chùa Phật-giáo Việt-Nam tại D.C. Hoa-Thịnh-Đốn, ra đời tháng 5-1976 với ban biên tập trong ngoài giới cư sĩ: Thích Giác Đức, Thích Nhất Hạnh, Thích Thanh Đạm, Hoàng Văn Chí, Nghiêm Xuân Hồng, Ngọc Dũng, Trương Cam Khải, Vũ Khắc Khoan, Mặc Đỗ, Võ Phiến, Trùng Dương, Cung Tiến, Thanh Nam, Túy Hồng, Nguyễn Ngọc Bích, Duy Thanh, Tăng Xuân An, Vũ Phan, Viên Linh,...

Tin của Giáo Xứ Việt Nam Paris ra số 1 nhân Giáng sinh 25-12-1976, ban đầu 4 trang A4, biên tập: Lm. Ngô Duy Linh, ...

Việt-Nam Hải Ngoại ở San Diego CA, do Đinh Thạch Bích đứng đầu nhóm chủ-biên, Vũ Lục Thủy phụ trách tòa soạn, số 1 năm 1977 và đình bản năm 1993. Cộng tác có Cao Tiêu, Linh Bảo, Phan Lạc Tiếp, Vĩnh Hảo, Nhị Lang, Đỗ Hữu Tài, Phạm Nam Sách, Nguyễn Văn Chức, Thái Lân, Đỗ Mậu, Lê Văn Khoa, Trần Diệu Hằng, Trùng Dương, Du Tử Lê, Hà Thế Ruyệt, Trần Tam Tiệp, Trần Mộng Tú, Trang Châu, Hạo Chu (phóng sự Trai Giao Chỉ, gái Cờ Huê), v.v... Tiếng nói ngoại vi của Lực Lượng Quân Dân Việt-Nam (*Cờ Vàng* là cơ quan chính thức, 1977-1981).

Hiện Diện, Nội san Công Giáo Việt Nam tại Pháp / Bulletin d'information des Catholiques Vietnamiens en France, bán nguyệt san số 1 ra tháng 11-1977.

Hoài Hương, ra ngày 15-11-1977, Quốc Nam chủ bút với các cây viết loan báo trước như Cao Thế Dung, Trần Phong Vũ, Du Tử Lê, Diễm Châu, Bảo Vân, Ngọc Dũng, Xuân Vũ, Trần Đình Ngọc, Thái Dương, Nguyễn Ngọc Liên, Tâm Chúng và ba họa sĩ Phạm Thông, Nguyễn Hệ và Đào Vĩnh San. Không sống lâu.

Văn Học Nghệ Thuật số ra mắt tháng 4-1978, do Võ Phiến chủ-nhiệm và Lê Tất Điều chủ-bút, trị sự họa sĩ Lâm Triết, giám đốc kỹ thuật Trần Đình Long, địa chỉ liên lạc ở San Diego CA. Trích lời mở đầu trong số ra mắt: "*... Báo Việt Ngữ ở hải ngoại quả thật đã nhiều, hầu hết chú trọng vào tin tức thời sự và các vấn đề chính trị (...) Tuy vậy 3 năm sau biến cố tháng 4-1975, cuộc sống ly hương dần dần khiến nhận thấy ngoài thời sự chính trị ra chúng ta còn có những nhu cầu tinh thần khác khá khẩn thiết để có thể tiếp tục sống đời đáng sống. Người Việt tị nạn rồi có ngày trở về? Ngày nào? Trong khi chờ đợi để làm ăn sinh sống chúng ta chấp nhận để hòa đồng với xung quanh đến mức độ nào? Sự hòa đồng sẽ thực sự tuần tự trong bao lâu? Chúng ta nhất quyết giữ lại những gì của dân-tộc tính? Bằng cách nào?* V.v..." (Tr. 3). Số đầu trên bìa báo ghi "Tạp-chí văn-nghệ đầu tiên của người Việt hải-ngoại", 94 trang, giá $2US, với sự có mặt của Võ Phiến, Mặc Đỗ, Lê Tất Điều, Phạm Duy, Phạm Tăng và Hoàng Dung. Ngoài truyện ngắn, thơ, truyện dịch còn đăng bản dịch Anh ngữ cuốn *Ngưng Bắn Ngày Thứ 492* / The 492nd Day of the Cease-fire của Lê Tất Điều. Mỗi số in khoảng 700 bản, ra được 13 số, ngưng với số tháng 8-1978.

Bộ mới, số đầu ra tháng 5-1985 với chủ-nhiệm Võ Phiến, chủ bút Lê Tất Điều và Nguyễn Mộng Giác tổng thư ký – Thư Chủ Nhiệm Võ Phiến "thay mặt Ban Chủ Xướng": "*Cách đây bảy năm tờ Văn Học*

Nghệ Thuật ra đời, vì một nhu cầu tinh thần của cộng đồng lúc bấy giờ chưa được đáp ứng. Lúc bấy giờ hoàn cảnh sinh hoạt của cộng đồng ta hãy còn khó khăn về mọi phương diện. Tờ báo loay hoay với một số người cầm bút hãy còn ít ỏi, trình diện cùng độc giả tại chợ búa lẫn lộn cùng rau mắm vì chưa có nơi nào có hiệu sách báo, từ trang đầu tới trang chót không có lấy một cái quảng cáo vì tình trạng kinh doanh của bà con ta hãy còn phôi thai v.v... Trong hoàn cảnh ấy chúng tôi chỉ duy trì tờ báo được non một năm rưỡi. Bây giờ, mười năm sau cuộc di cư, tình hình sinh hoạt cộng đồng ta đã đổi khác, tình hình giới cầm bút của chúng ta tại hải ngoại cũng đã đổi khác một cách thuận lợi. Chúng tôi quyết định tiếp tục công việc năm xưa, vì nghĩ rằng một công việc trót khởi xướng, một tờ tạp chí trót ra đời là một cam kết không thể bỏ dở dang mà vẫn an lòng..." (Tr. 1). Số cuối bộ mới là số 8&9 (12-1985/1-1986), với sự có mặt của 19 văn-nghệ sĩ, nhường chỗ cho tạp-chí *Văn Học* tháng 2-1986 – số đặc biệt về thi ca.

Dân Quyền "*nguyệt san thông tin nghị luận, tiếng nói của người Việt đấu tranh cho dân quyền*", chủ trương "*góp mặt trên làng báo hải-ngoại như một diễn đàn, một cơ sở thông tin nghị luận, một phương-tiện trao đổi ý kiến để tiến tới việc thống nhất tư tưởng và hành động với các tổ chức, các đoàn thể bạn trong dòng vận động cách-mạng dân-tộc cứu nước và dựng nước*" - chủ trương và nội-dung trùng hợp với đa số các cơ quan truyền thông khác ở nhiều nước, riêng ở Montréal thì nhóm chỉ thu phục được một số nhỏ cùng tin tưởng lúc đầu vì ngoài nhóm còn có ít nhất 2 khuynh hướng đấu tranh chính-trị khác, nhóm *Dân Tộc-Hành Trình-Focus Vietnam* và nhóm *Vượt Biển-Nắng Mới-Kháng Chiến*. Tờ *Dân Quyền* số 1 (Xuân Mậu Ngọ) ra đầu tháng 2-1978 đến số 106 ra tháng 6-1987 thì ngưng mặt báo chí, thông tin văn nghệ để tham gia các liên minh và mặt trận đấu tranh trên các diễn đàn hải ngoại, và nay đã rơi vào quên lãng. Lúc đầu ghi là do một Ủy ban thực hiện nhưng trong thực tế chủ-biên gồm Trương Trí Vũ, Trần Hà Việt với sự góp mặt của Bắc Phong, Lạp Chúc (Nguyễn Huy), Vũ Kiện, Đoàn Văn Toại, Nguyễn Ngọc Ngạn, Võ Kỳ Điền, ... Ngoài một số nhận định chính-trị theo thời sự, nhiều bài lấy lại từ tài liệu và tác-phẩm đã xuất-bản như các biên-khảo chính-trị, danh nhân, học tập cách-mạng và tiểu-thuyết của Nhất Linh; riêng nhà văn Phan Nhật Nam lúc bấy giờ còn ở trong nước qua Đào Vũ Anh Hùng đã công bố toàn tập Nhật ký trong lao tù cải tạo (các số 39-42, năm 1981).

Người Việt, tuần báo, từ 15-12-1978, ở San Diego rồi Santa Ana vùng Nam California từ 22-8-1981, do Đỗ Ngọc Yến và Du Miên thành lập. Số đầu 4 trang, sau thêm phụ trang English section, ngoài ra có trang song ngữ Tuổi Trẻ do Việt Dzũng phụ trách. Đến 1985 cải thành nhật báo – thứ hai của người Việt hải-ngoại. Hoàng Khởi Phong phụ trách trang "Văn Học Nghệ Thuật". Sau này có những sự việc, hình ảnh, bài vở gây nghi ngờ trong giới người Việt tị nạn khiến có lúc bị tẩy chay, biểu tình phản đối.

Hành Trình xuất-bản 2 năm 1978-1979 ở vùng Washington D.C., chủ-nhiệm chủ-bút Cao Thế Dung, tổng-thư-ký Nguyễn Lương Sơn, với các chủ biên cho 4 phần Tin tức chính-trị, Văn-học nghệ-thuật, Tổng quát và Phụ nữ-Thanh thiếu niên.

Việt-Nam Tự Do của Cộng Đồng Việt Nam Tự Do tại Hawaii, xuất-bản từ ngày 18-11-1978 đến năm 1985, ra được 64 số.

Văn Hiến, "tập-san văn hóa xã-hội" xuất-bản ở Los Angeles CA, chỉ ra được 1 số đầu tưởng niệm thi hào Nguyễn Du năm 1979, giáo sư Phạm Biển Thước chủ trương, Đào Đăng Vỹ cố vấn, với sự cộng tác của phần lớn giáo-sư như Bùi Hữu Sủng, Dương Đình Khuê, Nguyễn Ngọc Huy, Lm. Nguyễn Phương, các BS Hoàng Văn Đức, Trần Ngọc Ninh, nhà báo Tử Vi Lang và Võ Phiến, Nghiêm Xuân Hồng, ...

Thời Tập tựa báo tái xuất ở hải-ngoại, Santa Ana CA, nhưng nội-dung thành "tạp-chí văn-học đạo-học nghệ-thuật", Viên Linh và Nguyễn Hữu Hiệu chủ biên, số ra mắt tháng 4-1979 ở vùng Washington D.C. đình bản sau 5 số, năm 1990 vực sống lại và vẫn không được lâu, đình bản hẳn năm 1991 với số 12.

Nguyễn Vy Khanh

[*Văn-học Việt-Nam 50 Năm Hải ngoại*. Q. Thượng, 2025, tr. 645-656.
Sách do lulu.com phát hành online]

LUÂN HOÁN

VŨ HỮU ĐỊNH, CÒN RẤT NHIỀU ĐIỀU ĐỂ NHỚ

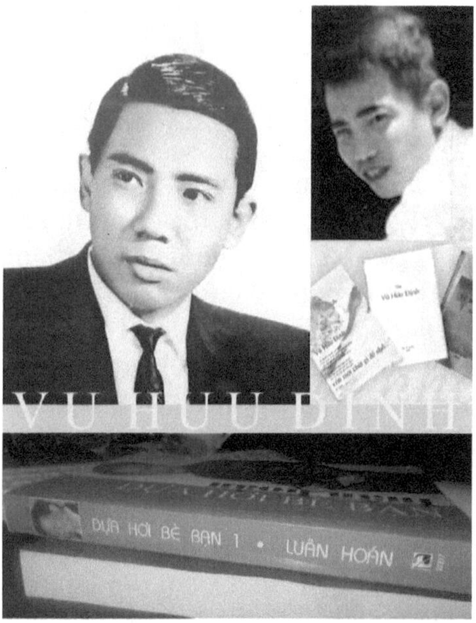

1.

Với chiều cao khoảng một thước sáu nhưng có bề ngang, cộng với dáng đi chữ bát, cộng thêm lối ăn vận lè phè, nhà thơ Vũ Hữu Định trông gần như hơi thấp. Anh không có khuôn mặt đẹp trai, nhưng nhìn rất bắt mắt. Nụ cười xuề xoà luôn luôn đi trước giọng nói dí dỏm, bộc trực đã thắp sáng khuôn mặt ngả màu nâu sậm của nhà thơ miền Trung ra đời vào năm 1942 tại Huế với tên thật Lê Quang Trung.

Năm 1970, năm tôi không may mắn phải giã từ rừng núi và phố chợ Quảng Ngãi để trở về với Đà Nẵng, tôi đã gặp và quen nhà thơ Vũ Hữu Định. Lúc đó hình như anh đang mặc áo cán bộ xây dựng nông thôn. Địa bàn công tác của anh lòng vòng ven rìa thành phố như Thanh Khê, Hà Khê, An Hải, Sơn Trà... Anh chợt đi, chợt về. Đặc biệt là lúc nào cũng có vẻ thong dong, giàu có thời giờ phất phơ phố xá. Anh làm thơ nhiều trong giai đoạn này. Thơ của anh hầu hết được đăng trên các tạp chí văn chương tại thủ đô Sài gòn. Bài "*phố núi cao... phố núi đầy sương...*", một bài thơ viết về thị trấn Pleiku, một phố thị miền núi của cao nguyên Việt Nam, với đầy đủ nét hoang sơ, lạnh lùng, đã được nhìn, được vẽ bởi một nhà thơ hết lòng yêu thiên nhiên, nên vô cùng linh động, thân mật. Trời đất và con người như một khối đồng nhất, thở chung một nhịp. Tất cả đều có thật, ngoại trừ nhân vật chính, người đã khai mở, dẫn dắt thi tứ của chàng thi sĩ dừng chân ở một nơi "*đi dăm phút trở về chốn cũ.*"

Trong cái hạn hẹp của một không gian hoang vắng, trước cái trống lạnh của tâm hồn, Vũ Hữu Định chợt thấy trên đường anh đang đi "*may mà có em đời còn dễ thương.*" Và anh đã chân thành "*cảm ơn thành phố có em*", một thành phố núi đã ưu ái cho đời anh "*còn một chút gì để nhớ, còn một chút gì để thương.*" Người em tuyệt vời kia, cái ngôi sao lấp lánh, thắp sáng cho cảnh sắc Pleiku quần tụ chung quanh, trong một cuộc nhúng lời vào rượu, Vũ Hữu Định đã tiết lộ cùng tôi, *em* chỉ là vóc dáng tưởng tượng mà anh đã nhặt ra trong những giờ phút trôi nổi linh hiển nhất của anh: *làm thơ*.

Mặc dù người đẹp của Vũ Hữu Định không hiển hiện bằng xương thịt như anh đã bày tỏ, nhưng nàng đã thở vào thơ anh làn hơi ấm áp tình người đủ để ngôn ngữ anh tác thành bài thơ lộng lẫy. Và may mắn hơn nữa bài thơ đã được nhạc sĩ Phạm Duy, một nhạc sĩ tài hoa, chắp thêm cho đôi cánh vàng, nên sức bay của nó càng lên cao, thêm xa, sống còn đến ngày nay trong lòng người thưởng ngoạn.

Thơ Vũ Hữu Định giống như bản tính của anh: yêu đời, thong dong, cởi mở. Ngoài thơ và rượu, giao du với bạn bè cũng là cái thú lớn của anh. Người bạn thân của anh thời sau 1975 có lẽ là anh Đoàn Huy Giao, một cựu nhân viên nhà in Da Vàng của anh Hoàng Công Khanh, bạn tôi. (Khanh chính là người bưng đi mất một trong những cụm hoa Thu, Đông, Xuân... trước Ty Thông tin Đà Nẵng).

Vũ Hữu Định lang thang suốt ngày chỉ với hai bàn chân, không phương tiện gì khác. Chúng tôi thường gặp nhau ở quán cà phê Lộng Ngọc của họa sĩ Lâm Quang Phước (con nhà thầu khoán Lâm Quang Tự, tốt nghiệp cùng vợ - Trinh - tại Cao Đẳng Mỹ Thuật Huế, sau 1975, bỏ mình trong một cuộc vượt biển) hoặc tại một căn nhà trong con hẻm trên đường Nguyễn Hoàng, tổ ấm của đám thiếu nhi bụi đời sống ngoài hè phố. Vũ Hữu Định đảm nhiệm một phần công tác dìu dắt tinh thần các em ở đây. Nhìn anh trò chuyện vui chơi với đám trẻ vô gia cư, ngoài việc bắt gặp nét hồn nhiên của anh, thỉnh thoảng tôi còn thấy thấp thoáng trong niềm vui của anh vướng mắc một cái gì thật man mác ngậm ngùi.

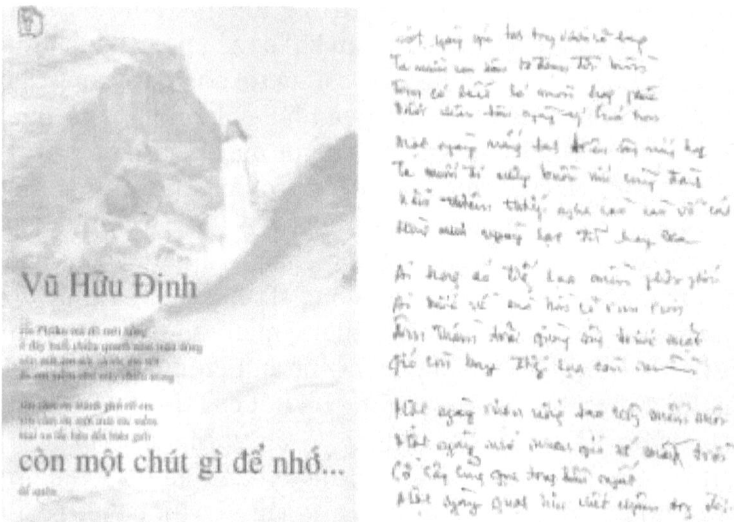

Vũ Hữu Định có một đời sống vật chất không mấy khả quan. Quen biết nhau khá lâu nhưng anh từ chối không thuận cho tôi đến nhà chơi, cũng không hề đề cập đến gia cảnh của anh. Biết anh có vợ, có con nhưng mãi về sau này tôi mới tình cờ được gặp trong một hoàn cảnh thật buồn. Mặc dù nghèo nhưng Vũ Hữu Định vẫn thong thả rong chơi. Cảm mến bản tính của anh, trong một bài thơ nhắc đến bạn bè, bài *"Trên Vuông Chiếu Đời Ta"* in trong tập Rượu Hồng Đã Rót xuất bản năm 1974, tôi đã viết về Vũ Hữu Định như sau:

"bỗng muốn như thằng Vũ Hữu Định / càng nghèo càng đói càng rong chơi / lang thang với lũ-con-hè-phố/ còn có ai hơn ? họa có trời / vá víu lòng sầu hoa với gạo / chẻ tình nhau buộc lại tao nôi / hát ca thay thế lời cầu nguyện / Thượng đế quên nhìn lũ bỏ rơi"
(RHĐR-LH- 1974)

Biến cố của đất nước năm 1975 đã làm đảo lộn cuộc sống của chúng tôi. Nhưng phải thành thật mà nói, tôi và Vũ Hữu Định được may mắn, rất may mắn hơn nhiều người. Sau thời gian cải tạo ngắn ngày tại trại Ngô Văn Sở (trong thành phần sĩ quan đã giải ngũ), tôi được trở về công việc cũ nhờ có chút nghiệp vụ kế toán ngân hàng mà chính phủ mới đang cần. Trong lúc đó Vũ Hữu Định hình như đang còn bị cải tạo vì hai tội danh: cán bộ xây dựng nông thôn, tình nghi hoạt động cho CIA vì có chân trong tổ chức nuôi dưỡng đám thiếu nhi vô gia cư. Bỗng một đêm sau khi cửa hàng bán quạt máy cũ và phụ tùng của vợ tôi đã đóng cửa, chúng tôi đã ăn tối xong ngồi xớ rớ đợi điện đỏ lại, thường thường vào lúc chín giờ, thì có tiếng gõ cửa sau. Vũ Hữu Định bất ngờ đến thăm dẫn theo một người đàn ông trung niên. Người đàn ông với áo quần mặt mũi thơm tho hương đất Bắc, một mùi hương tôi đang rất sợ. Vũ Hữu Định vẫn cởi mở, vui vẻ như ngày nào. Anh không chậm trễ giới thiệu: nhà thơ Phùng Quán. Thật ngỡ ngàng xúc động. Trong niềm vui được gặp một nhà thơ từ lâu mình ưa thích, không hiểu sao tôi vẫn có chút lo sợ vơ vẩn. Vũ Hữu Định im lặng trong lúc anh Phùng Quán chăm chú đọc bài thơ đầu trong tập Rượu Hồng Đã Rót của tôi.

"Thơ đúng là thơ!" Anh Phùng Quán chợt nói. Tôi liếc qua, không thấy anh Quán nhìn lại tôi, nhưng tôi đã cảm thấy yên tâm. Dĩ nhiên sau đó chúng tôi trò chuyện, tán gẫu về văn nghệ. Tiếc rằng ngày nay cả hai anh Phùng Quán và Vũ Hữu Định đều đã ra người thiên cổ nên tôi không dám kể lể nhiều ở đây.

Lần gặp gỡ anh Phùng Quán đó là lần đầu và cũng là lần cuối. Cũng may tôi đã ghi lại ít dòng thơ để kỷ niệm. Bài thơ có tên *Mừng Gặp Người Bạn Thơ* được in trong tập *"Hơi Thở Việt Nam"* do Sông Thu và Nhân Văn xuất bản tại Hoa Kỳ năm 1986. Tôi xin phép được trích dẫn hai đoạn cuối của bài thơ đó:

....
"bạn có nhớ không lời mẹ dặn
hoang vu nằm dưới những gót giày
ta mơ trời sáng ngồi chép lại
thơ bạn run lên những ngón tay

giờ chừ đãi bạn không còn rượu
chan chứa còn đôi giọt mực này
và đây khói thuốc ngày gặp gỡ
đốm lửa lòe lên được mấy giây"
(Hơi Thở Việt Nam, trang 83)

Bài thơ này tôi chưa có dịp gửi đến anh Phùng Quán và chắc chắn bạn đọc cũng rất khó phát giác tôi viết để tặng anh. Bởi lẽ ba chữ *Lời Mẹ Dặn* tôi cố tình cho in bình thường không viết hoa. Vũ Hữu Định cũng chưa đọc qua bài thơ này, kể cả nhiều bài khác tôi viết sau năm 1975. Tôi ngại cho anh đọc bởi vì anh có tính thích bốc thơm bạn bè lại không được kín miệng khi đã say chuyện văn nghệ. Thời điểm này Vũ Hữu Định cũng làm thơ nhiều, mỗi lần ghé tôi chơi anh đều đọc cho tôi nghe những sáng tác mới. Tiếc rằng trí nhớ của tôi rất tồi tệ và thú thật tôi đã rất lơ đãng trước nhiệt tình của anh. Tôi sợ. Không phải sợ Vũ Hữu Định mà sợ những ông bạn văn mới có, cũ có đang quây quần bên anh.

Trước khi tôi xin nghỉ việc để lo giấy tờ xuất cảnh, Vũ Hữu Định còn tạo cho chúng tôi một kỷ niệm khó quên. Lúc đó không hiểu vì lý do nào, và từ bao giờ Vũ Hữu Định được vào làm việc tại Nhà Đèn Đà Nẵng. Anh còn tạo được uy tín trong đám công nhân cùng sở. Họ đã ủy thác cho anh làm đại diện đến ngân hàng để xin rút số tiền bị thu đổi còn quản lý. Danh sách công nhân quá đông. Theo quy chế ngân hàng chỉ duyệt chi cho mỗi cá nhân một số nhất định. Vũ Hữu Định đã thuyết phục tôi lợi dụng sự ưu ái của người kế toán trưởng đối với cá nhân tôi, duyệt chi cho anh và tất cả bạn anh toàn bộ số tiền. Tôi thật vui khi hoàn thành được công việc này Nhưng chưa đầy một tháng sau, tôi lo sợ biết được cả số tiền đó Vũ Hữu Định đã thua trong một cuộc cá độ bóng tròn trước sân Chi Lăng. Tôi chờ đợi sự rắc rối đến với người kế toán trưởng và chắc chắn có ảnh hưởng đến tôi khi có người đến khiếu nại sự duyệt chi. Nhưng rồi mọi sự cũng qua. Gặp Định, vẫn với nụ cười đi tiên phong, anh đã hạ ngay những bực mình cố hữu của tôi. Tôi cũng là một người mê bóng tròn nên thời gian cùng Định đứng tán dóc trước sân Chi Lăng không phải là ít.

Một hôm đang ngồi với họa sĩ Hoàng Trọng Bân trong một quán cà phê vỉa hè ở Saigon, tôi bàng hoàng nhận được tin Vũ Hữu Định đã mất qua một người quen vừa từ Đà Nẵng vào. Người bạn đó kể lại anh nghe đồn có hai nguồn tin về cái chết đáng tiếc này. Thứ nhất, Vũ Hữu Định đến chơi nhà một người bạn văn bên An Hải (bên kia sông Hàn) và vì nhậu quá say, trong lúc tìm nơi tiểu tiện đã ngã xuống từ trên gác lửng bỏ mạng. Thứ hai, Vũ Hữu Định được một số đông bạn văn mời nhậu, tất cả cùng quá chén và trong cái say hương rượu nội địa đó có người đã cố tình xô ngã Vũ Hữu Định vào cửa tử.

Giữa thời cái ác lấn cái thiện, mạng sống con người rẻ hơn phân bón, trước cái chết của một người từng được gán nhãn hiệu ngụy quyền, ngụy dân, ai hơi đâu phí công điều tra, tìm hiểu. Tôi nhức đầu liền mấy ngày trước tin Vũ Hữu Định mất. Tôi không hề tin anh bị mưu sát, nhưng lạ thật, trong lòng cứ băn khoăn.

Hôm nay, ngồi trên đất người, tự cho phép mình về hưu non, nhớ, viết về đám bạn già cũ trong những ngày ngồi chờ ăn cháo lú cũng là một cái thú. Và khi viết về Vũ Hữu Định, nỗi băn khoăn của tôi vẫn còn thao thức. Tôi hy vọng sẽ có một ngày nhận được từ đâu đó trong đám bạn bè cũ của chúng tôi, cho tôi biết thật chính xác về cái chết của Vũ Hữu Định. Dĩ nhiên biết chỉ để mà biết. Quả là một trong những cái lẩm cẩm của một con người đang ở vào giai đoạn nuôi mạng sống mình bằng hai thành phần thực phẩm: kỷ niệm nhiều hơn chất đạm.

Viết về Vũ Hữu Định mà không nhớ, không tìm ra đôi bài thơ của anh để gởi đến bạn đọc cùng thưởng thức thì thật là thiếu sót. Đã thế, vì kỷ niệm, tôi đã tham lam trích dẫn ít dòng thơ của tôi và cuối bài viết này tôi cũng không thể không liều lĩnh trích thêm bốn câu nữa trong thi tập *"Nuôi Thơm Chùm Kỷ Niệm Xanh"* (xuất bản năm 1994) đã dành cho Vũ Hữu Định như một nén nhang:

"Gặp nhau giữa đám bụi đời / Trải lòng mà rước nhau ngồi với thơ / Mày theo Lý Bạch, bất ngờ / Nhói lòng ta rắc rượu vào ánh trăng"

Xin vĩnh biệt người bạn thơ đã để lại trong tôi rất nhiều điều để nhớ, rất nhiều điều để thương.

(Tạp Chí Văn số 163, tháng 12-1996, California, Hoa Kỳ)

2.

Đoạn trên được viết vào năm 1995, tạp chí Văn tại Hoa Kỳ đăng trong số 163 tháng 12 năm 1996. Trước khi in, nhà văn Nguyễn Xuân Hoàng chủ nhiệm kiêm chủ bút tạp chí Văn, có than phiền qua điện thoại với nhà văn Song Thao: *"Viết về Vũ Hữu Định, nhưng ông ấy (LH) không trích câu thơ nào của Định, mà toàn trích thơ của ông ta (LH)..."* Anh Hoàng chỉ trích rất đúng. Tuy nhiên, vào thời đó tại hải ngoại (có thể chỉ tại Montréal Canada), không tìm ra bài thơ nào của Định. Kể cả tại thư viện Côte des Neiges hay thư viện Mile End rất giàu sách Việt ngữ, trên đường Avenue du Parc. Tôi là người cả đời không hề thuộc hoàn hảo một bài thơ nào, kể cả thơ của mình. Bài *Còn Một Chút Gì Để Nhớ* được nhạc sĩ Phạm Duy phổ nhạc, tôi cũng không thuộc và cũng không tin bài này được phổ đúng nguyên tác một trăm phần trăm. Biết thiếu sót nhưng tôi không thể làm gì hơn. Hơn nữa bài viết của tôi không có mục đích bình giảng, giới thiệu về thơ. Nó chỉ có mục đích gợi lại một vài nét kỷ niệm với tác giả. Và đã là kỷ niệm thì việc tôi đã làm thơ về tác giả đó không thể không nhắc đến, không minh chứng. Anh Nguyễn Xuân Hoàng tuy chỉ trích nhưng vẫn cho "đi" bài. Có lẽ anh cũng đã nhận thấy điểm này. Cũng như anh, tôi rất tiếc đã không có thơ của Định để giới thiệu với bạn đọc. Rất may, cũng vào năm 1996, tại quốc nội, một số bạn văn, đã góp tay, góp tài chánh để thực hiện tập thơ của Vũ Hữu Định. Tập thơ hoàn tất hình như có gởi ra hải ngoại. Họa sĩ Đinh Cường, định cư tại Virginia Hoa Kỳ, có nhận được một bản. Anh Cường có điện thoại tin cho tôi, và khi biết tôi chưa có thi phẩm quí này, Đinh Cường gởi cho tôi một tập *photocopie*. Sau đó tôi nhận được bản chính gởi tặng bởi nhà thơ Thành Tôn. Có bản chính, tôi được biết những bạn văn có lòng in thơ cho Vũ Hữu Định gồm có:

Trần Dzạ Lữ, Nguyễn Tịnh Đông, Cung Tích Biền, Hạc Thành Hoa, Trần Từ Duy, Phạm Thanh Chương, Đoàn Thạch Biền, Mường Mán, Võ Chân Cửu, Đỗ Trung Quân, Lê Nhược Thủy, Trần Phá Nhạc, Vũ Trọng Quang, Nguyễn Đạt, Ngô Nguyên Nghiễm, Trương Đình Quế, Phạm Chu Sa, Nguyễn Tiến Toàn, Phạm Triều, Huy Tưởng, Vũ Đức Sao Biển, Phan Bá Chức, Khiêm Lê Trung, Nguyễn Lương Vy, Nguyễn Công Khế, Lê Văn Đồng, Vĩnh Cửu, Huỳnh Văn Dung, Huỳnh Ngọc Chênh, Lữ Quỳnh, Đynh Trầm Ca, Vân Khanh, Phạm Mạnh Hiên, Ý Nhi, Lê Triều Điển, Trịnh Bửu Hoài, Nguyễn Nhật Ánh, Bùi Chí Vinh, Phạm Văn Hạnh, Lê Xuân Tiến, Ngô Thị Kim Cúc, Hồ Thi Ca, Lê Minh Quốc, Kim Tuấn, Hà Nguyên Thạch, Nguyễn Miên Thảo, Trần Xuân An, Lê Khắc Cường, Trần Thanh Quang, Nguyễn Tam Phù Sa, Đặng Trọng Dũng, Bùi Đức Long, Nguyên Minh, Lê Thánh Thư, Nguyễn Tấn Phát, Nguyễn Việt Hải, Trần Quang Lộc, Nguyễn Hữu Phước, Trương Văn Ngọc, Hàn Tấn Quang. Tổ chức thực hiện thi phẩm này do anh Trần Từ Duy, một cây bút của báo *Cười ở* Sài Gòn.

Danh sách này, tôi chép nguyên văn trong thi phẩm *Còn Một Chút Gì Để Nhớ*... của Vũ Hữu Định, ở 4 trang đầu, không đánh số.

Tôi không rõ danh sách được sắp xếp theo thứ tự ưu tiên nào hay không, có lẽ đây chỉ là tùy hứng của người đánh máy.

Tập thơ của Vũ Hữu Định được nhà xuất bản Trẻ tại thành phố HCM ấn hành. Bìa được trình bày rất trang nhã. Và trang cuối sách có ghi rõ (sao nguyên văn):

"Chịu trách nhiệm xuất bản: Lê Hoàng, Biên tập: Chinh Văn. Ảnh bìa 1: Thu Thủy. Trình bày: Nguyễn Việt Hải. Phụ bản: Nguyễn Trung, Đỗ Hoàng Tường, Đỗ Trung Quân, Nguyễn Việt Hải. Chữa bản in: Phan Ngọc. In 1000 cuốn, khổ 14 x 20, tại Xí nghiệp in Tuần báo Văn Nghệ TP.HCM. Số đăng ký kế hoạch xuất bản 666/185 do Cục Xuất bản cấp ngày 28.11.1994 và Quyết định xuất bản số 634 TN/95 do Nhà xuất bản Trẻ cấp ngày 30.5.1996. In xong và nộp lưu chiểu tháng 6 năm 1996."

Qua những thông tin trên cho thấy, việc in một tập thơ tại Việt Nam vẫn còn khá nhiều giai đoạn rắc rối trong thời điểm 1996. Dù sao cũng đáng mừng, một nhà thơ ở miền đất phương nam cũ đã có thể trình làng những gì họ đã viết.

Tập *Còn Một Chút Gì Để Nhớ*... có 91 trang thơ kể cả 8 trang phụ bản. Số thơ của Vũ Hữu Định được sưu tập giới thiệu trong tập này được xếp theo mục lục: Còn một chút gì để nhớ (trang 7), Những ngày long đong (8), Tới Đại Ninh tìm nhà bạn (10), Bến Cũ (11), Tưởng tượng (12), Một ngày của gã thất tình (14), Màu trời cũ (16), Quê rượu (17), Màu núi vẫn xanh (18), Những cánh bèo trên sông Đại Ninh (19), Luận với đàn bà (20), Thấy gái luận với mình (21), Luận với anh bạn già (22), Đứng ở bờ sông thấy cá nhảy lên bờ luận với mình (25), Bất sá nhớ thằng bạn xa quê (28), Đêm nghe còi tàu (31), Lúc em khóc (32), Mỏi mòn sức lực (33), Gãy chiếc cầu tre (34), Cũng có khi nào (36), Năm xưa (38), Tưởng niệm Đỗ Công Tráng (41), Đêm mưa thiếu rượu , nhớ Lý Hạ (42), Anh đang còn thở (44), Kỷ niệm (46), Ngày xuân ở quán (48), Quán cô hồn (51), Mù mù mờ mờ (52), Rừng, chim (54), Thượng nguồn (56), Chim sáo sang sông (58), Tiếng dội của sương chiều (60), Hoa (65), Gởi chút tình thân (66), Thời tiết (68), Khúc hát người lỡ vận (72), Kẻ ở lại (74), Đứng giữa đồng không (76), Bình minh trong núi (77), Về một chỗ nào (78), Đời vẫn có em (80), Ngậm ngùi (82), Cũng phải nói một lần (85), Bài thơ năm bốn mươi (87). Tổng cộng 41 bài với đủ thể loại thông dụng.

Thay vì viết những dòng nhận xét về thơ, tôi đã làm một việc ngớ ngẩn là liệt kê những điều bên lề của cuốn sách, bởi vì tôi biết được khả năng của mình, không thể "tán hươu tán vượn". Hơn nữa, chép lại những đề bài cũng chưa chắc là vô ích. Việc tôi làm có thể nói lên sự thiếu sót những sáng tác của tác giả Vũ Hữu Định, đồng thời đề bài sẽ giúp người sưu tập khỏi phải tìm lại những bài đã có. Dĩ nhiên, có đến chín mươi phần trăm, tôi chỉ ngụy biện.

Tháng 7 năm 1997 nhà thơ Đynh Trầm Ca, một người bạn chí thân của Vũ Hữu Định, ở Sài Gòn, có viết bài: *Thơ, Rượu và Sự Cứu Rỗi*. Bài viết của anh Đynh Trầm Ca được đăng trên đặc san Quảng Đà số xuân Mậu Dần, 1998 của vợ chồng Ái Cầm, Thái Tú Hạp, thực hiện tại California, Hoa Kỳ. Qua bài viết này, tôi được biết thêm về Vũ Hữu Định đôi điều.

Vũ Hữu Định bắt đầu làm thơ từ đầu thập niên 60, với bút hiệu đầu tiên Hàn Phong Lệ, và theo thời gian cùng sự chiếu cố của các tạp chí, anh thay đổi nhiều bút danh khác nữa. Bản tính của Định qua nhận xét của Đynh Trầm Ca: thích giang hồ, vui tính, thường tạo cơ hội gặp gỡ vui chơi cho nhiều người khác, thích tụ tập, nhiệt tình đề cao bạn bè mình quen với người khác. Nhưng hơi thiếu trách nhiệm với gia đình, nhất là với Vân, người vợ hiền, một đời chăm lo mẫu thân đau yếu của Định. Về tài năng, Đynh Trầm Ca nhận xét, Vũ Hữu Định có thể sử dụng đàn Tây ban cầm và giọng hát rất tốt, đã từng mượn quán của ca sĩ Khánh Ly ở Sài Gòn để ca hát cùng nhạc sĩ Trần Quang Lộc. Đynh Trầm Ca cũng cho biết, Vũ Hữu Định còn có một tập bản thảo thơ, chép tay, lấy tên là *Năm Năm*. Bản thảo này từng được Vũ Hữu Định bỏ lại tại nhà Đynh Trầm Ca. Ông Đynh Trầm Ca, tác giả ca khúc *Sông Quê*, đọc được nhiều bài thơ hay trong bản thảo *Năm Năm*, sau đó đem giao bản thảo lại cho Lê Quang Tấn, em ruột Vũ Hữu Định. Đynh Trầm Ca cũng không quên ao ước, trong tương lai sẽ có thêm một Trần Từ Duy khác lo liệu tiếp việc in ấn thơ cho Vũ Hữu Định.

Hy vọng của Đynh Trầm Ca trở thành hiện thực khi nhóm Thư Ấn Quán của Phạm Văn Nhàn, Trần Hoài Thư tại Hoa Kỳ cho phát hành thi tập *Tình Ca Người Lỡ Vận* của Vũ Hữu Định. Cũng như những tác phẩm của Nguyễn Bắc Sơn, Y Uyên, Linh Phương... trước đây, *Tình Ca Người Lỡ Vận* được nhóm chủ trương gởi tặng bạn đọc trong tinh thần *"bảo lưu và truyền bá di sản văn học Miền Nam"*. Tập thơ được nhà phê bình Đặng Tiến viết lời dẫn nhập. Ông mở đầu bài viết bằng nhận định:

"Văn thơ Miền Nam 1954-1975 được gọi là nền văn học bất hạnh. Vì nó đã bị xuyên tạc, tuyên án, thiêu hủy và bôi xóa; các tác giả đã bị tù đày, đọa đày và lưu đày. Trong số đó, có nhà thơ Vũ Hữu Định (1941-1981), từ 1972 đã xem mình như một người lỡ vận:

Ta đã hát khúc hát đời lỡ vận
Hát âm u trong đêm tối một mình. (tr. 79)

Sau vài dòng giới thiệu tiểu sử Vũ Hữu Định, cùng nêu rõ việc làm của nhóm Thư Ấn Quán, nhà phê bình Đặng Tiến đưa ra nhận định:

"Thơ Vũ Hữu Định lần này gồm 80 bài – chắc là còn thiếu – là một tập thơ hay, tài hoa, trong sáng, đáp ứng được sở thích đông đảo người đọc; một tác phẩm có giá trị cao về mặt tư tưởng, tình cảm, nghệ thuật, lưu lại tấm lòng của nhà thơ quá cố, ghi tạc niềm thủy chung của bằng hữu, trong một hoàn cảnh lịch sử, xã hội nghiệt ngã và bạc bẽo.

Qua thơ, những đề tài chính của Vũ Hữu Định, được ông Đặng Tiến phân tích rõ, từ cái tôi của tác giả, đến tình bè bạn, tình quê hương và tình yêu.

Với cái tôi, nhà phê bình trích dẫn những bài thơ, những câu sau đây để minh chứng: (ghi chú: xuống dòng sau mỗi dấu "/ " được thêm vào không có trong nguyên bản)

bốn mươi tuổi rồi đây/ vợ năm con không no không đói

...

bốn mươi tuổi rồi/ hai lăm năm uống đắng (giỏi nghề rượu từ thuở mười lăm) / học hành thì lăng nhăng/ thân tự lập thân từ năm bảy tuổi/ không nhớ hết nghề đã trải/ bán báo, đánh giày, ở đợ/ đánh trống phòng trà, dạy học, làm thơ/ phó giám đốc nuôi trẻ bơ vơ/ còn cả chục nghề thôi không kể/ ham đọc sách chẳng phải vì ham học/ thần thánh trăm ông chẳng phục ông nào/ ông nào cũng tốt/ ông nào cũng tào lao/ có lắm thánh nhân thì đời chỉ rối mù/ nhiều triết học thêm tối mù đa sự ... bốn mươi năm khoảng dăm lần tù...

(Kiểm điểm, tr. 99)

Sinh nhằm tuổi Ngọ, đêm vừa hết..
Mới hai tháng đã biết mùi bom đạn

(Ngựa hí đầu non)

Đã theo mẹ đêm đêm qua xóm
xách đèn rao khoai sắn cầm hơi (tr. 80)

Bảy năm tình chồng vợ/ bảy năm em hẩm hiu/ lần nào em sinh nở/ ta cũng phải vắng nhà/ đứa đầu lòng tù tội/ đứa thứ hai, đi xa.
(Cảm ơn người vợ, tr. 143)

Năm đứa con như năm hạt ngọc/ Nếu không có em sao khỏi cát lầm / Còn anh thì cứ lông bông... (tr. 101)

Nợ nần chưa thoát nổi/ càng nợ, càng hăng vay/ thiếu cái danh, nhưng không thiếu bạn bè/ đi đâu cũng có phần rượu tặng. (tr. 99)

Với tình bạn, những câu thơ của Vũ Hữu Định, được Ông Đặng Tiến trích dẫn:

"Trên non may có tình bằng hữu/ tuổi trẻ đau chung một khúc ca/ ôm nhau thức với vầng trăng lạnh/ vượt lá tìm sao định hướng nhà.

có những ngày đi trong núi thẳm/ tuổi trẻ nhìn nhau, nhớ xóm thương làng/ thở chung một tiếng nghe sầu cháy/ tâm sự chuyền nhau điếu thuốc quan san

cám ơn điêu đứng rừng sinh tử/ cạm bẫy người giăng để giết người/ tuổi trẻ gần nhau trong gió lửa/ giữ giùm nhau những tiếng chim cười. (tr.58)

Ngày Huế giải phóng/ mày lang thang trong Nam

...

xa nhau càng nghĩ càng thương/ thằng bạn thơ cuộc đời bầm dập/ trốn lính, đi lính, rồi thì học tập/ thương ơi câu nói « ở răng cho vừa đời »

...

nghe nói mày về quê đi bán bánh mì/ vợ giặt mướn cho nhà thương đẻ/ rồi nghe nói mày đi Nam trở lại/ quê không dung nổi đôi vợ chồng thơ/ năm năm rồi mày sống xa quê/ ôi cái làng quê Nam Phổ Hạ/ một thời chiến tranh mày quay quắt mong về
(tr. 54, bài Chuyện người tuổi trẻ, tặng Trần Dzạ Lữ)

Với quê hương, Ông Đặng Tiến chọn những bài sau:

Mùa lúa năm nay đòng đòng đã trổ
anh yêu mùa yêu đất yêu quê. (tr. 42)

Những con lạch anh chèo ghe thăm lúa
thả lưới giăng câu, mười mấy năm ròng

...

Cau với bưởi bây giờ thơm hương trái
em bên vườn da thịt có thơm không? (tr. 41)

Mây còn bay nên đời còn mộng/ tuổi trẻ ra đi sao lại nhớ nhà/ ơi người tuổi trẻ sầu trong mắt/ đêm trên rừng mộng gởi quê xa.

quê xa ta có em và mẹ / nhớ ao bèo xanh bông tím thiết tha/ nhớ người con gái bên hàng xóm/ chiều thả thuyền vớt mộng nở hoa... (tr.57)

nghĩ ra thì ở đâu cũng vậy/ ta vẫn là ta khinh bạc đắng cay/ có lẽ ta là thằng bất sá/ cớ sao ở đâu rồi cũng bằng lòng/ thả trôi cái sống cho đời giạt/ mẹ buồn ta tóc trắng lưng cong (tr.52)

Hoa dại ven đường gửi lại các em/ Tiếng giã gạo gửi cho người mất ngủ/ Trăng mười bốn gởi tâm hồn thiếu nữ/ Trăng mười lăm gởi những kẻ yêu nhau

Với Tình Yêu, Đặng Tiến trích dẫn thơ Vũ Hữu Định:

Anh đang sống thiếu một phần thân thể/ sống thiếu em nên anh thở không đều/ thèm ngực trần, môi ngọt với tay yêu
đã trói chặt hồn trăm năm lãng tử.../ đã quen đau nên thấy được mặn mà/ của tội lỗi mà anh kêu hạnh phúc/ ôi vết chém đã qua thời đau nhức/ đâm da non để thành sẹo muôn đời/ anh thở đều để sống em ơi. (tr.44)

anh nằm đâu, ngồi đâu/ ngó nước nguồn reo vỡ/ nước nguồn chảy bao năm/ đá núi mòn dấu nhớ/ anh nằm đây, ngồi đây/ một mình anh vẫn thở/ mười năm trong trắc trở/ anh thở khác ngày xưa/ nghe dội tiếng rừng mưa. nghe vang lời suối nhớ

...

anh nằm nghe lay động/ đau của những nhánh cành/ anh ngồi trong lá xanh/ trên những hồn lá chết/ tay anh nắm tha thiết/ những chiếc lá còn tươi/ thả xuống suối mà chơi/ trôi đi còn tiếng dội...

(tr. 46, bài Tiếng dội của sương chiều)

Anh đang sống - đang thở đều rất lạ/ Thở yêu em yêu đau đớn của đời/ Anh cảm được phút của mùa đang đổi/ Giây của sông dừng lại đợi chiều trôi/ Ở đâu đó rừng của Thu ảm đạm/ Uống chút hương hoa của suối mà say/ Mây của nghìn năm mây vẫn là mây/ Nhưng một buổi lạ như vừa mới có

...

Một ngày nào mặt trời kia rét lạnh/ Máu đỏ trùng dương một lần chết cuối cùng/ Giấc lạnh vang lời gió nhắn với rừng/ Anh hối hả trở về mau cho kịp.

(tr. 95, bài Rừng hương mật đắm đuối)

Sướng quá, nâng ly, khà một tiếng/ Mừng rằng sắc núi vẫn màu xanh/ Đám mây bay thấp ngang nhà cỏ/ Hương rượu nồng hơn mọi thứ tình. (tr. 14)

Có lẽ con chim rừng bữa nọ
Hát với anh là chia sẻ ngọn nguồn. (tr.18)

Con chim bỏ đi có bận quay về
Cất tiếng hát chào niềm vui của gió. (tr. 121)

Con chim lạ lùng năm nọ của tôi ơi
Hóa mấy kiếp mà sao tôi vẫn vậy. (tr.123)

Tôi đã vừa copy những chọn lựa, trích dẫn của nhà phê bình văn học Đặng Tiến khi viết về thơ Vũ Hữu Định. Dĩ nhiên ở trước mỗi trích dẫn, nhà phê bình đều đã đưa ra những nhận xét vàng ngọc của ông. Tôi đã ăn cắp phần trích dẫn của ông, nên không thể chép nguyên những đánh giá đầy trọng lượng của ông Đặng Tiến. Cũng xin được nói rõ, sở dĩ tôi đưa cả những thơ Vũ Hữu Định qua chọn lựa của một nhà phê bình nổi tiếng vào bài viết rất thừa của tôi vì muốn giới thiệu thơ Vũ Hữu Định bù vào bài đã viết mấy năm trước (phần 1) nhưng tôi chưa được có, được đọc thi tập *Tình Ca Của Người Lỡ Vận*. Mong việc làm hồ đồ này được tác giả Đặng Tiến cũng như các anh Phạm Văn Nhàn, Trần Hoài Thư lượng thứ. Và để bạn đọc hiểu đại khái về những nhận định của người viết lời dẫn nhập cho thi phẩm *Tình Ca Người Lỡ Vận*, tôi xin trích một vài câu tiêu biểu của ông Đặng Tiến.

Về tình bạn:

... *"Tình yêu cũng như tình bạn, Vũ Hữu Định người đã ra đi, tình còn ở lại..."*

Về tình quê hương:

... *"Tình quê nơi Vũ Hữu Định quyện với tình bạn và tình yêu là một khát vọng hạnh phúc trong nguồn cội..."*

Về tình yêu:

... *"Thơ tình ngày nay muốn thành công phải giàu lượng trí tuệ và chất nghệ thuật, nhưng thơ hoa mỹ lại mất nét thành thực đơn sơ mà tình yêu chính là xúc cảm đơn sơ. Thơ tình Vũ Hữu Định gây cảm xúc vì chỗ tha thiết mà tự nhiên ấy..."*

Nhà phê bình nhìn chung về thơ Vũ Hữu Định:

"Thơ Vũ Hữu Định là điển hình cho thơ trữ tình hiện đại. Nó không gai góc, thách thức; ngược lại, nó kết thân, đằm thắm, quen thuộc. Lay động người đọc bằng tình cảm trong sáng và thiết tha, bằng nét tài hoa vô tội."

Bài dẫn nhập cho thơ Vũ Hữu Định, ông Đặng Tiến viết xong tại Orléans, ngày 25 tháng 2 năm 2006. Ngày hôm qua, 7 tháng 3 năm 2006, tôi gởi điện thư xin anh cho đọc và nhận được sáng hôm nay, 8-3-2006. Vô cùng cảm ơn anh Đặng Tiến, nhắn riêng: mong được đọc thêm các bài thơ của anh dưới bút hiệu Nam Chi.

Bên cạnh bài viết của nhà phê bình Đặng Tiến, tôi còn nhận được bài *Vũ Hữu Định Ơi, Ngựa Hí Tiếng Gì* của nhà thơ Hoàng Lộc. Bài này anh Lộc cũng dành cho Thư Ấn Quán, nhưng gởi cho tôi xem khi tôi hỏi về những kỷ niệm giữa anh và Vũ Hữu Định. Nhờ bài của Hoàng Lộc tôi lại được biết thêm vài sinh hoạt nữa của nhà thơ *Còn Một Chút Gì Để Nhớ*:

Mùa thu năm 1973, Vũ Hữu Định đã ngâm thơ ca hát rất thành công tại trường trung học Trần Quý Cáp Hội An / Anh đã từng làm báo xuân cho đám trẻ em hè phố tại Đà Nẵng và đã nhờ Hoàng Lộc in cho 500 mẫu bìa, khi Hoàng Lộc ngồi vào chỗ của Hạ Quốc Huy, Lê Vĩnh Thọ, Vĩnh Điện... trước đó ở tiểu đoàn 10 Chiến tranh Chính trị, đồn trú tại Đà Nẵng.

Ngoài ra Hoàng Lộc còn cho biết Vũ Hữu Định còn một bản thảo thơ mang tên *Yêu Như Tình Đầu.*

Tôi nghĩ rằng còn rất nhiều bạn văn, bạn chơi của Định giữ gìn kỷ niệm với anh, hy vọng trong tương lai tôi sẽ còn được đọc nhiều hơn. Tôi làm công việc dư thừa này cũng là một cách dựa hơi Vũ Hữu Định cùng bạn bè anh, và cũng để bù lại những hiểu biết khiêm nhường của tôi về một người có quen biết, đã từng có thời sống chung trong một thành phố. Ngày tôi gặp lại ông thi sĩ gắn liền với Pleiku chắc không còn xa, tôi sẽ lận lưng bài viết lẩn thẩn này cho ông ấy đọc chơi.

Luân Hoán

Ghi thêm:

Ngày 23 tháng 3 năm 2006, ngày tin nhà thơ Thanh Tâm Tuyền qua đời ở tuổi 71, vì ung thư phổi, tại Minnesota được phổ biến rộng rãi nhờ các trang điện toán (trừ những trang văn học trong nước), tôi nhận được tập thơ Vũ Hữu Định, cùng tờ Thư Quán Bản Thảo tập 23 do nhà văn Trần Hoài Thư và các bạn anh thực hiện gởi cho. Thành thật cảm ơn quý anh. Và xin được chép thêm vào bài viết này, bài thơ của anh Tường Linh, đã viết năm 1973, tặng Vũ Hữu Định. Bài thơ đã được đăng trên tạp chí Bách Khoa, tại Sài Gòn:

Thì ra ngươi chửa hết gian nan?/ thôi hãy cầm như lửa thử vàng/ tạm gác ưu tư ngồi nán lại/ cùng ta đối ẩm mặc canh tàn

ta ở phương này mãi ngóng trông/ tin ngươi, ta đợi suốt mùa đông/tìm nhau giữa bóng đêm kinh dị/ ngày hẹn còn xa vệt nắng hồng

chai rượu chờ ngươi dịp tết qua/ ba hôm nguyên đán, một mình ta/ phố đông rạo rực cờ ngưng chiến / ta nhớ ngươi thêm nỗi nhớ nhà

rượu vẫn còn nguyên ngươi uống đi/ đã lâu ta mới rót đầy ly/ bao nhiêu hệ lụy đời gieo rắc/ không đủ làm cau hai nét mi

có phải dường như hơn một lần/ sầu riêng ngươi kể với tha nhân/ qua thơ đầy dáng tân chinh phụ/ tóc rối mùa thương mấy độ xuân?

ta đọc rồi lây tâm sự ngươi/ cảm ơn thơ với cảm ơn ngươi / cảm ơn... uống tiếp ly này nữa/ rồi cảm ơn ngày lửa đã vơi

ta? - vẫn lừng khừng như rứa đó/ thường buồn nên cũng có khi say / - không không, đâu dám xưng nghèo khổ/ giữa lúc bao người quá đắng cay!

người yêu xưa hả - hơi đâu nhớ/ và chắc gì ai vẫn nhớ ta?/ tất cả trở thành bèo bọt hết/ còn gì giữa biển sóng bao la!

xin hứa ly này thôi, ráng lên/ phải chăng ngươi mới nhắc vài tên/ chúng không về nữa... không về nữa/ hãy cố say rồi ngươi sẽ quên...

Tường Linh

LƯU VĂN VỊNH

VIỆT NAM 200 NĂM CHUYỂN HÓA ĐẤT NƯỚC VÀ PHÂN HÓA DÂN TỘC

MỐC CHUYỂN HOÁ 1789

Quang Trung chấm dứt nước Đại Việt 800 năm trung ương Thăng Long.

- Những năm cuối thế kỷ 18, đặc biệt 1789, đánh dấu bước ngoặt lớn nhất của Việt Sử: chấm dứt thế tam phân *Lê Trịnh-Nguyễn-Tây Sơn*, chấm dứt nước Đại Việt trung ương cột trụ ở miền Hồng Hà cổ truyền đã kéo dài cả mấy ngàn năm từ Hùng Vương qua Trưng Vương, Ngô Quyền-Đinh, Lê, Lý, Trần, Lê/Trịnh, trọng tâm từ đây đặt vào miền đất mới Phú Xuân, kể từ cuối thế kỷ 18, thật ra phải gọi là Tân quốc Nam Việt mới đúng.
- Trọng tâm chính trị chuyển về phương Nam với Phú Xuân Huế, từ 1789 tới 1945.
- Triều đình mới Tây Sơn 14 năm- Nguyễn 1802-1945 tại miền đất tân Việt.
- Bỏ rơi, cai trị lỏng lẻo, trọng tâm dân số châu thổ sông Hồng, hơn 300 vụ nổi loạn dưới thời Nguyễn xảy ra ở miền Bắc.

a- Không một ông vua Nguyễn nào lấy vợ miền Bắc

b- Không một nhân sĩ miền Bắc nào làm tới cao cấp ngoại trừ Phạm Quỳnh do Pháp đưa vào.

c- 4 trường thi ở miền Trung, 2 ở Bắc, 2 ở Nam, mặc dù dân số miền Bắc đông hơn cả Trung Nam gộp lại

d- Vua Minh Mệnh 1831 đổi tên Thăng Long ra Hà Nội, Kinh Bắc ra Bắc Ninh-Thành Thăng Long bị phá hủy để xây thành mới nhỏ hơn ở Huế.
- Thiếu nhân sự, thiếu tin cậy nhau, nhà Nguyễn để miền đất tổ suy yếu làm mồi ngon cho Thực dân thế kỷ cuối XIX-đầu XX.
- Dân chúng châu thổ sông Hồng đứng về phía đối nghịch với Triều đình Huế thời 1945, Việt Minh có đất bàn đạp, thu hút nhân sự quần chúng bất mãn cho tới cả thập niên 1960, chính quyền quốc gia, Bảo Đại, Ngô Đình Diệm được nhìn như là sự kéo dài của thời quan liêu Phú Xuân-Huế.
- Trịnh Nguyễn với sông Gianh, Quốc Cộng với Bến Hải.

PHÂN HÓA DÂN TỘC

- Tam quốc Mạc-Lê Trịnh-Nguyễn tới thế kỷ 16
- Tam quốc Tây Sơn-Lê Trịnh-Nguyễn thế kỷ 18
- Quốc-Cộng thế kỷ 20

Thời điểm Nam tiến từ thế kỷ 11-14-15-17, đa sắc dân, nhiều khối dân chúng dị biệt về nhân chủng, thành phần kinh tế, giáo dục, tâm lý, tín ngưỡng...

Cho đến thế kỷ 15 trung tâm sinh hoạt của VN chỉ thu hẹp quanh châu thổ sông Hồng (bắc Thanh Hóa bây giờ, vùng Nga Sơn, cũng do phù sa sông Hồng bồi lên) với khoảng từ 1 triệu người (đời Trưng) tới 4 triệu người (đời Trần).

Khối dân chính là Lạc Việt và Mường.

Càng vào trong, từ vùng sông Lam, số dân Lạc Việt thưa thớt, Tày và Chàm (dân Lâm Ấp) có thể đông hơn, tới khi chúa Nguyễn vào *Hoành sơn nhất đái* thì cũng chỉ vài ngàn quân binh từ Thanh Hóa, Nam Định đi theo, thổ dân Chàm hẳn là nguồn nhân lực và hòa máu dần dần với quân binh từ Bắc vào.

Yếu tố phân hóa:
Địa phương, tôn giáo, kinh tế.
Thực dân Pháp chia Bắc, Trung, Nam - Xứ bảo hộ và đô hộ.

Quốc-Cộng.
CS đệ Tam, đệ Tứ.
Quốc gia thân Mỹ, Quốc gia thân Pháp.
Cộng thân Tàu, Cộng thân Nga, ...
Việt quốc nội, Việt hải ngoại-Việt Âu châu, Việt Cali...
Việt đỏ, Việt vàng, Việt hồng hồng...
Bắc kỳ chín nút, Bắc kỳ cán ngố.

HỆ QUẢ

- Hệ quả của chuyển hóa và phân hóa: không có mẫu số chung, không thể có hội nghị Diên Hồng.
- CSVN tuy yếu, nhưng quốc gia cũng không có lực đủ mạnh để đối kháng.
- Từ 1945 tới 1975 quốc gia liên tiếp thất bại vì:

  a- CS là một hệ thống quốc tế, có quốc tế vận, có huấn luyện cán bộ chính trị chuyên nghiệp

  b- Chiến lược lấy nông thôn bao vây thành thị/du kích của Mao

  c- Chiến lược CS lộng giả thành chân, đội lốt dân tộc, quốc tế vận.

  d- Quốc gia: chính trị tài tử, Pháp Mỹ thay đổi bất nhất, dân vận đã thiếu mà quốc tế vận lại càng yếu ớt.

- Chính quyền quốc gia, nội bộ bất hòa, bất đồng chính kiến, chính trị Nóng chứ không Trầm, đối lập phá hoại nhau, nên không còn đủ lực tập trung chống CS.

NHÌN NHAU NHƯ ĐỐI THỦ!

Từ thời vua chúa, sự tranh chấp giữa các dòng họ, nạn bè phái "con em đất Bái" đã cuốn hút cả dân tộc vào cuộc tranh chấp xô xát, khi thì hai phe Mạc-Lê Trịnh, khi thì 3 phe Tây Sơn-Nguyễn-Lê Trịnh, sông Gianh phân cực chưa xong hẳn, Tây sang tạo tam cực Bắc Trung Nam, rồi lại sông Bến Hải phân cực lần nữa. Hai lần thống nhất: Gia Long 1802 và Cộng Sản VN 1975 thực chất chỉ là sự nhất thống sơn hà. Mấy chục năm đầu thời Nguyễn riêng miền Bắc tính ra có hơn 300 vụ nổi loạn lớn nhỏ chống nhà Nguyễn ở Huế, vụ quan trọng ai cũng biết là Giặc Châu Chấu do danh Nho Cao Bá Quát cựu quan triều Nguyễn khởi động. Năm 1975, đã quá nhiều tài liệu phân tích, nói chung cũng chỉ là sự nhất thống bạo động áp đặt chứ không có lòng dân tự nguyện như Đông Đức - Tây Đức.

Vì sự phân hóa cả 300 năm nay như vậy, dân tộc Việt lại không có một chất keo tâm linh kết chặt (qua tôn giáo như Do Thái, Hồi, Ấn), nên xã hội Việt trở thành rời rạc như nồi cơm nát, tệ hơn nữa, hậu quả là đôi mắt nhìn nhau thù hằn, hằn học, nghi ngờ, từ già đến trẻ, từ nam tới nữ, từ trẻ con đến người lớn, từ Bắc lan mạnh vào Nam.

Khi xưa mấy triết gia hiện sinh đặt vấn đề người nhìn người như là đối tượng (object), nhưng ở xã hội VN thì đối tượng đã đành mà gọi là đối thủ nữa mới đúng. Người Việt, giới có ăn học khoa bảng cũng không khác, vẫn mang tâm thức dìm người khác, hạ người khác, mình đúng hết, đối thủ sai hết.

Bác sĩ chuyên khoa tâm thần Trần Minh Tùng từng phân tích: người Việt mình có tính ác, đánh người phải đánh cho chết, không hòa nhau bao giờ... Gs Nguyễn Ngọc Huy chi tiết hơn: người mình không biết hòa hợp tương nhượng (ông dùng chữ compromise), phe Phật giáo như Thích Tâm Châu thì biết "compromise" với chính quyền, phe Trí Quang thì quyết liệt, extremist...

Nói khác đi ác tính, chê giễu, tố khổ, ác khẩu chửi bới nhau... đều xuất phát từ căn Sân hận, từ tâm lý nhìn người khác như đối thủ.

Tâm thức ấy bị những yếu tố kinh tế, chính trị làm nặng nề thêm: miền Nam đất lành chim đậu, no đủ từ hàng trăm năm có đôi mắt nhân hậu hơn, dân miền Bắc lũ lượt di cư vào sau 1975, Lâm Đồng, Bà Rịa, Đồng Tháp... rồi đây, con em họ, sẽ chuyển hóa theo dòng sống đôn hậu hồn nhiên miền Nam, họ được ăn bánh thật chứ không cần ăn bánh vẽ như ở xứ nghèo sỏi đá, ăn no những từ ngữ đao to búa lớn tuyên truyền. Và chỉ cần một thế hệ, tâm thức sẽ đổi, như lớp di cư Bắc 1954 cũng đã đổi khá nhiều, bằng chứng là Bắc 54 (dân gian bây giờ gọi đùa là Bắc kỳ chín nút) gắn bó với Sài gòn hơn là với quê cha đất tổ khô cằn, đảo lộn như Học Lạc từng ví là "*con tôm cứt lộn đầu*", thậm chí chỉ nghe giọng nói mới ở Hà Nội cũng đã *thấy lạ!*

Thánh Gandhi xứ Ấn cao cả đã không nhìn thực dân Anh như đối thủ, ngài từng nói: người Anh có nhiều điều đáng cho ta học hỏi, Tagore cũng vậy, ông không mang mặc cảm viết thơ bằng Anh ngữ để đoạt giải Nobel văn chương 1911 đầu tiên cho Á châu. Ở Việt Nam, ta nhìn người Pháp như ác quỷ mà quên đại quỷ sứ Nga Tàu đàng sau, chẳng ai buồn nghe phương cách giành độc lập ôn hòa không đổ máu của một Phan Chu Trinh, một Phạm Quỳnh... cứ coi nhau như đối thủ, đánh nhau sứt đầu xẻ tai rồi mà cũng không nhận ra anh em!

Nước Pháp đã xây dựng công trình rất lớn cho VN trong 50 năm: 1890-1940, với tất cả hệ thống giao thông, giáo dục, tư pháp, y tế... Nếu không có cuộc Tây hóa đó, VN còn là một xã hội không hơn gì các bộ tộc Tây nguyên, và cũng chẳng có ông nào biết ngoại ngữ để du học Mác với Lê!

Ấy vậy, mà vẫn vô ơn bất nghĩa, vẫn coi Pháp chỉ là kẻ thù, thậm chí đến những khẩu súng đầu tiên của Mỹ trang bị hồi 1945 cho đại đội VM đánh Nhật... vẫn chưa thấy sử liệu nào ghi nhận, mà chỉ thấy hết hô Mỹ ngụy đến Pháp ngụy ! Còn đối với Bảo Đại, quốc gia miền Nam, thì khỏi nói, đối tượng đối thủ thù nghịch ít nhất 3-4 đời nữa, hoặc cả 300 năm nữa may ra mới xóa hẳn.

Hệ quả của sự phân cực, quốc cộng, hằn sâu nhất vì chiến cuộc kéo dài quá lâu 1945-1975, mà phe thắng lại không phải là phe xứng đáng, đã thế, lối tuyên truyền của CS Mác Lê rất triệt để, cho đến hôm nay, TV vẫn ngày đêm hâm nóng hận thù, từ Củ Chi, đến Vũng Rô, bom Mỹ, Mỹ Lai, Da Cam... tưởng như mặt trận vẫn còn đang nóng như thời 50-60 năm trước. Nếu tính từ 1945 đến giờ, đã 80 năm dân tộc triền miên sống trong lằn ranh hận thù, nhìn nhau như **Đối Thủ chứ không phải là Đồng bào để thương nhau, để giúp nhau đi lên.**

Với tâm thức ấy – nước Việt Câu Tiễn đã tan rã, nước của Chế Bồng Nga đã tiêu tan, bộ tộc Lạc Việt còn lại quả thật không thể có tương lai trường cửu trong một thế giới đang tiến nhanh và tiến vùn vụt theo hướng mới liên hành tinh!

Lưu Văn Vịnh

PHAN NI TẤN

BỐ SỸ

Nhà văn Doãn Quốc Sỹ cùng Phan Ni Tấn và phu nhân

Hôm qua, 17 tháng 10 năm 2025, cô Út email cho tôi báo tin "Bố Sỹ chấm dứt thọ mạng lúc 10:05 am ngày 14 tháng 10 năm 2025". Cô Út, tức Doãn Thanh Hương là con út trong gia đình có tám người con của Bố Sỹ và Mẹ Thảo.

Tôi vẫn còn nhớ khoảng giữa năm 1979 tôi đến thăm gia đình nhà văn Doãn Quốc Sỹ, nhà ở trong một con hẻm nhỏ đường Thành Thái, Sài Gòn mới biết bố Sỹ đang ở tù "cải tạo" trên cao nguyên Gia Rai với tội danh "biệt kích văn hóa". Ba mươi ba năm sau, ngồi bình thản dưới mái nhà bình thường của tôi ở Canada, Bố Sỹ nhíu mày, cặp mắt xa xăm nhìn vào quá khứ như lục lại từng trang đời thê thiết, kể: "Năm 76 chúng đến trường Sư Phạm gởi giấy yêu cầu tôi đến Phường trình diện học tập bốn hôm rồi về, nhưng kỳ thực sau đó chúng bắt tôi đưa lên trại Gia Trung mãi trên cao nguyên Gia Rai. Trại này nằm sâu trong một cánh rừng giữa Pleiku - Kontum. Sở dĩ gọi là Gia Trung là vì trại nằm cạnh con suối người Thượng gọi là I-a I-ung, mình nói trại ra là Gia Trung. Chúng giam tôi từ năm 76 đến năm 80 thì được thả về..."

"Năm nay bố Sỹ của em gần 90 tuổi rồi, nhưng anh xem, cách ăn mặc vẫn còn gọn gàng, tươm tất lắm. Càng già bố Sỹ càng hiền lành, dễ dãi, đôi lúc ngây thơ như trẻ con", cô Doãn Hương, con gái út của nhà văn cười nhe chiếc răng khểnh nói với tôi thế.

Tuy già yếu, hom hem như thế, lãng đãng đến thế nhưng khi nói về tình hình đất nước, về vận mệnh dân tộc, về nghiệp dĩ văn chương... Bố trở nên linh hoạt lạ thường.

Nói đến nhà văn Doãn Quốc Sỹ lâu nay người ta thường nghĩ đến hình ảnh của một kẻ sĩ thời đại. Ông là hội tụ của trí tuệ và tình thương, của niềm tin và ước vọng. Bằng một hành động lịch sử, trong lao tù ông đã từng lẫm liệt, khẳng khái chống lại những gì đi ngược với công cuộc tranh đấu cho hòa bình đất nước và nguyện vọng của nhân dân miền Nam. Cuộc đời và con người của kẻ sĩ là như vậy. Có điều con người bất khuất này, dù được người đời ngưỡng mộ và vinh danh cũng chẳng hề làm ông biến dạng đi chút nào. Xưa sao tôi không biết nhưng nay trước mặt tôi, Bố Sỹ của tôi vẫn bình thường, giản dị, gần gũi, hồn nhiên như bất cứ ông già nhân từ nào tôi có thể gặp ở ngoài đời. Cái vẻ đẹp thật kỳ lạ của tâm hồn ấy tỏa rạng lên cả con người ông, ánh lên đôi mắt cười dễ dãi, gương mặt xương xương nhưng phúc hậu. Chính những tinh chất óng ánh đó đã kết hợp thành chân dung con người kẻ sĩ.

Bố Sỹ và tôi ngồi nói chuyện tương đắc với nhau được một lúc thì Bố Sỹ ngồi thẳng người, gương mặt kẻ sĩ miền Nam tươi tắn hẳn ra, Bố kể: "Năm 84 đến năm 92 tôi tiếp tục viết gởi tác phẩm qua Pháp cho nhà xuất bản Lá Bối của thầy Nhất Hạnh in và phổ biến ở hải ngoại. Cộng sản tinh ranh lắm, luôn luôn rình rập, theo dõi từng cử chỉ hành động của tôi. Biết thế nhưng tôi vẫn điềm tĩnh. Khi đến bắt tôi lần thứ hai chúng đưa ra những bản photocopy chụp tất cả những gì tôi viết gởi ra nước ngoài làm bằng cớ để buộc tội. Trong tù, chúng ép tôi nếu ký giấy thú nhận tội trạng tôi sẽ được khoan hồng nhưng tôi quyết liệt khước từ tất cả *(Bố nhấn mạnh)*. Bởi vì tôi luôn quan niệm rằng yêu nước không phải là một cái tội. Cuối cùng trước tòa, chúng ghép tôi vào tội phản động, là một trong mười tên biệt kích văn hóa đã lén lút gởi tài liệu ra nước ngoài tiếp tay với bọn phản động nhằm chống phá Cách Mạng và chế độ Xã Hội Chủ Nghĩa, phán xong chúng kêu án tôi 10 năm tù. Trải qua những năm tháng lao nhọc trong lao tù, cứ đến những ngày lễ lộc, Tết nhất cũng như những lần sinh nhật của Hồ Chí Minh thì chúng ra cái điều khoan hồng giảm án. Cứ thế, trừ những lần được giảm án cho đến hết hạn tù thì tôi ở tù mất 8 năm rưỡi, cộng với 4 năm tù lần trước vị chi là 12 năm rưỡi tôi bị Cộng sản giam cầm".

Kể đến đây Bố như trút bớt phần tâm sự. Hớp một hớp trà, giọng trở nên trào lộng, Bố tiếp: "Trước ngày mãn hạn tù chúng chuyển tôi đến trại K3 Xuân Lộc. Trại này nằm dưới chân núi Chứa Chan. Nghe thì lãng mạn lắm, chứa chan lắm, nhưng sống trong cảnh tù tội thì Chứa Chan có khác nào *Chán Chưa*". Rồi Bố sang sảng đọc thơ: *"Nam Nhâm nữ Quí thì sang. Nhược bằng ngược lại gian nan nhiều bề".*

Ý nói Bố sinh nhằm mạng nữ Quí nên phải chịu khổ đến hơn 12 năm tù. Chưa hết. Dính dáng tới văn chương thi phú vốn đã ăn sâu trong cuộc sống và bản chất, bố Sỹ thật sự hưng phấn, Bố nói thật hay:

"Cụ Tú Mỡ, bố vợ tôi sanh được 8 người con được Cụ đặt tên theo thứ tự vần: *"Năm trai ba gái tám tên. Trung Hiền Thảo Dũng Hùng Chuyên Vỹ Cường"*. Vợ chồng chúng tôi cũng thế, có tám con - Bố tiếp luôn: *" Bốn trai bốn gái tám tên. Thanh Khánh Liên Thái Vinh (liền) Hưng Hiển Hương".*

Câu lục bát "phá cách" này làm Bố Sỹ gượng nhẹ cười nói Bố phải thêm chữ "*liền*" ở câu bát cho đồng vận với chữ "*tên*" ở câu lục...

Lắng nghe "ông già" kể chuyện tù, chuyện gia đình thơ thới như kể chuyện cổ tích khiến tôi vừa phục lăn vừa thương Bố quá chừng. Chính thái độ và hành động của một nhà hoạt động chính trị, một kẻ sĩ miền Nam, một người yêu nước, một nhà văn, nhà giáo khẳng khái trước tòa, bất khuất trong lao tù đã làm lay động tận cùng lương tâm những người trí thức trong và ngoài nước.

Nhà thơ Hoàng Xuân Sơn viết về nghĩa khí của ông qua bài thơ *"Tinh Thần Và Bạo Lực":*

Công an có cây súng
Bắn hoài không chết ai
Thi sĩ còn ngòi bút
Điểm mặt kẻ vô loài

Công an có cây súng

Nện tới tấp tơi bời
Đánh không sờn không ngã
Giam sao được lòng người

Quỷ vương trăm lần chết
Khuyển ưng rụng một bầy
Thở tràn như nước chảy
Như sóng bủa trùng vây

Công an hết đường chạy
Vòng đai khép chặt rồi
Trong mỗi lời mỗi chữ
Nghìn gươm phục rạng ngời

Công an có cây súng
Bắn hoài không chết ai
Thi sĩ còn ngòi bút
Điểm mặt kẻ vô loài

Công an có cây súng
Cây súng và nhà tù
Thi sĩ còn ngòi bút
Máu chảy hoài thiên thu.

Bố Sỹ qua Canada ghé nhà tôi có cô út Hương của Bố theo kèm. (Vợ của Bố Sỹ là bà Hồ Thị Thảo, ái nữ của nhà thơ trào phúng Tú Mỡ Hồ Trọng Hiếu. Bà mất vì căn bệnh Alzheimer năm 2011 tại Houston, Texas). Trong dịp này Bố Sỹ trao cho tôi tập thơ Lục Bát Tùy Bút của Doãn Quốc Vinh gởi tặng tôi. Đây là tập thơ đầu tay của Vinh do Doãn Gia xuất bản sau cuốn "Bác Trai, Bác Gái" của nhà văn Doãn Quốc Sỹ in năm 2011 tại California, Hoa Kỳ. Bố nói: "Trong tám đứa con chỉ có thằng Vinh là vướng vô nghiệp văn chương như tôi. Ngoài làm thơ nó còn biết vẽ vời nữa".

Năm 2019, sau buổi sinh hoạt văn nghệ với Đoàn Du Ca Nam Cali tại Quận Cam, vợ chồng tôi có ghé nhà Bố Sỹ thăm gia đình ông. Đó là lần cuối cùng chúng tôi gặp ông. Nay thì Bố Sỹ không còn nữa, ông mất sáng ngày 14 tháng 10 năm 2025 tại bệnh viện West Anaheim Medical Center, thành phố Anaheim, California, Hoa Kỳ. Sống đến 103 tuổi như Bố Sỹ không phải ai cũng có.

Phan Ni Tấn

TN

HOÀNG CHÍNH

TỪ CHỐN XA XÔI NÀO

"Ngày nào em cũng nhắc mà anh cứ quên hoài. Rán uống thuốc cho mau khỏi bệnh," cô chưa kịp dứt lời thì một tiếng sủa bung ra cùng lúc với cái gạt tay hung hãn, "Khỏi cái con mẹ cô ấy!"

Ly nước tay này, lọ thuốc tay kia cùng lúc bật khỏi tay cô, văng xuống nền xi măng, ném ra một mảng âm thanh chát chúa. Cái ly vỡ tan. Nước văng tung tóe, những mảnh thủy tinh văng khắp chung quanh, vạch những tia màu lấp lánh. Không dám nhìn vào hai con mắt đỏ lửa, cô cúi đầu dán mắt vào vũng nước loang loáng, vào những viên thuốc vung vãi trên nền nhà. Những viên thuốc đủ màu làm cô hoa mắt (viên màu vàng trị đau, viên màu đỏ an thần, viên màu nâu dỗ giấc ngủ, cô nhớ rõ như thế...) Một viên màu đỏ lăn tới chân cô. Ngực cô thắt lại. Hai mắt cô mở bung, to, tròn, ngơ ngác. Tiếng sủa hay câu nói cô không biết. Nhưng nó hằn học và gay gắt. Và nó phát ra từ miệng người đàn ông gần gũi nhất với cô trên thế gian. Cô run rẩy, len lén liếc cái bóng đàn ông lù lù trước mặt. Vẫn là chồng mình đây mà. Cái người mà cách đây không lâu đã giật cái micro trong tay ông chủ tịch cộng đồng, đã học đòi thiên hạ, quỳ xuống trước mặt cô trong đêm tiệc Tất Niên, đã sột soạt tiếng Anh cái câu công thức rẻ tiền và vô cùng sến súa, đã làm cô cảm động đến suýt ngất đi. Will you marry me? Dù họ đã lấy nhau từ hồi cô còn ở Việt Nam nhưng cái mùi lãng mạn vẫn làm cô ngây ngất. Phút giây này người đàn ông lãng mạn ấy đã biến dạng. Chồng mình hay chỉ là một con quái vật. Ý nghĩ xớn xác trong đầu cô. Người đàn ông ngọt ngào độ nào đã chết thật rồi.

Cô nín thở. Hai bàn tay quờ quạng trước mặt như cố xua một con ruồi con muỗi vô hình nào đó. Những ngón tay duỗi ra rồi co lại. Chới với, như tìm một cách vô vọng một điểm tựa an toàn. Rồi đôi cánh tay cô buông xuôi hai bên cái hình hài mảnh mai. Cái gì đó ngúc ngắc trong cổ họng. Cô bật tiếng ho khan. Không có gì ở khoảng ngăn cách cô và người đàn ông có hai con mắt đỏ ngầu đang quắc lên một tia nhìn gớm ghiếc. Cô hoảng sợ. Nếu hắn chồm lên, vung tay siết cổ cô, chắc chắn cô sẽ chết. Bởi chân tay cô mềm nhũn, sinh lực cô cạn kiệt. Cô không thể tháo chạy. Mà biết chạy đi đâu bây giờ. Cô thụt lùi từng bước. Đến khi lưng cô chạm mạnh vào vách tường.

Nghe tiếng ly vỡ, mẹ cô ở nhà sau hốt hoảng chạy lên, miệng há hốc, tròn mắt nhìn hai người, rồi dán mắt xuống những mảnh thủy tinh lấp lánh dưới nền nhà. Bà đứng trơ ra đó một phút đồng hồ rồi quay đầu cuống quýt chạy xuống bếp. Một lát bà trở lại, cái chổi trong tay này, đồ hốt rác trong tay kia. Cô đứng chết trân nhìn mẹ. Cái lưng già nua cong xuống, hai cánh tay hấp tấp quét, dọn. Không khí căn phòng đông cứng lại không biết bao lâu. Không ai nói với ai lời nào. Cô vẫn dán lưng vào vách tường. Cô biến thành bức tranh thiếu phụ nhập nhòe, khăn áo xộc xệch trên nền vôi trắng.

Khi những mảnh vỡ thủy tinh đã được hốt đi, nền nhà đã được lau sạch bóng, những viên thuốc đã được lau chùi cẩn thận và bỏ lại vào trong lọ, bà mẹ già đã biến vào phòng, khép cửa lại thật nhẹ thì cơn đau nơi người đàn ông cũng rút đi như thủy triều. Cơ mặt anh ta dãn ra, như miếng cao su bị hơ nóng, anh ngồi xuống chiếc ghế nệm dày, hai tay ôm đầu, mắt nhắm lại. Lưng vẫn dựa vách tường, cô hít một hơi dài, nén xuống thật sâu trong lồng ngực. Cố tìm lời ngọt ngào để vuốt ve anh, cô rụt rè, "Anh cũng hiểu mà. Mấy tháng nay, mẹ đi chùa cầu Trời Phật cho anh mau khỏi..." Anh quắc mắt nhìn cô. Hừ lên một tiếng trong cổ họng. Rồi gầm gừ, "Cũng vì cái sự đi cầu, đi khấn ấy chứ đâu."

Cô im lặng. Chồng cau có, bẳn gắt suốt ngày vì đau đớn. Vợ cắn răng chịu đựng. Người đàn ông này bị ám bởi những cơn đau quái dị. Cái đau cứ như người đàn bà dở hơi, vui đó rồi giận dỗi ngay đó. Nó không báo trước, nó biến anh thành kẻ đau giả vờ, thành cái cớ cho anh dựa vào để mỉa mai, xỉa xói. Cơn đau khiến anh chĩa mọi mũi dùi trên thế gian vào mẹ vợ. Lần nào anh đi tái khám về, cô cũng hỏi, "Có khá hơn không anh?" Và lần nào anh cũng cộc lốc, "Khá cái con mẹ cô ấy!"

Con mẹ cô! Những chữ xoắn vào lồng ngực cô như những cái đinh ốc người thợ xoáy lên vách tường để treo một bức tranh. Từ ngày bị tai nạn, anh luôn réo "con mẹ cô" ra mà chửi. Không ai nói với ai nhưng cả anh và cô đều hiểu đó là hình ảnh mẹ cô, cái bà mẹ vợ đêm cuối năm cứ nằng nặc đòi con rể chở đi chùa cúng Giao Thừa ngay trong cơn bão tuyết.

"Cái con mẹ cô ấy!" Câu nói cứ xoay vòng trong đầu cô. Câu chửi không đủ tục tằn, chợ búa như những câu chửi thề: đụ má, con đĩ mẹ... nhưng gói trọn nội dung những điều anh muốn bày tỏ, và đầy ắp cái mùi thô lỗ. Chiếc xe dúm dó, xương cốt chồng chập, thân thể đau nhức ngặt nghèo, công ăn việc làm gián đoạn; tất cả gây ra bởi không ai khác ngoài "con mẹ cô ấy".

Có lần, suốt hai ngày cái đau không lảng vảng trở về, anh mừng như trúng số. Biết đâu nó bỏ đi luôn rồi như ông bác sĩ vẫn dự đoán. Anh lân la đến bên cô. Miệng anh lí nhí, "I'm sorry". Chắc *I'm sorry* thì sẽ dễ nói hơn *Anh xin lỗi*. Nhưng mà rõ ràng *I'm sorry* thì không giá trị bằng *Anh xin lỗi*. Cô cũng nhận ra mình không bao giờ nói Em xin lỗi với chồng. Có thể tại mình đâu bao giờ lầm lỗi. Hoặc lỗi của mình nhẹ tênh, so với lỗi của chồng. Cô lắng nghe câu *I am sorry* của anh. Âm hưởng câu nói mềm như những sợi bún tươi. Nó làm cô cảm động rươm rướm nước mắt. Khi anh hết đau, họ lại trò chuyện với nhau. Toàn những câu đối đáp vu vơ. Thỉnh thoảng họ nhìn vào mắt nhau. Anh thấy cô gầy gò, lạ lẫm. Cô thấy anh hom hem như ông cụ. Từ hôm chiếc xe anh cầm lái xoay vòng trên mặt đường đóng băng và đâm sầm vào cột đèn, hình ảnh cô mờ hẳn đi trong thế giới anh. Cô thành chiếc bóng vật vờ trong khoảng không gian anh chiếm hữu. Khi cơn đau trở về, những kẻ lảng vảng trong thế giới anh đều thừa thãi và làm anh khó chịu. Trong đó có cô. Từ hôm bị tai nạn đến giờ, anh chỉ biết có cơn đau, anh không cần biết cô là ai, đang làm gì, và đang sống ở đâu. Anh cũng chẳng cần biết cô có bình yên không.

Bây giờ xem như cô có hai ông chồng. Một ông hiền, một ông ác. Những lúc không bị cơn đau hành hạ, ông Hiền trở về. Anh cười hiền, anh xuống giọng ngọt ngào, cái giọng đã đổ vào tai cô cái câu *Will you marry me* độ nào. Anh nhỏ nhẹ vỗ về, anh thành chàng rể những ngày đầu trăng mật. Anh kể chuyện về ông bác sĩ, về anh thông dịch, về cô thư ký, về cái phòng mạch có đầy sách ở hai vách tường. Anh vui miệng kể cho cô nghe chuyện đi tái khám. *Tức cười lắm em biết không. Ông bác sĩ tâm lý của anh, thế kỷ này người ta đã dùng MP3, Bluetooth, đủ loại apps. mà ông vẫn dùng cái máy cát sét cũ. Không biết cách điều trị của ông có kết quả hay không nữa. Ông ấy có bằng Ph.D. về Tâm Lý Học, em biết không. Ông ấy chuyên trị về cách đương đầu với sự đau đớn. Khám bệnh gì mà toàn những buổi giải thích khô khan bằng cái giọng lai Ấn Độ của ông ấy, dịch qua tiếng Việt bởi một tay thông dịch viên. Ông ấy bắt anh nằm nghe anh thông dịch đọc bài viết của ông ấy. Nghe và nhắm mắt thư giãn. Rồi anh thông dịch viên thâu băng bài đọc ấy vào băng cát sét. Ông ấy bắt anh nằm nghe băng trong lúc ông ấy khám cho bệnh nhân khác.*

Anh kể và cô chăm chú lắng nghe. Rồi cô gợi ý sao anh không đem cát sét về nhà để nghe mỗi ngày, vừa giúp mau khỏi, vừa giúp ông bác sĩ tin mình thực sự muốn khỏi, không kéo dài việc chữa trị để ăn tiền bảo hiểm. Anh gật gù suy nghĩ và lặng thinh. Mỗi lần ông Hiền trở về, anh chuyện trò tíu tít, cô ngồi chăm chú nghe, vui lây cái vui của chồng. Cô hỏi tên ông bác sĩ, cô hỏi tên người thông dịch. Anh thì đầu óc đang bận suy nghĩ về cơn đau. Anh phải đo đếm nó. Mỗi khi nó đến, anh phải đo từ zero đến mười, cái đau nằm ở chỗ nào. Giờ nào nó đến. Nó ở lại bao lâu. Làm cách nào thì bớt đau. Mỗi lần cơn đau trở về, nó hành anh đến mức chỉ nghĩ đến nó, anh đã thấy đau.

"Vậy chứ anh thông dịch viên tên gì?" Cô hỏi một câu lạc đề. Anh nheo mắt suy nghĩ. Anh nhớ hôm đầu tiên ông bác sĩ có giới thiệu tên của người thông dịch, nhưng anh không để ý nghe.

"Người Việt thì phải tên tiếng Việt, đúng không nào?" Cô nhắc.

Chiều lòng vợ, anh nói đại một cái tên.

Cô đổi qua chuyện khác, "Em mừng thấy anh khỏe lại nhiều hơn lúc trước, chứ lúc đau, anh gây gổ, cằn nhằn quá sức, đến nỗi em nghĩ em cũng sắp điên đến nơi."

Ông Hiền toét miệng khoe một nụ cười hiền. Những thoáng vui như vậy qua mau. Ông Ác luôn trở về không hẹn trước. Ông Ác luôn xuất hiện bất ngờ.

Một hôm sau buổi tái khám, anh đem về một cuốn băng và cái cát sét cũ, "Đây này, ông bác sĩ bảo anh nghe băng cát sét này cho mau khỏi. Cách chữa bệnh kỳ cục. Đã uống gần chục viên thuốc thì cần gì phải nghe băng cát sét. Thật là ấm ớ." Và anh quăng cái cát sét và cuộn băng vào một góc tủ quần áo.

Thời gian cứ đều đặn trôi. Gần một năm rồi mà những cơn đau không giảm. Và ông Hiền, ông Ác thay phiên nhau đến với cô. Đời sống cô kẻ rõ hai vạch màu: đen tuyền và trắng bệch. Mỗi ông ngự trị một màu. Một hôm trong cơn đau, ông Ác lồng lộn trở về. Không nhìn ra được chân dung ông Ác trong người đàn ông đang đứng trước mặt mình, cô nhỏ nhẹ dỗ dành. Anh xô cô ra, rống lên, "Tôi muốn ly dị." Anh ngừng lại, bóp trán suy nghĩ vài giây, những ngón tay của ông Hiền cố gắng làm dịu cơn điên của ông Ác nhưng không thành. Ông Ác lại gào lên, "Nhưng ly dị thì cũng đã muộn rồi, lẽ ra tôi không lấy cô ngay từ đầu. Lẽ ra tôi không nên đem mẹ con cô qua đây. Vì mẹ con cô mà tôi mới ra nông nỗi này."

Cô tủi thân vào phòng đóng cửa lại khóc một mình. Lâu nay cô quen khóc một mình. Từ khi theo chồng sang xứ sở lạnh giá này, cô chỉ khóc vào dịp cuối năm, khi bên nhà đón Giao Thừa, khi mẹ cô còn ở cách xa cô hàng ngàn cây số. Người ta khóc chán thì ngủ thiếp đi còn cô thì thao thức. Cô mở tủ lục lọi những cuốn sách bồng bế từ Việt Nam sang đang đọc dở dang, moi ra những xấp quần áo lâu nay không mặc tới. Loay hoay một hồi cô bắt gặp cái cát sét cũ và cuộn băng bác sĩ bắt chồng cô đem về để nghe mỗi tối. Cô nhìn nó đăm đăm. Cái này bác sĩ bảo là nó giúp giảm bớt cơn đau. Tại sao mình không nghe thử xem sao. Cô nghĩ. Chẳng phải mình đang đau đến cùng cực hay sao. Cô đem nó về phòng, gắn headphone vào tai, đẩy cuốn băng vào máy và loay hoay bấm cho máy chạy.

Giọng đàn ông rất trầm, rất ấm thổi vào tai cô. Cô rùng mình. Sao lại có người nói năng ngọt ngào đến như thế. Âm hưởng dìu dặt, miên man, như vọng về từ chốn xa xôi nào đó, quá đỗi bình yên, ngỡ như không thể nào có thật.

Từ hôm ấy, mỗi tối người đàn ông không biết mặt ấy thì thầm ru cô ngủ. Những giấc ngủ bồng bềnh, êm ái. Những giấc ngủ mềm mại, khói sương. Những giấc ngủ bình yên chưa một lần bắt gặp. Trong căn phòng trống trải, trên chiếc giường thênh thang, cô không còn thấy lạnh lẽo, lẻ loi. Phương thức điều trị ấy thực sự đã giúp cô đương đầu với cơn đau của chồng. Bây giờ cô tin cách điều trị kỳ cục của ông bác sĩ tâm thần là sáng suốt và có hiệu quả. Phương pháp ấy vớt cô ra khỏi vũng buồn và trao cho cô chiếc khăn sạch để cô lau nước mắt.

Cuối năm mẹ cô về Việt Nam ăn Tết. Mới xa nhau chưa đầy hai hôm, cô đã gọi về cho mẹ. Buổi tối, trong phòng ngủ của hai vợ chồng bây giờ là giang sơn của riêng cô, cô FaceTime với mẹ. Cuộc trò chuyện bắt đầu đúng lúc ông Ác trở về. Ngoài hành lang, anh lồng lộn đi tới đi lui, ôm đầu, nghiến răng. Những câu đối thoại nhập nhằng luồn qua khe cửa phòng ngủ của hai người, xoáy vào lỗ tai anh. Anh nghe cô xin lỗi mẹ vì những lời nói hỗn xược của chồng. Anh cố nén cơn đau để lắng nghe. Giọng cô nặng mùi trách móc. Cũng lỗi tại mẹ nữa đã khuya vậy còn đòi đi. Mà Giao thừa Việt Nam thì lẽ ra mẹ phải đi chùa lúc mười hai giờ trưa, ai lại đi nửa đêm ngay giữa cơn bão tuyết ở Canada. Hình như mẹ cô cằn nhằn rằng Mày qua bên đấy cả hai ba năm rồi sao không chịu học lái xe. Giọng cô hụt hẫng, Bên này đông xe, sợ thấy mồ. Và mẹ ngắt lời cô, Đông làm sao bằng được bên Việt Nam. Rồi giọng mẹ cô áy náy chuyện bắt con rể đưa đi chùa đêm Giao Thừa ngay trong cơn bão tuyết, để anh bị đụng xe. Cô ngắt lời mẹ, Đã vậy lúc vừa đụng xe, mẹ tung cửa chạy ra ngoài, lại còn đứng bên lề đường mà nhìn. Mẹ cô cãi, Lúc ấy tay chân tao run bần bật, đầu gối muốn quỵ xuống, nói còn không ra hơi. Cô bắt bẻ, Sao mẹ không ngồi im trong xe, giả bộ ngất đi, để ambulance nó đến, nó đưa đi bệnh viện, có phải bây giờ mẹ cũng được tiền bảo hiểm sướng không nào. Anh nghe từ bên kia đại dương vọng lại cái giọng phân bua của bà mẹ vợ, Tao thấy xe cháy trên ti vi hoài nên mới vội nhảy ra khỏi xe, lúc ấy run quá, đâu còn nghĩ gì đến chuyện bảo hiểm bảo hiếc. Và giọng vợ anh kêu rêu, Tội nghiệp anh ấy, bị cái vô lăng xe đập vào ngực, gẫy bao nhiêu là xương.

Anh nghiến răng, lảo đảo ôm đầu, bước về căn phòng nhỏ dành cho khách mà cả năm nay là của riêng anh. Anh đóng cửa lại để không nghe thấy những lời chạy tội. Căn phòng nhỏ như cái hộp nhưng ấm cúng và yên tĩnh. Anh cong người quay mặt vào tường, vặn vẹo thân thể theo vòng xoáy những cái đinh rỉ sét mà ông Ác nghiến vào từng thớ thịt khắp châu thân.

Anh vẫn đi bác sĩ, bác sĩ hỏi và anh vẫn nói dối là vẫn nghe cuốn băng mỗi tối, bác sĩ hài lòng, Tốt lắm, nó giúp anh thư giãn, nó giúp làm tan đi cơn đau, kết quả sẽ rất tốt. Anh cười như mếu. Anh không tin chỉ nghe cuốn băng mà hết bệnh, anh cũng không nhớ cuốn băng và cái cát sét nằm ở xó xỉnh nào trong căn phòng chung cư của họ.

Một lần nọ suốt ba ngày không có cơn đau nào, Ông Hiền - người chồng tử tế - trở về. Những cơn thèm cùn mằn của nhân gian cũng theo về. Anh thèm đủ thứ. Thuốc men làm cái miệng đắng chát vậy mà bỗng dưng anh thèm một tô phở tái có bò viên. Một ly cà phê thơm nức mũi. Mùi cà phê, mùi rau thơm, mùi xào nấu đồ ăn giạt về cấu xé anh. Cơn thèm lan tới mùi dầu thơm quen thuộc vợ anh vẫn xức lên tóc, mùi dầu thơm lan qua mùi tóc gây gây, quyện đến mùi thịt da nồng nàn. Anh bỗng nhớ cái mềm mại của làn da, cái mượt mà của dòng tóc, tiếng thì thào bên tai, tiếng xuýt xoa nho nhỏ như thoáng gió đậu trên cánh môi. Cả đến cái ấm mềm của nụ hôn. Đến những mẩy gai ốc nổi trên da sau những vuốt ve mời gọi. Anh khẽ đẩy cửa phòng của vợ, rón rén bước vào căn phòng đã lâu vắng bóng anh. Anh đứng lặng một lát cho quen với bóng tối. Lâu lắm anh không bén mảng đến phòng này. Trong bóng tối anh thấy cái máy cát sét nằm ngay ngắn trên đầu giường, chỗ trước kia là cái gối nằm của anh. Cuốn băng đang chạy. Ngọn đèn đỏ chớp đều, và anh nhận ra vợ anh đang nghe headphone. Rõ ràng vợ đang ngủ. Anh đứng lặng, nghiêng đầu ngắm. Ánh đèn ngủ mờ ảo hằn rõ nét tiều tụy trên khuôn mặt trái xoan có đôi má hóp. Anh thở dài, thấy tội nghiệp vợ.

Anh nhìn đôi bờ ngực chỉ hơi gồ lên một chút bên dưới tấm chăn mỏng. Lâu lắm anh không vùi lên đó những môi hôn. Chợt cô khẽ trở mình. Cô rên nho nhỏ. Và cô uỡn người qua một bên, hai tay tuồi ra ngoài lớp chăn, đặt lên hai bầu vú. Anh căng tròn hai mắt. Tim anh rối lên trong lồng ngực. Cơn thèm căng cứng từng thớ thịt. Anh từ từ bước lại cạnh giường, hồi hộp như đứa con trai mới lớn mò vào giường cô gái vừa quen. Bỗng dưng anh đứng sững lại khi nghe vợ gọi tên ai đó. Anh nghiêng đầu lắng nghe tiếng rên luồn trong hơi thở của cô. *Đừng Phú ơi... Không được đâu... Tối mai đi, Anh tham lam quá, Phú ơi...* Đứa nào thế này. Đứa nào chui cả vào giấc mơ của vợ anh thế này. Mặt anh nóng bừng. Và anh nhận ra ấy là cái tên mà anh đã nói đại với cô rằng đó là tên người thông dịch.

Anh nhẹ nhàng gỡ cái headphone ở tai vợ, gài vào lỗ tai mình. Anh nhận ra cái giọng trầm đục quen thuộc của người thông dịch viên ở phòng khám bác sĩ. Cái kẻ anh không buồn nhớ tên nhưng đã cho hắn mang đại tên Phú khi vợ hỏi. Người đàn ông có cái tên ấy vừa mới thì thào trong hơi thở của vợ. Giọng hắn trong headphone vẫn lúc xa như lời dặn dò mất hút ở khúc quanh, lúc gần như đang thì thầm bên gối ấm; vẫn lúc này dịu dàng, lúc kia sôi nổi; vẫn đều đều rót vào tai anh như con nước lững lờ xuôi trong dòng suối cạn: “Hãy nhắm mắt tưởng tượng mình nằm thả lỏng thân thể, duỗi hai chân, xuôi hai tay hai bên mình. Hãy hình dung bờ cát mềm và ấm bên dưới thân thể, sóng biển dạt dào chung quanh… Hãy nhắm mắt tưởng tượng từng cơn gió vuốt ve trên da thịt. Hãy hình dung có một người yêu thương mình nhất trên thế gian. Hãy tưởng tượng bàn tay mềm mại của người ấy xoa nhẹ ở những nơi cơn đau xốn xang nhất… Hãy buông thả, hãy để thân xác bồng bềnh trôi…”

Hoàng Chính

11 tháng 11, 2025

TN

VÕ PHÚ

NGÔI NHÀ TỪ ĐƯỜNG

Tôi không biết ngôi nhà từ đường bên ngoại có từ khi nào. Chắc lâu lắm. Mẹ nói, đó là ngôi nhà do ông cố xây, rồi truyền qua bao đời, đến ông ngoại tôi thì vẫn giữ nguyên dáng. Mái ngói âm dương lợp chồng, tường đất rêu phong, và bốn hàng cột mun đen bóng loáng, mỗi cây to gần bằng một vòng tay người lớn. Ngôi nhà đứng giữa khu vườn rộng, bao quanh là cau, và những loại cây ăn trái như vú sữa, mãng cầu, ổi, bơ... và mấy khóm trầu xanh phủ kín lối đi bên hàng cau, cây chùm ngây...

Mùa mưa, lá trầu trơn nhớt, bóng người soi xuống như trong giấc mộng.

Nhà có ba gian lớn. Gian giữa là bàn thờ tổ, hai gian hai bên là nơi để thuốc, ăn ở, sinh hoạt, và dụng cụ bắt mạch của ông ngoại.

Tôi còn nhớ rõ cái mùi hăng hắc của thuốc bắc, mùi của quế chi, nhân sâm, đương quy, thục địa, kỷ tử, hoàng kỳ, đinh hương, bạch chỉ… quyện trong khói nhang, thứ mùi mà mỗi lần nhớ lại, tôi nghe như trong lồng ngực có tiếng trống dội thình thịch của quá khứ.

Ông ngoại tôi là thầy thuốc bắc nổi tiếng nhất vùng Xóm Rượu, Khánh Hòa. Người ta gọi ông là “ông lang có tay Phật.” Trước 1990, bệnh nhân đến nườm nượp. Họ ngồi chờ kín sân, người ngậm cam thảo, người cầm giấy hốt thuốc, kẻ mỏi mòn hy vọng.

Ông bắt mạch, tay bệnh nhân đặt trên cái gối nhỏ, đôi mắt khép hờ, như nghe nhịp tim người bệnh bằng chính linh hồn mình.

-oOo-

Mỗi dịp hè, tôi đều về nhà ngoại chơi. Đến năm mười hai tuổi, những kỳ nghỉ ấy không còn chỉ là những ngày rong chơi nữa. Tôi chính thức trở thành người phụ giúp ngoại. Công việc hằng ngày của tôi là rửa ly tách trên bàn thờ, vò thuốc, phơi thuốc, và nấu thuốc bổ máu. Những việc nhỏ bé ấy khiến tôi cảm thấy mình thật có ích, như đang góp một phần vào nghề gia truyền của dòng họ Win.

Buổi chiều, khi nắng đã nghiêng qua hàng cau, tôi ngồi lặng nhìn ông cân thuốc. Từng nhúm thuốc khô rơi xuống mặt bàn gỗ, phát ra tiếng va chạm khẽ khàng, như lời thì thầm của thời gian. Thỉnh thoảng, tôi ngồi bên hông nhà, lắng nghe tiếng chim bạc má chíu chít đuổi nhau trong cái lồng lớn, thấy lòng mình nhẹ tênh và yên bình đến lạ.

Nhà từ đường có ba cánh cửa. Hai cửa hông thường mở, còn cửa chính giữa luôn khép. Mỗi lần trước khi về nhà ngoại, mẹ tôi luôn dặn:

"Đó là cửa của tổ. Chỉ mở vào ngày Tết, không được tùy tiện mở."

Tôi từng tò mò đứng ngắm qua khe cửa, chỉ thấy bóng tối đặc quánh, lấp lánh ánh vàng của những bức hoành phi. Có lần tôi hỏi cậu tôi:

"Sao không mở ra cho sáng, cậu?"

Cậu chỉ khẽ đáp:

"Cái sáng đó không dành cho người sống đâu con."

Bên phải căn nhà từ đường, ở hướng Tây, là nơi bào chế thuốc cũng là nơi ở và sinh hoạt của gia đình giòng họ. Còn phía trái, hướng Đông là phòng bắt mạch. Sau lưng phòng bắt mạch có một căn phòng nhỏ để bệnh nhân nghỉ ngơi cũng là phòng dành cho tôi mỗi khi mùa hè đến. Hướng Tây nhà từ đường vì thế lúc nào cũng có tiếng chày giã thuốc, tiếng bếp đun rì rầm, và cả những tiếng tí tách của bếp lửa than hồng khẽ khàng mỗi trưa.

Nhưng giữa những tiếng động ấy, có thứ im lặng không bao giờ dứt. Sự im lặng từ gian giữa. Dù đèn nhang vẫn cháy, tôi luôn cảm thấy có ai đó đang ngồi trong ấy, nhìn ra.

Cậu Út tôi hơn ba mươi tuổi mới lập gia đình. Mợ út trẻ, đẹp, nhưng tính cách thẳng thắn. Mợ và bà ngoại hai không hợp nhau. Một bên khó đoán, một bên thẳng đến mức làm người ta khó chịu. Những chuyện nhỏ trong nhà như bát nhang nghiêng, như bình trà hết nước cũng có thể hóa thành cớ để cãi nhau.

Ông ngoại vốn là người cứng rắn nên không thích chuyện va chạm giữa "mẹ chồng nàng dâu". Nên ông quyết định đập gian Đông, để xây tầng lầu cho bà ngoại hai ở riêng. Ông bảo:

"Sống mà không yên thì chữa bệnh cho ai được. Nhà cao, sáng sủa, mới có phước."

Cả họ Win phản đối. Ông ngoại chú nói:

"Ông phá gian Đông là phá long mạch. Từ đường là nơi tổ trú ngụ, không ai được xây cao hơn."

Ông ngoại tôi cười nhạt:

"Tổ tiên thương con cháu chứ không chấp chuyện nhà nào cao hơn, lớn hơn. Với lại, gia đình tao cần một không gian rộng hơn để sống và tiếp đãi khách khứa."

Nhưng từ ngày đội công nhân bắt đầu khởi công, tiếng búa đập vào bức tường đất vang lên nặng nề như tiếng trống tang.

Đêm đó, tôi nghe rõ ràng có tiếng ai khóc trong gian thờ. Khi tỉnh dậy, tôi thấy mợ Út đang ngồi thắp nhang, gương mặt tái nhợt.

"Chuột phá thóc hả, mợ Út?"

Tôi khẽ hỏi.

"Không đâu," mợ Út đáp, giọng nhỏ như gió lướt qua, "Mợ gặp ác mộng mà cậu Út con đi chơi chưa về."

Căn nhà mới bên Đông mọc lên, cao vượt mái nhà từ đường cả một tầng lầu được hoàn thành vào mùa gió chướng sau hơn một năm xây cất. Khi xây xong, tường sơn vàng. Ban công rộng rãi đón gió. Bà ngoại hai có phòng riêng trên tầng lầu, nơi ban công thoáng đãng nhìn ra hàng cau. Cậu mợ út vẫn ở dãy phòng phía Tây, nhưng cũng dựng thêm chái bếp và nhà vệ sinh riêng, tách biệt hẳn với gian nhà hướng Đông, nơi ông bà ngoại ở. Tôi vẫn ngủ trong căn phòng nhỏ phía sau bức tường của phòng bắt mạch.

Nhưng sau khi xây cất căn nhà phía Đông xong, ông ngoại ít cười hơn. Ông hay ngồi trầm ngâm nhìn cánh cửa giữa đã khép kín. Lâu lâu lại thở dài như mang trong lòng một nỗi buồn không gọi thành tên. Một chiều, khi nắng vừa tắt, tôi nghe ông khẽ nói với cậu Út:

"Nhà này... hình như không còn thở nữa, con à."

Ngôi nhà mới mái ngói đỏ au, tường sơn vàng rực rỡ như một lời thách thức giữa khu vườn cổ đã quen với màu rêu trầm tĩnh. Ông ngoại bảo đó là "ánh sáng mới của nhà họ Win"... Nhưng từ ngày ấy, dường như mọi thứ quanh ngôi nhà từ đường đều trở nên khác lạ.

Ban đêm, con chó mực vốn hiền lành bỗng tru lên từng hồi dài mỗi khi gió thổi từ hướng Đông sang. Có hôm, nó nằm rạp xuống, gầm gừ nhìn về phía tầng lầu, nơi bà ngoại hai vẫn thắp ngọn đèn ngủ suốt đêm không tắt. Có lần, cậu tôi đi chơi khuya về, kể rằng đôi khi nghe tiếng gõ mõ vang lên từ gian thờ, dù cánh cửa giữa vẫn khóa chặt.

"Chỉ ba tiếng thôi," cậu nói, "cốc... cốc... cốc... như ai đang tụng kinh trong mơ."

Ông ngoại gắt:

"Mày thì tối ngày chẳng lo làm ăn, hết bi-da lại cà phê, nhậu nhẹt thâu đêm suốt sáng rồi trông gà hóa cuốc... nghe tiếng gió lại tưởng tiếng người!"

Nhưng ngay cả ông cũng không giấu nổi vẻ bồn chồn. Những buổi chiều sau đó, ông hay ra ngồi ở hiên, đôi mắt đục nhìn xa xăm, khói thuốc bắc quẩn quanh như mây khói.

Cậu út, giờ đã nối nghề. Cậu không còn làm ở kho bạc nhà nước nữa. Cậu chăm chỉ học nghề bốc thuốc. Nhưng bệnh nhân ngày một thưa. Người ta bảo, "thuốc của ông tôi nay nhạt rồi."

Công việc sa sút, tiền ít dần.

Trong gian thờ, nến thường tắt giữa chừng.

Có hôm, mợ út đang dọn bàn, bất ngờ la to:

"Ai đụng vào tôi!"

Nhưng quanh đó chẳng có ai.

Tôi nhớ đêm đó, mưa đổ ào ào, gió rít qua mái ngói. Tôi tỉnh dậy vì tiếng sấm. Trong khoảnh khắc chớp lóe, tôi thấy qua khe cửa giữa, một bóng người đi ngang qua bàn thờ, lưng thẳng, tóc búi cao, mặc áo dài đen. Tôi rú lên. Khi mợ chạy qua bật đèn, không còn gì ngoài hương khói mờ ảo.

Sáng hôm sau, ông ngoại lên tầng lầu để sửa dây điện bị hở mạch. Tôi vẫn nhớ tiếng kêu của ông. Một tiếng thét ngắn, nghẹn trong mưa. Khi mọi người chạy đến, ông nằm co quắp bên chân cầu thang, đôi tay cháy sạm. Ông may mắn sống sót, nhưng từ đó đi lại khập khiễng. Căn phòng tầng trên trở nên im lặng.

Sau tai nạn, ông như già đi mười tuổi. Ông giao hết công việc bắt mạch hốt thuốc cho cậu út. Ông thường ngồi trên tấm phản, nhìn ra cửa, đôi mắt lờ đờ, buồn rười rượi.

"Có lẽ," ông thở dài nói với cậu, "ta đã sai rồi."

Cậu út cố nối nghề, nhưng thuốc không "linh". Người uống vào bệnh không thuyên giảm, người khác bảo "uống như nước lã." không đậm đà, thanh mát như xưa. Cậu hoang mang, cố gắng gượng nghề gia truyền.

Mợ út thì thở dài:

"Thời nay người ta đi bệnh viện hết rồi, ai còn tin thuốc Bắc. Nhà này cứ tin chuyện tổ tiên, đến khổ."

Không khí trong nhà đặc quánh như mùi thuốc héo. Cậu út đứng giữa hai bên, chỉ biết im. Đêm nào cậu cũng thắp nhang cho ông bà, tổ nghiệp, nhưng nhang cháy được nửa que thì tắt.

Năm tôi mười bốn tuổi, bắt đầu hiểu chuyện của người lớn; chuyện mẹ ghẻ con chồng và mẹ chồng nàng dâu...

Mỗi khi đi ngang gian giữa từ đường, tôi cảm giác như có ai đang nhìn từ trong ra.

Một lần, tôi nghe tiếng ông gọi:

"Tí ơi... lại đây."

Nhưng khi quay lại, ông vẫn ngồi yên, mắt lim dim. Tôi run, không dám nói với ai.

Rồi dần dần, ông bắt đầu mơ nhiều. Ông bảo, mỗi đêm có người đàn ông mặc áo dài đen đến ngồi đối diện, không nói gì, chỉ nhìn ông, rồi biến mất khi gà gáy. Bà ngoại hai sợ, mời thầy pháp về xem. Ông thầy vừa bước qua ngưỡng cửa đã khựng lại, trán rịn mồ hôi.

"Tôi không dám làm lễ ở đây. Nhà này có người xưa chưa đi."

Từ hôm ấy, bà ngoại hai thắp nhang mỗi sáng. Khói bay lên, cuộn quanh bàn thờ, thành hình như dải lụa.

Mợ út càng thêm khó chịu, nói nhỏ với cậu:

"Sống trong cái nhà này ngột ngạt quá ."

Cậu chỉ im.

Năm tôi mười lăm tuổi, tôi trở về ngoại chơi trước khi cùng gia đình sang Mỹ. Mỗi tối, tôi ngồi trong gian Đông của căn nhà mới, nhìn ra phía nhà từ đường, tối om. Ánh đèn hắt lên tường, tạo thành bóng hai mái chồng lên nhau: mái mới sáng rực, mái cũ đen sẫm, như hai linh hồn đang chồng chất, đấu tranh trong cùng một không gian.

Một đêm, tôi dậy rót nước cho ông. Trong ánh đèn dầu leo lét, tôi thấy đôi mắt ông lặng lẽ nhìn xa xăm. Ông nói:

"Tổ tiên là gốc. Gốc mà bị chặt, cây sẽ chẳng còn xanh."

Tôi hỏi:

"Ngoại có hối hận không?"

Ông cười buồn:

"Cái sai của mình là mình nghĩ giỏi hơn tổ tiên. Nhưng hóa ra, chính tổ tiên mới là người giỏi hơn."

Cuối hè năm đó, trời lại nổi dông. Tiếng gió rít qua khe mái nghe như tiếng người thở dài. Đèn trong gian thờ vụt tắt, rồi bỗng sáng bừng trở lại, hắt ra qua khe cửa giữa. Ánh sáng vàng nhạt, mờ ảo như ánh lửa trong tim người hấp hối.

Sáng hôm sau, trên bàn thờ, lư hương đổ nghiêng, tro vương vãi khắp mặt bàn thờ gỗ.

Cậu ngồi sụp xuống, lẩm bẩm:

"Tổ nhắc rồi... Nhà này sắp có chuyện."

Mùa hè năm đó là mùa hè cuối cùng tôi còn về ngoại là mùa mưa dài nhất trong ký ức. Những đợt mưa như trút, ngày nối ngày. Khu vườn trũng nước, lá cau ngả rạp, rêu xanh loang lổ trên những bậc gạch cũ. Nhà từ đường ẩm thấp, cánh cửa giữa vẫn khép kín, chỉ còn nghe tiếng nhỏ giọt đều đều từ mái ngói rêu phong.

Ông ngoại nằm liệt trên giường, ánh mắt đục mờ. Ông không còn nói nhiều, chỉ ngước nhìn gian giữa mỗi khi ai đó thắp nhang.

Cậu tôi dặn:

"Đừng để cửa chính mở. Ngoại sợ tổ chưa nguôi giận."

Nhưng chính tôi, vào một đêm khuya, đã mơ thấy cánh cửa ấy tự bật ra. Trong giấc mơ, ánh sáng hắt ra từ bên trong. Không chói, mà ấm lạ thường, như có hàng trăm linh hồn đang tụ lại. Tôi thấy ông ngoại trẻ lại, mặc áo dài đen, ngồi bắt mạch cho ai đó. Mùi thuốc bắc tỏa quanh, và giọng ông thì thầm:

"Căn nhà phía Đông phải thấp và nhỏ hơn nhà từ đường... Nếu không, dòng máu này sẽ tắt. Con cháu họ Win sẽ khổ..."

Tôi giật mình tỉnh giấc. Ngoài hiên, mưa vẫn rơi, lẫn trong tiếng sấm là tiếng mõ cốc cốc vọng ra từ gian nhà từ đường.

Sáng hôm sau, cậu út mắt trũng sâu, nói rằng đêm qua lại mơ thấy ông tổ. Ông đứng giữa gian thờ, tay chỉ lên tầng lầu hướng Đông, nói:

"Bỏ đi mái nhà kia."

Cậu út run run kể lại cho ông bà ngoại nghe. Ông lặng người, rồi khấn vái lia lịa, nước mắt rơi ướt áo. Còn bà ngoại hai thì cười nhạt:

"Mộng mị thôi, thời nay ai còn tin mấy chuyện đó."

Hôm sau, bà ngoại hai trở về thăm quê. Như mọi năm, bà đi hai lần: một lần cuối hè, một lần đầu xuân. Ông ngoại ở lại. Cả ngày hôm đó, ông uống rượu và nằm trên tấm phản gỗ bóng láng, mắt nhìn xa xăm qua nhà từ đường.

Gió thổi phần phật qua khe cửa, hương nhang phảng phất, như khói người vờn quanh gian nhà.

Buổi sáng hôm sau đó, tôi thức dậy đi mua thức ăn ngoài đầu ngõ để mang qua cho ngoại. Khi đi ngang căn nhà phía Đông, tôi thấy ông ngoại nằm im dưới đất, bên cạnh tấm phản gỗ. Tôi thất kinh, hét gọi cậu mợ. Nghe tiếng, cậu mợ tôi ở dãy nhà phía Tây chạy qua.

Ông ngoại đã ra đi trong đêm ấy. Tim ngừng đập, đôi mắt vẫn mở trừng, như còn muốn nhìn vào bên trong.

Đám tang diễn ra giữa mưa phùn. Người làng đến, viếng. Một vài người thầm thì với nhau và tôi vô tình đi ngang nghe được:

"Tổ nghiệp nặng quá. Ai đời căn nhà phụ mà xây cao, to lớn hơn căn nhà tổ? Nhìn chẳng giống ai... Giòng họ Win này chắc sẽ là họ bại quá..."

-oOo-

Đám tang ông ngoại tôi xong, gia đình tôi rời khỏi quê hương đến một đất nước mới.

Sau vài năm, tôi nghe cậu tôi kể lại rằng bà ngoại hai suy sụp. Bà thường ngồi bên bàn thờ, miệng lẩm nhẩm:

"Con biết lỗi rồi... Bây giờ mọi chuyện đã lỡ... Con xin các ngài tha cho con cháu..."

Cậu tôi còn kể, từ ngày ông ngoại mất, đêm nào trong gian giữa cũng thoang thoảng mùi thuốc bắc mới. Người ta bảo linh hồn ông vẫn về bắt mạch cho bệnh nhân.

Thời gian sau, bà ngoại hai cũng mất. Bà trút hơi thở cuối cùng cũng trong một cơn gió lớn.

Sau tang lễ của bà ngoại hai, cậu mợ tôi dọn qua dãy nhà phía Đông, còn khu nhà phía Tây bị bỏ hoang. Tường ẩm mốc, cột gãy, cỏ mọc um tùm trên sân. Thỉnh thoảng, người đi qua vẫn nghe tiếng mõ "cốc cốc" vọng ra từ bên trong, như nhịp tim của căn nhà già nua ấy chưa bao giờ ngừng đập.

-oOo-

Hai mươi năm sau, tôi trở về. Con đường dẫn vào Xóm Rượu đã đổi khác. Những dãy nhà cao tầng mọc san sát nhau. Ngôi nhà từ đường của giòng họ Win giờ lọt thỏm trong một cái hốc, như rơi xuống một hố sâu khổng lồ không đáy.

Tầng lầu bên Đông đã bạc phếch, rêu xanh bám kín trên tường. Nhưng gian từ đường giữa nhà vẫn kiên cố, dù lọt thỏm dưới sâu. Căn nhà như một cụ già khòm lưng, chống gậy vững chãi để chống lại thời gian. Tôi tiến lại gần, tay run run chạm vào cánh cửa giữa. Cánh cửa không khóa. Chỉ khẽ đẩy, nó mở ra nhẹ nhàng, không phát ra tiếng kêu, như đã chờ đợi từ rất lâu. Ánh sáng buổi chiều hắt vào, vẽ nên những lớp bụi mờ mờ. Bàn thờ cũ vẫn còn nguyên, chỉ khác là gỗ sậm màu hơn, còn dòng chữ trên bức hoành phi "Tổ Tông Công Đức Thiên Niên Thịnh" mờ đi nửa vế.

Tôi thắp ba nén nhang. Khói bay lên, quấn thành những vòng tròn nhỏ, rồi bất ngờ uốn cong, như đôi tay đang nâng đỡ. Lạ thay, khói không tan mà cứ xoay quanh ngọn đèn dầu, như linh hồn muốn gửi lời gì đó.

"Ngoại ơi..." tôi khẽ gọi.

Không có tiếng đáp, chỉ nghe tiếng mõ vang lên:

"Cốc... Cốc... Cốc...", âm thanh vọng lại từ chiếc máy thu thanh cũ.

Tôi quỳ xuống, đặt tay lên nền gạch bông, lạnh buốt. Bỗng nhiên, mọi chuyện ùa về... Tuổi thơ phơi thuốc, tiếng gió thổi qua hàng cau, ánh mắt hiền từ của ông, nụ cười chua chát của bà ngoại hai, và giọng cậu út nghẹn trong khói nhang...

Tôi hiểu ra, lời nguyền của ngôi nhà chưa bao giờ là trừng phạt. Nó chỉ là lời nhắc:

"Đừng quên nguồn cội. Đừng phá vỡ truyền thống dân tộc nếu chưa khấn vái và xin phép vong linh tổ tiên... trước khi phá dỡ..."

Chính chúng tôi, con cháu, đã tự đánh mất sợi dây ấy, khi nghĩ rằng chỉ cần mái mới là đủ. Nhưng căn nhà không phải chỉ là ngói và tường; nó là ký ức, là niềm tin, là linh hồn của bao thế hệ đã đi qua.

Tôi cúi đầu, khấn khẽ:

"Con xin hứa, sẽ giữ lại ngôi từ đường này. Không xây cao hơn, không phá bỏ, chỉ dọn sạch để nó được thở lại."

Bên ngoài, mưa dứt. Ánh hoàng hôn xuyên qua hàng cau, rọi lên mái ngói rêu xanh. Những vệt sáng vàng run rẩy phủ lên bàn thờ, phản chiếu lên bức hoành phi mờ nhạt. Dòng chữ như sống dậy: "Thiên Niên Thịnh."

Khói nhang xoắn lại, rồi tan ra, bay lên theo luồng gió nhẹ. Trong thoáng chốc, tôi nghe như có tiếng ông cười: trầm, ấm, và xa xăm.

Tôi biết, tổ tiên đã tha thứ.

Và ngôi nhà ấy, từ nay, lại bắt đầu thở.

Võ Phú

NGUYỄN VIẾT KIM
NGUYỄN LÂM KIM-OANH
HÀNH TRÌNH CAMINO DE SANTIAGO

Cách đây khoảng 2 năm, chúng tôi dự một chuyến du lịch bằng du thuyền khởi hành từ Southampton gần Luân Đôn, qua eo biển giữa lục địa Âu Châu và Anh Quốc; ghé Bỉ Quốc, Pháp Quốc, thăm Normandy, Tây Ban Nha phía Đại Tây Dương, và kết thúc tại thủ đô của Bồ Đào Nha, Lisbon không xa Fatima. Trong chuyến đi này, chúng tôi được ghé thăm thành phố Santiago de Compostela, nhờ vậy chúng tôi mới nhớ lại sự tích về Camino de Santiago đã coi trong phim The Way (2010) với Martin Sheen trong vai chính và ý định muốn đi thử con đường này.

Camino de Santiago, hay *Con đường Thánh Giacôbê*, là một mạng lưới tuyến đường hành hương cổ xưa dẫn đến mộ Thánh Giacôbê tại nhà thờ Santiago de Compostela ở Tây Ban Nha.

Từ thế kỷ 9, nơi đây trở thành một trong những trung tâm hành hương lớn nhất của Kitô giáo, cùng với Rome và Jerusalem. Tuy nhiên ngoài mục đích tôn giáo, Camino được xem là một phần của bản sắc văn hóa Châu Âu, bởi nó kết nối nhiều quốc gia, vùng miền qua cùng một hành trình chung. Nó thể hiện tinh thần đa dạng nhưng thống nhất, nơi mà người dân từ khắp nơi cùng chia sẻ một truyền thống chung, vượt qua biên giới địa lý và ngôn ngữ. Camino không chỉ dành cho người hành hương tôn giáo. Ngày nay, nó còn là hành trình cho sự tìm kiếm bản thân, chữa lành, thử thách thể chất, và kết nối cộng đồng quốc tế. Người ta đi Camino để trải nghiệm sự hòa nhập với thiên nhiên, sự tĩnh lặng nội tâm, và tình bạn xuyên biên giới.

Con đường Camino có nhiều lối đi khác nhau khởi hành từ những địa điểm trong các quốc gia Âu Châu khác nhau. Đoạn đường chúng tôi đi có tên là Camino Frances bắt đầu từ dưới chân núi Pyrénées bên Pháp có khoảng cách khoảng 800 cây số, cần hơn cả tháng lữ hành. Chúng tôi chỉ đi đoạn cuối Sarria to Santiago, khoảng hơn 125 cây số và dự định khoảng bảy ngày đi bộ, cộng thêm một ngày tới trước và hai ngày bay.

Chúng tôi mang theo audio books và download podcasts để giúp phát triển đời sống tâm linh — Anthony de Mello, Khalil Gibran, Tagore và những tác giả khác như Lm Cao Gia An và Phương Đình Toại. Chúng tôi tạ ơn Chúa vì có cơ hội này và có đủ sức khỏe để có thể thực hiện hành trình!

Ngày 1: Từ Sarria đến Portomarín

Chúng tôi khởi hành trước khi mặt trời mọc, trời mù sương và tối. Chúng tôi đi theo một cặp vợ chồng mới cưới đến từ Bồ Đào Nha. Họ cho biết chuyến đi này là món quà họ cho nhau – thời gian sẽ đồng hành bên nhau suốt mười ngày! Một lúc sau có thêm nhiều người xuất hiện và tất cả cùng đi với những nhịp bước khác nhau. Khi đi trên đường gặp người khác thì chúng tôi chào "Buen Camino" như đã nghe được các người khác làm. Đây là lời chào phổ biến nhất trên "Con đường Santiago", dùng để chúc nhau may mắn và có một hành trình tốt đẹp cả về thể chất lẫn tinh thần. Lời chào này cũng thể hiện sự gắn kết với nhau như một cộng đồng cùng bước tới chung một đích trên hành trình.

Ban đầu, mỗi người tự mang ba lô của mình. Sau vài dặm, một người trong chúng tôi phải mang cả hai. Nhiều người đến gần và đề nghị giúp nhưng tôi từ chối vì chúng tôi đi chậm hơn hầu hết mọi người. Trong vài dặm cuối, chúng tôi gặp một hai người từ Florida và trò chuyện với họ. Anh John nói anh cảm thấy áy náy nếu tôi không để anh giúp. Anh khăng khăng mang cả hai ba lô, nói rằng anh từng ở hải quân, nên tôi đồng ý. Mọi người chúng tôi gặp đều vô cùng tử tế và dễ thương.

Đoạn đường hôm nay khá dài (khoảng trên 12 miles), còn khoảng gần 3 miles cuối thì chúng tôi tạm biệt ân nhân (không biết có dịp gặp lại trên đường đi hay không) và gọi taxi để đưa đến thành phố Portomarin. Thành phố đẹp, nằm trên sườn đồi, có lần bị lụt vì nước dâng cao và con đê thủy điện không chứa nổi dung tích nước mưa, nay đã được tu bổ lại trong khu trung tâm thành phố. Vào thành phố chơi sau khi nghỉ ngơi tại khách sạn, chúng tôi biết là mỗi chiều có lễ 7 giờ và các người hành hương tham dự rất đông, được chúc phúc và nâng cao tinh thần qua bài giảng. Vào siêu thị mua sắm như người địa phương, có chai rượu vang và các phần ăn nhiều rau, chúng tôi ngồi ở phòng khách trên lầu cao ngắm nhìn hoàng hôn nhớ đến Đà Lạt. Sau đó về phòng riêng chuẩn bị cho ngày hôm sau.

Portomarín là nơi chúng tôi nghỉ lại tối nay. Thị trấn này có một bối cảnh rất thú vị — chúng tôi thấy nhiều công trình lịch sử có niên đại từ thế kỷ 12 và cũng có nhiều kiến trúc, ngôi nhà hiện đại. Sau khi tìm hiểu, chúng tôi biết Portomarín được mệnh danh là "Một Thị Trấn Tái Sinh". Mặc dù có lịch sử 2000 năm, Portomarín lại ít tuổi hơn nhiều người hành hương. Vào năm 1963, việc xây dựng hồ chứa Belesar tại Chantada đã buộc phải chịu ngập lụt khu vực nơi Portomarín tọa lạc. Từ đó, ngôi làng được di chuyển lên sườn đồi, nơi nó hiện đang nằm. Vì vậy, người ta nói rằng ngôi làng ngàn năm tuổi này thực ra chỉ mới 50 năm tuổi.

Tuy nhiên, không phải mọi thứ ở Portomarín đều mới. Trong quá trình xây dựng thị trấn mới, người dân nơi đây đã di chuyển những công trình biểu tượng nhất, từng viên đá một. Đó là công việc vô cùng vất vả, nhưng họ đã cứu được nhiều công trình có giá trị lịch sử khỏi bị ngập, ví dụ như Nhà thờ San Nicolas, Nhà thờ San Pedro, cầu thang đá, Nhà nguyện de las Nieves, Dinh thự của Bá tước Maza và của Dos Pimentales. Hiện nay, khi mực nước hồ hạ xuống, từ cây cầu tuyệt đẹp dẫn vào Portomarín bạn vẫn có thể nhìn thấy tàn tích của thị trấn cũ.

Ngày 2: từ Portomarín đến Ventas de Narón

Chúng tôi dậy muộn và suýt nữa thì lỡ bữa sáng, hành lý cũng vừa kịp gửi để chuyển đến điểm tiếp theo!

Buổi sáng rời thành phố, sương mù còn trải dài, chúng tôi phải băng qua vài cây cầu để đến Camino. Khung cảnh buổi sáng trong làn sương mù thật yên bình và đẹp mắt làm gợi nhớ đến Đà Lạt. Trên đồi nhìn xuống con đường di hành thấy sẽ vất vả lúc đầu, vì xuống thung lũng rồi sẽ vượt lên đỉnh đồi như bản đồ cho biết chi tiết. Hôm nay có gậy chống, không đeo gì cả, ăn uống vừa đủ và sau 2 tiếng lên đến đỉnh đồi thì thấm thía câu của Võ Bị Đà Lạt: tự thắng để chỉ huy, ở đây là tinh thần vươn lên để tự thắng mình và chỉ huy mình thẳng bước.

Con đường đi từ từ leo dốc qua những lối mòn quanh co xuyên qua rừng ẩm ướt, cánh đồng rộng, lối đi hẹp và những khu rừng rợp bóng. Vài giờ cuối khi mặt trời lên cao và nhiệt độ tăng thì thật sự khó khăn. Độ cao khiến việc đi nhanh trở nên khó hơn, và việc leo dốc buộc chúng tôi phải dừng lại thường xuyên để lấy hơi. Một số người gọi taxi; chúng tôi cũng nghĩ đến nhưng quyết định tiếp tục đi. Khi lên đến đỉnh, bầu trời rộng mở thật hùng vĩ và khung cảnh khiến chúng tôi ngây người vì quá tuyệt vời! Đoạn xuống thị trấn thì nhanh và dễ chịu. Nếu không có gậy chống, chúng tôi khó mà vượt qua được đoạn leo và xuống trên nền đất đá.

Hôm nay chúng tôi quyết định đi trong im lặng, không nghe audio, ít trò chuyện, chỉ để hòa mình vào thiên nhiên xung quanh và cảm nhận trọn vẹn vẻ đẹp của nó. Có những lúc đi qua những cánh đồng và đến gần nông trại, chuồng bò, mùi phân bò nồng lên, rồi những đống rơm khô dưới nắng hòa cùng làn không khí trong lành đã ngay lập tức đưa tôi trở về ký ức miền quê của ông bà ngoại tôi ngày xưa ở Việt Nam.

Khi ngồi nghỉ lúc xế trưa sau 6 tiếng lội bộ trong rừng, coi lại lời chỉ dẫn mới biết chính là điểm hẹn để taxi đến đón đưa vào một nhà nghỉ trong một nông trại xa thành phố (Monterroso). Cảm giác rất đặc biệt khi vào một căn nhà rộng có một phòng khách trang bị theo lối cổ, vách đá, trên lầu có sáu phòng, chung quanh nhiều cây ăn trái, và không một bóng người trong nhà. Trong tinh thần tự lực tự cường, chúng tôi vào phòng ăn và nhà bếp xem xét và tìm ra được chai rượu vang, một đĩa trái cây với mấy quả cà chua đỏ au thật tươi, một ổ bánh mì, lò nướng, và mấy chai dầu olive thật tươi, nguyên chất. Chúng tôi bèn tự chuẩn bị một bữa cơm tối có rượu, bánh mì, hoa quả, dầu olive. Sau đó coi như mình là chủ của tòa nhà, tự đi thăm thú chung quanh rồi đi ngủ chuẩn bị cho ngày mai. Khu này không dùng máy điều hòa, chỉ có lò sưởi kiểu cổ điển. Chúng tôi chìm vào giấc ngủ giữa đồng quê của Bắc Tây Ban Nha.

Ngày 3: từ Ventas de Narón đến Palas de Rei

Hôm nay là ngày thứ ba của cuộc hành trình, khoảng cách cũng vừa phải, chỉ có khoảng 12 cây số. Khởi hành sớm nên lúc hơn 7 giờ chúng tôi đứng trên ngọn đồi nhìn mặt trời lên sau các rặng cây rồi từ từ lên cao. Bầu trời chuyển biến với các sắc màu khác nhau như thể có một cây cọ vô hình quẹt màu trên khung trống là bầu trời. Đúng là kiệt tác của Thiên Chúa! Chúng tôi hoàn toàn choáng ngợp trước vẻ đẹp ấy! Những bức hình chụp trên phone chỉ có thể ghi lại một phần nhỏ so với những gì chúng tôi tận mắt chứng kiến trong khoảnh khắc bình minh ló rạng trên đồi!

Hành trình hôm nay liên tục lên xuống nhiều ngọn đồi thoai thoải. Chúng tôi đi khá nhịp nhàng và tận hưởng những khoảnh khắc hiện tại trong hành trình, ngoại trừ đoạn phải xuống một lối mòn rất hẹp và dốc, đầy đá, khá nguy hiểm. Những tảng đá lớn, nhẵn và đôi khi bị xê dịch khi chúng tôi bước lên. Nhiều chỗ có độ chênh hơn một foot. Cảm giác giống như đang leo xuống một thác nước đã khô cạn. Tôi phải nắm lấy áo khoác của anh Kim từ phía sau để giữ thăng bằng cho anh. Chúng tôi cảm thấy thật chiến thắng sau khi vượt qua đoạn đó!

Chúng tôi gặp một cặp vợ chồng từ Úc đã đi bộ từ đoạn bắt đầu ở Pyrénées từ năm tuần trước; hai chàng trai từ Houston đang đi chặng cuối, và một cô gái trẻ từ Ý đã đi được 3 tuần. Cô ta cho biết là đi một mình nhưng gặp rất nhiều bạn đồng hành tốt dọc đường.

Chúng tôi đến chỗ nghỉ trước buổi trưa. Lữ quán là một dãy nhà tiền chế đủ tiện nghi, xây cất bằng gỗ, với phòng ăn riêng biệt ở một tòa nhà khác cũng dành cho văn phòng và tiếp tân. Sau khi nghỉ ngơi một chút, thông tin cho biết có một hiệu ăn nổi tiếng phải dành chỗ trước, chúng tôi tà tà thả bộ vào phố cách lữ quán độ một dặm, may mắn là chỉ phải chờ độ 20 phút, thay vì hơn hai tiếng vì là giữa giờ ăn trưa và ăn tối, là có chỗ ngồi ngoài bar, được thưởng thức một bữa cơm đặc biệt thật ngon.

Đa số các ngôi làng và thành phố nhỏ dọc theo Camino đều có ngôi nhà thờ ngay trung tâm và có thánh lễ lúc 7 giờ tối cho các người hành hương tham dự. Trong những ngày đầu, tôi không theo dõi được bài giảng vì không nghe quen thổ ngữ của vùng. Tới hôm nay, tôi bắt đầu phân biệt được tiếng Galician và tiếng Tây Ban Nha. Người dân ở vùng này của Tây Ban Nha, đặc biệt là các thị trấn nông thôn, nói tiếng Galician. Ban đầu tôi tưởng họ nói tiếng Bồ Đào Nha, nhưng sau đó mới biết Galician gần với tiếng Bồ Đào Nha hơn là tiếng Tây Ban Nha!

Thánh lễ hôm nay mừng các Thiên Thần Hộ Mệnh — tiếng Tây Ban Nha: *Ángeles de la Guarda*; tiếng Galician: *Anxios Custodios*.

Linh mục chào đón mọi người và mời chúng tôi nêu tên quốc gia, địa phương và vùng miền nơi mình đến. Thật tuyệt vời khi cảm nhận một cộng đồng toàn cầu thực sự trong không gian ấy. Linh mục tiếp tục nói rằng, dù chúng ta có là khách hành hương trên đường đến Santiago de Compostela hay không, thì tất cả chúng ta đều là khách hành hương trên hành trình đến một nơi nào đó hoặc để gặp một ai đó, trong đời này hay đời sau. Và dù chúng ta có nhận biết hay không, tất cả chúng ta đều có một thiên thần hộ mệnh, nên chúng ta không bao giờ đơn độc. Ngài thêm rằng một phần của hành trình hành hương là sự ý thức chúng ta luôn luôn đi hoặc hướng tới một điều gì hoặc điểm gì cao hơn hiện tại. Trong cuộc hành trình đang đi, linh mục chúc mọi người tìm được sự hòa đồng và tương tác với nhau và với thiên nhiên, vì điều này đem lại sự hòa hợp của tất cả với những gì sâu thẳm bên trong chúng ta. Đây sẽ là điều chúng tôi cố gắng chiêm nghiệm trong các bước đi ngày mai.

Tôi cũng rất thích hai câu trên hai băng rôn treo hai bên bàn thờ:

- *El amor de Dios está en nuestros corazones* (Tình yêu của Thiên Chúa ở trong trái tim chúng ta)
- *Venid a Mi Los Todos que estáis cansados* (Hãy đến cùng Ta, hỡi tất cả những ai đang mệt mỏi)

Ngày 4: từ Palas de Rei đến Melide

Thấm thoát đã đến ngày thứ tư của cuộc hành trình, thông tin chỉ dẫn cho biết đoạn đường hôm nay hiểm trở nhiều đoạn, cảnh đẹp nhưng đường khúc khuỷu, còn sơ khai không được tu bổ nhiều, cũng là nơi hai cuộc hành trình Camino Frances và Camino Primitivo nhập lại và mọi người cùng hướng đến đích The Tomb of the Holy Apostle tại Santiago de Compostela. Gặp nhiều người hơn trên đường đi, đặc biệt có nhiều người trẻ tuổi và trung niên từ Á Châu, Nam Mỹ thêm vào với các quốc gia trong Liên Hiệp Âu Châu (tham dự đoạn đường văn hóa châu Âu: European cultural path).

Bước đi trong không khí trong lành của buổi sáng, chúng tôi nhớ lại những buổi sinh hoạt học sinh ngày xưa và những câu hát quen thuộc:

Đoàn người tưng bừng về trong sương gió
Hồn như đám mây trắng lững lờ
Giang hồ không bờ không bến
Đẹp như kiếp Bohémienne

Chúng tôi đã bắt đầu đi vào một nhịp điệu nội tâm — cơ thể chúng tôi hầu như đã tự điều chỉnh và thích nghi với những chuyển động khi đi bộ, các cơ bắp được kéo giãn và vận động khi chúng tôi leo lên rồi lại xuống những đoạn đường dài. Tương tự như thế, nội tâm của chúng tôi cũng lắng đọng lại ở một tầng sâu hơn. Chúng tôi quan sát chính mình và khung cảnh xung quanh bằng các giác quan, không phân tích hay diễn đạt bằng lời... chỉ đơn giản là đón nhận tất cả.

Hôm nay nghe thêm bài giảng của linh mục Phương Đình Toại và linh mục Cao Gia An, một vị nói nhiều về tâm lý trong đời sống thường nhật (đối phó ra sao với đau khổ) và một vị nói về thần học (từ thần học thưởng phạt sang thần học về tương quan).

Linh mục Cao Gia An phân tích về câu chuyện của Ông Gióp (Job) trong Cựu Ước. Lm nói trong truyền thống Việt Nam và cũng như nhiều tôn giáo và văn hóa khác, người ta thường tin sự đau khổ và bất hạnh là hình phạt cho những gì tội lỗi hoặc sai trái người ta đã phạm, thể hiện qua những câu châm ngôn như "ở hiền gặp lành", "trời cao có mắt" – tuy nhiên trong câu chuyện, ông Gióp là người công chính nhưng vẫn chịu đau khổ khủng khiếp. Các bạn của ông Gióp suy nghĩ theo lối truyền thống: "Anh đau khổ vì anh có tội." Ông Gióp phản bác, khẳng định sự vô tội của mình. Lm Cao Gia An nhấn mạnh: sách Gióp mời gọi chúng ta chuyển từ thần học thưởng phạt sang thần học về tương quan — tương quan giữa con người và Thiên Chúa trong niềm tin, ngay cả khi không có lời giải thích rõ ràng. Lm Cao Gia An cho rằng thay vì tìm "lý do" cho đau khổ, chúng ta được mời gọi sống niềm tin trong sự mầu nhiệm, chấp nhận giới hạn của lý trí và mở lòng với Thiên Chúa. Chúng tôi nghiệm lại các đau khổ đã từng trải qua và vẫn đang mang để suy nghĩ và áp dụng niềm tin này.

Ngày 5: từ Melide đến Arzúa

Ngày thứ năm đi từ Melide tới Arzúa, tại đây sẽ có đoàn Camino del Norte nhập vào, trong khi Camino Primitivo đã nhập vào từ Melide. Cuộc di hành đã đi được hơn một nửa từ đây. Bầu trời phủ mây đen và không khí ẩm ướt – mưa lất phất và sương mù... thực ra điều đó lại khiến việc hoàn thành chặng đi bộ hơn 5 tiếng hôm nay trở nên dễ dàng hơn. Chúng tôi phải ngưng nghỉ rất ngắn. Có nhiều đoạn dốc xuống khá gắt phải xoay sở. Chân chúng tôi đã có những vết phồng rộp đầu tiên và các ngón chân bắt đầu "lên tiếng" than phiền!

Hôm nay chúng tôi bàn về những bài giảng của Anthony de Mello. Ông là một linh mục Dòng Tên, sinh ra và lớn lên tại Ấn Độ cho nên những bài giảng của ông phối hợp các triết lý Á Đông, giáo lý nhà Phật và các căn bản thần học Kitô giáo. Ông tiếp xúc với nhiều truyền thống tâm linh: Hindu giáo, Phật giáo, và các phương pháp thiền định nên đã đưa vào các bài giảng những yếu tố như chánh niệm, quan sát bản thân, buông bỏ ảo tưởng, vốn rất gần với thực hành Phật giáo. Các bài nói chuyện và tác phẩm của ông thường được lồng trong các câu chuyện dí dỏm xảy ra trong thực tế hằng ngày nên dễ lôi cuốn người nghe và người đọc. Ông Anthony de Mello đã tạo nên một ngôn ngữ tâm linh chung cho nhiều nền văn hóa, bằng cách kết hợp cái sâu sắc của Phật giáo và trí tuệ Á Đông với sự cá nhân hóa của Kitô giáo, khiến thông điệp của ông vượt biên giới tôn giáo và chạm đến trái tim nhiều người.

Trong đoạn đường chỉ có 8 dặm rưỡi và qua nhiều con suối róc rách hôm nay, chúng tôi có dịp trao đổi quan điểm về những ý tưởng của Anthony Millo nên thời gian qua rất mau. Mới 2 giờ chiều chúng tôi đã tới nơi, trời âm u và nhiệt độ thấp hơn mấy hôm trước. Sau khi nghỉ ngơi chúng tôi mặc thêm áo ấm và thăm thành phố như mỗi lần đến một nơi lạ, sau đó mua thức ăn tối về phòng, dĩ nhiên không thể thiếu các món truyền thống cho các người hành hương và du khách là Galician Octopus và Ribeiro Wine. Ngồi viết vài dòng trong nhật ký, thư từ cho bạn hữu rồi đi ngủ khoảng 10 giờ tối.

Ngày 6: từ Arzúa đến O Pedrouzo

Đây là ngày đi bộ dài nhất của chúng tôi: 12 dặm trên Camino, thêm 2 dặm để đến chỗ nghỉ — Pension Platas, và thêm 1,5 dặm mỗi chiều vào thị trấn để tham dự thánh lễ dành cho khách hành hương. Tổng cộng 17 dặm!

Ngày sau cơn mưa thật tuyệt đẹp! Bầu trời xanh, không khí trong lành, hương thơm của đất ẩm, lá xanh ngọc trên những cây thường xanh xen lẫn sắc lá mùa thu và những đống lá nâu trên lối đi khiến bước chân chúng tôi trở nên nhẹ nhàng hơn...

Sau 4 giờ đi bộ chúng tôi mới đi được 7 dặm và phải dừng nghỉ tại một quán cà phê nhỏ ven đường. Cả khu vực này là nông nghiệp nên nông sản — trái cây và rau củ — thật sự tươi ngon. Vào buổi chiều khi mặt trời lên cao, chúng tôi chỉ lặng lẽ bước đi trên con đường, từng bước nối tiếp nhau, lắng nghe hơi thở của chính mình và không nghĩ đến điều gì cả.

Chúng tôi nhận ra rằng đi bộ đường dài trên Camino giống như một thực hành thiền định liên tục mà ở nhà chúng tôi thường thử nhưng hiếm khi thành công.

Mỗi buổi sáng khi bắt đầu Camino, có một cảm giác hứng khởi giúp chúng tôi bước đi với năng lượng mới. Khi gặp gỡ và chào nhau trên đường, chúng tôi cảm nhận một niềm vui chung và tình bạn đồng hành. Sau một lúc, khoảng cách giữa những người đi bộ rời xa nhau và mỗi người rơi vào nhịp điệu, tốc độ riêng. Chúng tôi dần hòa mình vào với khung cảnh xung quanh, đắm mình trong cảnh vật, âm thanh, hương vị của thiên nhiên mà không cần ghi nhận bằng ý thức. Cơ thể cũng hòa nhịp với tất cả và thích nghi với việc tiến bước trên nhiều địa hình khác nhau mà không còn cảm thấy sợ hãi hay do dự như khi mới bắt đầu Camino.

Trong tâm trạng và khung cảnh này, chúng tôi cảm nhận những câu thơ của Tagore rõ ràng hơn. Tagore cho rằng tình yêu không chỉ là cảm xúc cá nhân mà còn là biểu hiện của sự gắn kết với toàn thể vũ trụ. Trong tập thơ *Tâm tình hiến dâng* (*Gitanjali*), ông diễn tả tình yêu như một sự hiến dâng, nơi tình yêu cá nhân trở thành tình yêu thiêng liêng kết nối với Thượng Đế và thiên nhiên. Tagore nhấn mạnh rằng tình yêu con người phải đi kèm với lòng nhân ái, sự vị tha và tự do. Theo ông, tình yêu không chỉ là sự gắn bó giữa hai cá nhân, mà còn là sự đồng cảm với nỗi đau và niềm vui của nhân loại, từ đó mở ra cái nhìn toàn diện về sự sống. Những điều này với chúng tôi tuy đã đọc nhiều lần nhưng vẫn là sự nhận thức mơ hồ cho tới hôm nay, khi để mình hòa nhập vào thiên nhiên và đồng hành với bao nhiêu người đến từ tứ xứ, chúng tôi mới chợt "vỡ lẽ" ra ý nghĩa sống động của nó.

Mỗi cuối ngày, chúng tôi cảm thấy một niềm biết ơn sâu sắc, sự tuyệt diệu, và sự bình an. Tôi đã đọc về sự hòa hợp giữa cái tôi bên ngoài và cái tôi bên trong khi một người tạo được mối liên kết sâu sắc với vũ trụ, thế giới tự nhiên, toàn thể nhân loại và chính bản thân mình. Tôi tự hỏi liệu cảm giác này có giống với trải nghiệm mà chúng tôi đang có không.

Thành phố O Pedrouzo đặc biệt có nhiều giáo đường cổ kính tại trung tâm. Chúng tôi thăm hai ngôi nhà thờ, vào siêu thị mua sắm, rồi quay về khách sạn tìm chỗ dùng cơm chiều. Để thay đổi, chúng tôi ăn tiệm Ý món pizza cùng uống rượu Tây Ban Nha. Về đến khách sạn là lên giường ngay và thấy có vẻ bị cảm, húng hắng ho. Hôm nay là chủ nhật nên mọi sinh hoạt rất giới hạn và chúng tôi thích ứng với tình thế.

Ngày 7: Bước vào Santiago de Compostela!

Santiago: Đây là tên tiếng Tây Ban Nha của "Thánh Giacôbê" (*Saint James*). Theo truyền thuyết, Thánh Tông đồ Giacôbê Cả đã giảng đạo ở Tây Ban Nha và thi hài của ngài được đưa bằng thuyền đến Galicia, nơi ngài được an táng.

Compostela: Người ta tin rằng tên gọi này bắt nguồn từ tiếng Latinh *"Composita Tella"*, nghĩa là "nghĩa trang được sắp đặt chỉnh tề" hoặc "nơi chôn cất". Thành phố này trở thành một địa điểm hành hương lớn sau khi di vật của Thánh Giacôbê — vị Thánh Bảo trợ của Tây Ban Nha — được phát hiện vào thế kỷ thứ 9.

Trong vài thập kỷ gần đây, Camino trở nên phổ biến hơn, đặc biệt kể từ khi bộ phim *The Way* của Martin Sheen ra mắt năm 2010. Nhưng ở châu Âu, người ta đã đi Camino suốt hàng thế kỷ với nhiều mục đích khác nhau: hành hương tôn giáo, phát triển tâm linh, cột mốc thay đổi cuộc đời, sự chuyển hóa cá nhân, chữa lành và vượt qua mất mát, chánh niệm và suy ngẫm, thử thách thể chất và sức bền, hòa mình vào thiên nhiên và phiêu lưu, cộng đồng và tình bạn, v.v...

Trong suốt sáng hôm nay, một cảm giác hơi gây sốt song bắt đầu lan rộng, tuy nhiên, với niềm tin, ý chí đáp lại sự thách đố của thể chất, tôi nhất định phải hoàn tất các dặm đường cuối của cuộc hành trình. Nhờ vậy, càng đi càng thấy khoẻ hơn, cảm thấy hãnh diện là mình tự thắng được chính mình trong cuộc thử thách này. Chúng tôi bước vào thành phố Santiago de Compostela lúc gần trưa. Vì muốn tham dự thánh lễ đúng 12 giờ trưa dành cho các người hành hương đạt tới đích nên chúng tôi phải lấy taxi đi đoạn cuối để kịp giờ. Tới nơi phải sắp một hàng dài mất gần 20 phút mới vào được trong vương cung thánh đường. Không khí thật cảm động. Mọi người hân hoan hớn hở và niềm nở với nhau mặc dầu phải đứng vì không còn hàng ghế nào trống. Lòng chúng tôi cũng rộn ràng với một niềm tin – cuộc đời là một hành trình dù bao thăng trầm song vẫn có thể đến đích với sự chuẩn bị chu đáo, kiên tâm trì chí, niềm tin mãnh liệt và sự may mắn.

Cuối thánh lễ tại Nhà thờ Santiago de Compostela, khách hành hương được chứng kiến nghi thức Botafumeiro, nơi một lư hương khổng lồ được đu đưa qua gian ngang của nhà thờ. Truyền thống này, có thể bắt nguồn từ thế kỷ 11, hương trầm tạo thành các luồng khói trắng, bốc lên cao tượng trưng cho lời cầu nguyện của khách hành hương được dâng lên Chúa. Ý nghĩa của nó rất đa dạng, vừa đại diện cho năng lượng tâm linh và lời cầu nguyện của khách hành hương, vừa kết nối việc tôn kính Thánh Giacôbê với một trải nghiệm thị giác và biểu tượng đầy sức mạnh. Trong bầu khí thiêng liêng ấy, lòng chúng tôi như lắng đọng và tự hứa sẽ đi hết đường đời theo tinh thần khiêm nhường, nhường nhịn, kiên nhẫn, giúp đỡ, yêu thương gia đình và tha nhân.

Sau thánh lễ, chúng tôi đi tới văn phòng chứng minh để nhận được bằng hoàn tất Camino. Cuộc hành trình qua các con dấu đóng mỗi khi đến một thành phố mới trên Camino Ngày cuối cùng ở lại thành phố Santiago de Compostela, chúng tôi tận hưởng không khí vui nhộn và thời tiết se se lạnh đầu thu trong những quán ăn ngoài hiên nhà hàng, ngắm nhìn dân chúng qua lại và thưởng thức các ly sangría tuyệt vời.

Để kết thúc, chúng tôi xin chia sẻ một ẩn dụ (metaphor) về hành trình hành hương mà chúng tôi suy ra từ trải nghiệm bản thân, đó là khái niệm về những gì người lữ hành mang theo trong chuyến đi. Khi còn ở giai đoạn lên kế hoạch và bắt đầu hành trình, người lữ hành cố gắng dự đoán mọi thứ và chuẩn bị cho chúng. Ba lô của

lạ. Trong đó, lúc thì có em, lúc thì vắng em. Và lần nào cũng như lần nào, anh thấy thương em quá đỗi, thương đến quặn lòng, đến ứa nước mắt, đến nghẹn ngào, đến không còn ngôn ngữ. Cuộc sống của em và anh tự bao giờ đã không còn biên giới. Ngày lẫn vào đêm. Mộng hòa với thực. Thức mà như đang ngủ. Ngủ mà vẫn thao thức trong hồn. Cười mà như đang khóc. Khóc mà như đang ngạo nghễ cười trên số phận.

Máy bay từ từ chuyển động. Quê hương bắt đầu xa dần. Em bắt đầu xa dần. Máy bay lướt trên đường băng một đỗi, rồi ngừng hẳn lại. Đột nhiên, nó rú lên thật lớn rồi nhấc bổng lên không. Giã từ quê hương. Giã từ em. Không, mình sẽ gặp lại mà. Chúng ta đã hứa với nhau như thế, phải không em?

Tân Gia Ba. Quê hương của Lý Quang Diệu. Nơi mà ngày xưa người ta còn nhìn Sài Gòn bằng cặp mắt thèm thuồng lẫn thán phục. Chỉ cách quê nhà hai tiếng đồng hồ đường chim bay, nhưng đây là một thế giới khác. Anh không được tận mắt nhìn thấy thế giới đó. Trong khi những kẻ du lịch thứ thiệt hân hoan ra khỏi phi trường, hòa vào nhịp sống rộn rịp bên ngoài, anh lủi thủi bước theo người "hướng dẫn tour" đi sang một cổng khác để đổi máy bay. Bây giờ anh mới nhận ra là trong nhóm của mình còn bốn người khác nữa, bốn du khách bất đắc dĩ, hai người đàn ông và hai người đàn bà.

Lại ngồi ở phía đuôi máy bay. Người dẫn tour cho biết là sẽ đi Tây Ban Nha. "Độ 16 tiếng đồng hồ mới đến," anh ta bảo vậy. Anh cất cuốn sổ tay vào túi xách nhé em. Anh muốn ngủ một giấc dài, mặc cho con tàu bay qua hết phần còn lại của châu Á, đi vào lòng châu Âu.

Chặng thứ nhì

Hôm nay là một ngày kỳ lạ. Anh không biết chắc rằng đang nằm mơ thấy mình đang từ một chiếc máy bay bước ra phi cảng của một xứ miền xa lạ, hay đang thật sự ở đó và sắp sửa đi ngủ để chìm vào một giấc chiêm bao. Bây giờ anh đâm ra sợ cả hai: Sợ phải thức để đối diện với nhiều cảnh ngộ đau lòng, và sợ phải ngủ để phải sống thêm một lần nữa mỗi ngày. Anh tự hỏi có còn một cảnh giới thứ ba nào cho anh trốn vào trong đó không. Em nghĩ sao?

Thủ đô Madrid. Người ta bảo thế thì anh nghe thế, chứ cũng có thấy được mặt mũi của thành phố nổi tiếng này ra làm sao đâu. Trong lúc đi qua chỗ đổi máy bay, anh lan man nghĩ đến chuyện chàng hiệp sĩ Don Quixote mà hồi nhỏ anh có dịp đọc qua một bản dịch tiếng Việt. Ngày đó, anh biết đến ông ta với cái tên Đồng Ký-khốt, cùng anh chàng hầu cận San-chồ. Hồi nhỏ, anh đọc là đọc vậy thôi, chẳng hiểu là bao, ngoài cảm giác sờ sợ về người hiệp sĩ không được bình thường đó. Giờ đây ngẫm lại, anh mới dần dần hiểu ý nghĩa thâm sâu của cuốn tiểu thuyết của Cervantes. Anh chợt mỉm cười thích thú với ý nghĩ mình vừa là Đồng Ký-khốt, vừa là San-chồ. Một nửa của anh đã Đồng Ký-khốt hóa San-chồ, biến thế giới thực tế của anh chàng nông dân chân chất này thành một thế giới mộng mị, đồng thời nửa kia của anh đã San-chồ hóa Đồng Ký-khốt, biến thế giới đầy ảo tưởng của chàng hiệp-sĩ-tự-phong đó thành thực tế phũ phàng.

"¡Buen viaje!" Cô gái đứng soát vé ở lối vào máy bay tươi cười nói với những hành khách đang tuần tự bước qua. Anh khẽ gật đầu chào cô ta, nghĩ bụng, "Cô mà biết chúng tôi đi đâu thì sẽ chúc '¡Buena aventura!' mới đúng!"

Chặng thứ ba

Em yêu dấu, chắc nằm mơ anh cũng không thấy được cảnh này—hay là có tỉnh dậy anh cũng không ngờ mình đang ở đây. Anh đang ở trong lòng một thành phố mà cũng chỉ được nghe đến tên chứ không ra ngoài để thấy được nó. Santiago—thủ đô của nước Chí Lợi xa xôi. Làm sao, dù trong trí tưởng tượng hoang dại nhất của mình, anh dám nghĩ đến một ngày như hôm nay. Chiếc máy bay lặng lờ băng qua Đại Tây Dương trong đêm đen bất tuyệt, xuống đến tận vùng Cono Sur, *nơi có một quốc gia cũng có hình dạng dài ngoẵn ngoèo như nước Việt mình. Lúc ngồi đợi chuyến bay kế tiếp, anh bùi ngùi nghĩ đến nhà văn nữ lưu vong người Chí Lợi— Isabel Allende —người đang sống ở Mỹ, nơi anh đang mong muốn đến. Anh cũng sẽ sống đời lưu vong như bà ta, có khác chăng là bà nổi tiếng khắp thế giới, đặc biệt là qua tác phẩm* La Casa de los espíritus, *kể về những vật đổi sao dời trong một gia đình qua bốn thế hệ, buồn vui theo vận nước nổi trôi; còn anh sẽ chỉ là một kẻ lưu vong vô danh tiểu tốt, cũng có bao nhiêu điều để kể về nước, về nhà, mà tài hèn sức mọn không viết nổi nên lời.*

Chặng thứ tư

São Paulo—thành phố của thánh Phao-lồ chào đón anh và nhóm người đi vượt biên kiểu tân thời. Dĩ nhiên là bọn anh cũng chỉ được quanh quẩn trong phi trường như mấy chặng trước, nhưng hình như—chẳng biết anh có tưởng tượng hay không—anh đã hít thở được không khí nồng nàn của Ba Tây, mang tên một loài cây rừng cho gỗ quý, xứ sở của vũ điệu samba cuồng nhiệt bắt nguồn từ lục địa Phi châu. Ở đây cái gì cũng có vẻ rộn ràng cả, dù anh không được ra bên ngoài để chứng kiến. Anh hình dung ra một đất nước lúc nào cũng tưng bừng với những carnaval *đầy màu sắc và âm thanh, những trận túc cầu vang danh thế giới, chẳng vậy mà xứ sở này còn có biệt danh là* Terra do Futebol.

Nhưng Ba Tây còn đặc biệt với anh về một điều nữa, đó là anh Vũ đã từng sống nơi đây trong một thời gian. Mới đó mà anh Vũ đã ra đi gần hai mươi năm trời rồi, em biết không. Ngày anh ấy ra đi, hai đứa anh còn là hai thằng nhóc mới lên chín, lên mười. Anh còn nhớ ngày nhận được tin chiếc ghe của anh Vũ được con tàu chở dầu mang tên São Sebastião *cứu vớt và mang về Ba Tây, mẹ anh đã òa ra khóc vì sung sướng. Nhưng anh Vũ chỉ liên lạc về nhà trong vòng một năm đầu, rồi sau đó bặt vô âm tín. Mẹ anh đã chờ tin con mòn mỏi, chờ mãi, chờ mãi, đến khi bà mất đi trong tiếc nhớ. Em có nghĩ là một người khi chết đi vẫn còn chờ đợi một ai hay một điều gì đó không? Anh thì tin như vậy. Duy có điều bây giờ anh như bị mê mê hoặc hoặc, không biết là anh Vũ có thật hay không. Cũng như anh không chắc rằng những ngày xưa có thật không. Cái gì không thấy—hay không còn thấy—là đều không có thật. Ngay cả những ai, những gì ngay trước mắt rồi cũng tan biến đi chóng vánh. Nghĩa là có thật đó rồi cũng hết thật.*

Anh tiến gần đến vuông cửa kính khổng lồ, nhìn ra những chiếc phi cơ bên ngoài kia. Có vài chiếc đang đậu im lìm, có vài chiếc đang từ từ rời chỗ, hay vài chiếc khác vừa đáp xuống. Anh tưởng tượng ra anh Vũ là một trong những người phu bốc vác ngoài kia, sống đời nhọc nhằn ở xứ người. Hay tại vì thế mà anh ấy buồn, không muốn liên lạc với gia đình? Mà tại sao anh lại phải bận lòng về một điều không còn có thật nữa?

Chặng thứ năm

Sau hơn 10 tiếng bay, anh đã đến Mexico City—thành phố ngày xưa của người Aztec còn mang tên Tenochtitlan *vào thế kỷ thứ 16. Lần này, anh thấy được một góc của thủ đô xứ Mễ Tây Cơ, được ra khỏi phi trường trên một chuyến xe buýt, len lỏi qua những con đường đông đúc, xe cộ như mắc cửi. Xe chạy ròng rã hai ngày một đêm về hướng bắc, qua những xa lộ tối tân hay những con đường thôn quê hẻo lánh. Anh chợt thèm muốn cuộc sống lặng lờ của người dân bản xứ. Vậy mà ở đây mỗi ngày vẫn có biết bao nhiêu người, bằng cách này hay cách khác, tìm cách đi đến* El Norte, *để tìm tới giấc mộng Huê*

Kỳ, hay tìm chút tự do mà ở quê nhà không có. Cũng như anh. Như em. Chỉ có khác là em đã hy sinh để anh ra đi trước. Những gì em đã làm cho anh, cho chúng ta, còn vượt xa cả ngàn dặm đối với hai chữ hy sinh. Số tiền em chắt chiu bằng mồ hôi nước mắt, cùng với những món tiền vay mượn khác bằng cả chục năm trời mới may ra có được, nếu đừng ăn, đừng uống, đừng mặc, đừng tiêu xài gì cả. Vậy mà em đã gom góp được, cho anh ra đi. Vì, như bao lần em đã nói, "Cái đầu này không nên sống ở đây!" "Cái đầu" của anh, thật ra có đáng gì đâu em. Nó chỉ chất đầy văn chương viển vông, chữ nghĩa hão huyền, từ những chân trời huyễn tưởng, những lời say sưa tuôn ra trên giảng đường, nhưng lúc nào anh cũng nơm nớp sợ bị nghe ngóng, dòm ngó. Đổi lại là những đồng tiền khiêm nhượng không đủ cho em sắm một cái áo đẹp cho bằng chúng bạn. Nhưng, em biết đó, anh ra đi không vì tấm áo, manh quần. Anh ra đi để mong nói được những lời từ trái tim, từ khối óc mà không sợ bị ai bắt bẻ. Anh ra đi vì "người ta không chỉ sống bằng bánh mì".

Tijuana—thành phố địa đầu nước Mễ Tây Cơ, nơi bọn anh đặt chân xuống sau gần 40 tiếng đồng hồ đường bộ. Ngày xưa, lãnh thổ Mễ còn tràn lên phân nửa miền tây Hoa Kỳ. Di dân Mễ ngày nay thường nói—vừa khôi hài, vừa cay đắng—"Chúng tôi không vượt qua biên giới, mà biên giới vượt qua chúng tôi."

Người dẫn đường từ Việt Nam giao bọn anh cho hai người bản xứ mặt mày hung tợn, rồi anh ta nhanh chóng rút lui. Anh lại tự hỏi từ đầu đến giờ, anh ta có thật hay không. Còn lại hai nhóm người bất đồng ngôn ngữ, khác cả màu da, chẳng ai hiểu ai cả. Bọn anh bắt đầu cuộc hành trình đi bộ, xa dần thành phố và đi vào những con đường thôn quê hay những khóm rừng rậm rạp. Hai người dẫn đường chỉ toàn ra dấu cho nhóm người đi theo. Không còn những lúc ung dung trên máy bay, chuyển từ chuyến này qua chuyến nọ, hay đi qua những hành lang trong phi cảng sang trọng, hào nhoáng, ăn trắng mặc trơn. Ai nấy đều bắt đầu thấy đói và khát, phải lục tìm trong túi xách tất cả những gì có thể vừa đi vừa ăn uống được. May sao, đến một đoạn đường có một người Việt gia nhập đoàn của bọn anh, mang thêm một ít đồ khô và nước. Anh ta chắc ở đây lâu năm nên nói tiếng Tây Ban Nha lưu loát không kém gì những tay địa phương. Hóa ra anh ta làm thông dịch cho nhóm. Anh ta nói tiếng Việt hơi lơ lớ, nhưng cũng đủ cho mọi người hiểu phải làm gì.

Em biết không, những gì anh phải làm hôm đó nhắc anh nhớ lại những năm đầu mất nước ở quê nhà. Lúc đó, tuy còn nhỏ, anh cũng đã phải đi lao động, vào rừng, lội suối, đào mương... Và bây giờ, hai mươi mấy năm sau, anh lại phải cuốc bộ đường trường, lội qua những con suối nước đục ngầu, dưới ánh nắng chang chang ban ngày và những cơn mưa bất chợt ban đêm. Bọn anh dựng tạm những cái lều dã chiến để tạm nghỉ ngơi giữa những chặng đường, khi trên bộ, lúc dưới suối, hay xuyên qua những khu rừng nhỏ.

Vậy mà cả bọn đã đi bộ đến ba ngày trời. Cuối cùng, trước mặt anh là gì, em biết không? Là một bức tường dài như vô tận bằng song sắt, cao sừng sững, dễ đến 10 mét. Bỗng dưng anh muốn khóc và nhớ tới lời ông mục sư da đen Martin Luther King đã nói, "Let's build bridges, not walls." Biên giới là đây sao? Biên giới bắt đầu từ đâu? Từ những bàn tay xây dựng, hay từ những quyết định của những con người có uy quyền trong tay? Hay từ khi con người cảm thấy "lòng ta sao vẫn còn biên giới" như người nhạc sĩ họ Phạm đã nói—như một lời tiên tri cách đây gần cả 80 năm trời.

Tiến—anh thông dịch viên người Việt—bảo bọn anh, "Từ chỗ này, chúng ta sẽ đi dọc theo bức tường thêm vài cây số nữa, tới chỗ có một khoảng trống còn đang xây dở dang, rồi đợi đêm tối xuống sẽ tìm cách qua bên kia."

"Bên kia" là nơi bừng sáng lên cả trăm ngàn ánh điện lấp lánh ban đêm mà từ chỗ tường biên giới bọn anh đang dừng chân. Vùng ánh sáng chói lòa trong đêm tối đó như những lời hứa hẹn hấp dẫn nhất. Nguồn sáng đó—anh lại tự hỏi—có thật hay không, hay chỉ từ trí tưởng tượng?

Cả bọn lại lầm lũi đi tiếp, khi trời sụp tối thì cũng vừa đến nơi đã hẹn với một nhóm người khác để bàn giao. Tiến nói chuyện với ba người mới đến, trong khi hai người Mễ đầu tiên đã đi mất. Một trong bọn họ thì thầm nói:

"No es posible cruzar esta noche. La seguridad es muy estricta."

Tiến quay lại cho bọn anh biết:

"Họ bảo tối nay không qua được. An ninh gắt lắm."

Cả bọn lại xì xầm với nhau hồi lâu. Tiến lại nói:

"Không xong rồi. Tình hình này có thể kéo dài chưa biết tới lúc nào. Các anh chị có thể chọn một trong hai giải pháp: Một là quay về Ba Tây, chờ tình hình sáng sủa hơn sẽ qua Mễ lại. Hai là từ đây đi thẳng qua Bồ Đào Nha, để có cơ hội định cư luôn ở đó. Chúng tôi có đường dây đi qua bên ấy."

Anh và bốn người trong nhóm hội ý với nhau. Cuối cùng, một cặp vợ chồng quyết định quay lại Ba Tây, còn anh và cặp vợ chồng kia muốn đi tiếp. Tiến mang lại cho ba người ba tờ giấy, bảo:

"Họ đòi thêm năm ngàn đôla nữa. Anh chị ký vào giấy nợ này. Xin nhắc nguyên văn lời họ nói: 'Nhớ trả nợ. Dù có ở cùng trời cuối đất, họ cũng biết anh chị ở đâu để đến đòi.'"

Chặng cuối cùng

Nhờ món nợ mới, bọn anh được một chiếc xe Jeep đến đón ra phi trường. Từ đó, máy bay đi Mexico City để quá cảnh rồi bay tiếp đi Ma-rốc. Trên chuyến bay cất cánh từ phi trường Mễ Tây Cơ, anh mới biết được sẽ đi Casablanca. Casablanca! Anh làm sao quên được siêu phẩm điện ảnh trắng đen về cuộc tình sóng gió của hai nhân vật do Humphrey Bogart và Ingrid Bergman thủ diễn, cũng như bài hát trữ tình cùng tên với giọng ca bất hủ của Bertie Higgins. Nhưng ngay lúc này anh không còn lòng dạ đâu mà thưởng thức cảm giác được đến thành phố nổi tiếng này nữa. Vì từ đó, bọn anh phải đáp xe lửa mất hai tiếng ra cảng El Jadida. Đến cảng, có người dẫn xuống thuyền để đi—thật ra là để trốn—sang Bồ Đào Nha. Vậy là cuối cùng anh đã trở thành thuyền nhân, em ạ.

Chuyến hải hành, một chuyến vượt biển thật sự mà anh không hề ngờ tới lúc ban đầu, phải mất đến hai ngày trời mới đến được bến bờ. Anh nằm bẹp trên thuyền, dưới là nước, trên là trời, còn trong lòng rỗng không, chẳng một hạt cơm lẫn một tia hy vọng nào. Anh chỉ uống nước cầm chừng. Cảm xúc và cảm giác đều tê dại. Trí óc như đông cứng lại. Và anh nghĩ đến em. Chỉ có em là điều duy nhất còn sót lại trong trí anh trong những giờ phút ấy. Và anh thấy mình không được quyền buông xuôi, không được quyền bỏ cuộc.

Chiếc thuyền lặng lẽ, đúng hơn là lén lút, tấp vào một bãi biển hoang vắng của miền Algarve. Cả một vùng biển nằm ngái ngủ trong đêm khuya lạnh lẽo vào tháng Mười. Xa xa là ánh điện sáng choang của một thành phố nào đó. Khi ba người trong bọn anh cùng người lái thuyền vừa đặt chân xuống mặt cát mềm, ướt đẫm sương đêm thì đột nhiên có tiếng súng lên cò lách tách và một giọng lạnh lùng, sang sảng cất lên:

"Não se mexam! Vocês estão presos!"

Không cần hiểu câu nói đó, bọn anh đã biết phải làm gì, vì người lái thuyền đã vội đưa hai tay lên trời. Thế rồi chuyện gì phải đến đã đến. Bốn người xâm nhập trái phép được đưa về một nhà giam gần đó. Cả bọn được phát quần áo, mền gối để qua đêm, sau khi mỗi người được ăn một đĩa cơm mà họ gọi là arroz de tomate *và uống một ly nước lạnh. Đó là ly nước lạnh ngon ngọt nhất trong đời anh, em ạ.*

Và đêm hôm đó cũng là đêm anh ngủ ngon nhất, sau bao nhiêu ngày lênh đênh từ nước này sang nước khác, khi thì bay trên không, khi thì đi trên đất và khi thì nổi trôi trên sóng nước. Đang bị giam cầm mà anh bỗng thấy tự do hơn bao giờ hết. Anh ngủ một giấc không mộng mị. Khi hai mắt anh nhắm lại, thế giới chỉ còn lại một không gian, một thời gian, không còn trên dưới, tả hữu, trong ngoài gì nữa. Vũ trụ trở thành nhất nguyên.

Buổi sáng, anh và cặp vợ chồng cùng đi giật mình thức giấc vì tiếng ồn ào bên ngoài. Lúc bấy giờ, anh mới chợt thấy là còn nhiều người khác bị giam gần bọn anh. Mấy người cảnh sát nhìn nhau lắc đầu, vẻ ngao ngán. Anh đoán chắc họ đã quá quen với cảnh này.

Bên ngoài, có tiếng la đồng thanh:

"Liberdade para os inmigrantes!"

Trong xà-lim bên cạnh, một người ngó qua bọn anh, giảng nghĩa rành rọt bằng tiếng Việt:

"Họ đòi trả tự do cho chúng ta đó!"

Người vợ trong nhóm ba người bọn anh tò mò hỏi:

"Anh người Việt hả? Anh đi từ đâu tới vậy?"

"Ba Tây!" Anh ta đáp, giọng có chút tự phụ.

"Ở bên đó không sướng sao, qua đây chi cho bị bắt?" Đến lượt anh chồng hiếu kỳ.

"Sướng gì mà sướng!" Anh ta bĩu môi. "Tham nhũng thấy mẹ, từ trên xuống dưới!"

Tiếng gõ cửa nghe dồn dập. Một viên cảnh sát mở hé cánh cửa, nói với những người bên ngoài:

"Chúng tôi chỉ mời ông cảnh sát trưởng Coelho và một người đại diện của AIMA vào thôi."

Từ chỗ mình đang ngồi, anh thấy một người đàn ông có vẻ là Á châu và một người đàn bà tóc vàng bước vào. Anh chàng người Việt nhanh miệng nói:

"Ha! PSP đụng độ AIMA!"

Nhìn qua nét mặt ngơ ngẩn của bọn anh, anh ta tiếp luôn:

"Polícia de Segurança Pública *đụng độ* Agência para a Integração Migrações e Asilo!"

Ai nấy đều nhún vai, vì anh ta có nói đầy đủ mấy chữ viết tắt thì bọn anh vẫn như vịt nghe sấm. Người chồng lộ vẻ khâm phục:

"Anh chắc ở bên này lâu rồi nên nói tiếng nghe thành thạo quá hen!"

"Năm năm ở Ba Tây, ba năm ở Bồ Đào Nha này," anh ta phổng mũi đáp.

Người đàn ông Á châu và người đàn bà tóc vàng nói chuyện với mấy viên cảnh sát một lúc rồi quay lại, tiến đến gần bọn anh. Anh chợt lạnh toát người, nói không thành tiếng:

"Anh Vũ! Anh Vũ! Em đây... Chương đây... Em của anh đây!"

Anh Vũ nhìn anh như nhìn xuyên suốt một vật vô hình, tựa hồ như không thấy anh, đừng nói chi nghe những gì anh vừa thốt lên. Người đàn bà hỏi anh Vũ:

"Anh ta nói gì với ông vậy?"

"À," anh Vũ đáp, "anh ta nói 'Cứu tôi với'. Cô biết đó, di dân nào cũng nói câu đó cả, bằng nhiều thứ tiếng khác nhau."

Anh tuyệt vọng ngó về hướng anh chàng người Việt, khẩn khoản:

"Anh nói giùm với bà kia cho tôi đi."

"Ele disse que é irmão desse homem," anh người Việt nói.

"Có thật vậy không?" Người đàn bà hỏi anh Vũ.

"Chắc hắn lầm tôi với ai đó," anh Vũ thản nhiên đáp rồi nói tiếp, "Cô có muốn giúp những người này làm giấy tờ để được trợ cấp tạm thời thì cứ việc, nhưng cuối cùng nếu họ không chứng minh được tình trạng di trú thì... cô biết chuyện gì sẽ xảy ra rồi đó."

Nói xong, anh Vũ—đúng hơn là comandante Coelho*—quay ngoắt đi, bước hẳn ra ngoài đường. Anh người Việt, cặp vợ chồng cùng đi, và nhiều người khác nữa nhất loạt nhìn anh đang đứng như vừa hóa đá.*

Em biết không, ngay lúc đó, anh mới chắc rằng mình đã đúng. Rằng anh Vũ là không bao giờ có thật.

Trần C. Trí

TRIỀU HOA ĐẠI

CUỐI NGÀY NEW YORK CHẬM!

cuối ngày. New York chậm
chân đã buồn lẻ loi
lá rơi vàng ngõ trước
cửa đóng. Mở chờ ai?

bước đi tình ở lại
những đường tàu xa xăm
phố xưa. ngày vẫn vậy
khuất bóng đời ai ngăn?

nhớ không. Chân nhớ không
đường, toa tàu xuôi ngược
chạm mãi những vô cùng
chạy hoài mà xa ngắt
ngồi nhớ tình khôn ngăn

một mai kia về lại
mùa xuân thầm cách ngăn
những bầy chim ríu rít
những mái nhà rêu phong?

New York. ngày New York
bạn lẻ. bạn quên chờ
góc khuất còn tay giá
đã gần đời ai kia

New York chào ngày lẻ
phai một màu vàng phai
tàu vẫn xuôi. Ga chậm
vẫy gọi tình khôn nguôi

giá như người về lại
gửi mùa xuân mấy lời
cùng chia nhau giọt lệ
cho tình còn ngăn hai. ■

PHẠM CAO HOÀNG

Nhớ Về Con Dốc Duy Tân

lá rừng phong rụng hết rồi
một năm nữa sắp ngậm ngùi đi qua
nhắc cùng nhau chuyện quê nhà
chuyện xưa chuyện cũ chuyện xa chuyện gần...

chuyện về con dốc Duy Tân
ngại ngùng hôm ấy tôi cầm tay em
lời tỏ tình vang trong đêm
và em đã bước lên thềm đời tôi

em, cô dâu đẹp tuyệt vời
tôi, chàng rể của núi đồi cao nguyên
từ trong tiền kiếp thiện duyên
mình đi chung một con thuyền viễn du

có khi giông tố mịt mù
có khi sóng vỗ lắc lư mái chèo
có khi ghềnh thác cheo leo
tôi và em cứ trôi theo dòng đời

và rồi góc bể chân trời
những cơn bão dữ tơi bời quất ngang
những đêm gió núi mưa ngàn
những ngày tuyết lạnh lòng mang mang buồn

quê nhà mây khói còn vương
quê người ngàn dặm chợt thương đời mình
may mà còn một chút tình
mang theo suốt cuộc hành trình bên nhau
vẫn yêu như thuở ban đầu... ■

Virginia, 12.2025

NGUYỄN MINH NỮU

YÊU DẤU

Chỉ là một chút bâng quơ
Thuyền đi bỏ lại đôi bờ, như không.
Trăng non in dấu ngựa hồng
Tóc con gái mượt mà lòng con trai
Mơ hồ vào với cơn say
Dường như có chút liêu trai giữa đời.

Đoán chừng ước hẹn với người
Chiêm bao áo lụa về phơi sương mù.
Nói lời tình động thiên thu
Rất hào phóng, rất ngây thơ, rất tình.
Ta tìm em bóng tìm hình
Phiêu du lỡ cuộc, sầu mênh mông sầu.

Đắm say cho đến bạc đầu
Cuối vườn lan nhuốm một màu tịch liêu
Nâng niu vệt khói lam chiều
Chao ơi yêu dấu dấu yêu ngàn trùng
Bâng khuâng lòng cứ hỏi lòng
Vòng tay ai, ngỡ... ngỡ vòng tay ai. ■

LÊ CHIỀU GIANG
HÁT VỚI TUỔI 70

Ta. Sắp sửa thông báo
đàng hoàng
Điều đó là gì
Ai biết chăng?
Như tuổi hai mươi. Mộng mị
Với
Ước hẹn thơm tho
Chuyện thủy chung.

Thì đã có bao lần vấp váp
Đã thảm thương
Chới với...
Nhiều phen.
Cũng không sợ!
Yêu.
thêm lần nữa
Có hề chi?
Ngã mãi sẽ quen

Đêm nay ta hát cùng trăng sáng
Gõ một nhịp đời. Chưa nỡ... ■

PHƯƠNG TẤN

CAU KHÔ CAU SẦU, TRẦU HÉO TRẦU ĐAU

Em cô tiên, mong manh như sương
Thiên sứ cười, thương quá là thương
Xuống trần gian, cô bỏ thiên đường
Cô vấn vương, vì mối tơ vương.

Cô thương ai, mà cô tương tư
Ai nhớ cô, mà giữa đêm trường
Ngồi thả thơ, thơm ngát mùi hương
Mùi trúc mai, ngào ngạt đêm sương.

Cau không trầu, cau khô cau sầu
Trầu không cau, trầu héo trầu đau
Mình thương cô, mình thức canh thâu
Cô thương mình, tình sâu thêm sâu.

Đời tàn phai, nhưng tình đâu phai
Xuân vẫn xuân, vàng rực nhành mai
Xuống trần gian, mình bỏ thiên thai
Mình với mình, chỉ một đâu hai. ■

(THƠ PHƯƠNG TẤN – 2026)

TRẦN VẤN LỆ

THANH MINH TRONG TIẾT THÁNG BA
LỄ LÀ TẢO MỘ HỘI LÀ ĐẠP THANH

Trời lạnh và âm u. Mấy ngày rồi không nắng. Tiết Thanh Minh bằng phẳng / những nghĩa trang mênh mông... (*)

Người sống đã hết lòng để thương nghĩ người chết? Chết có nghĩa là hết! Bình tro cho có thôi...

Xưa, Thanh Minh, đất trời thường là ngày rực rỡ: Xanh trời, xanh biếc cỏ, xanh đất, xanh biếc hoa... (**).

Xưa! Bây giờ là xa... Nhiều người... rồi thưa thớt / cúi đầu đi đếm bước / dừng chân vài mộ bia...

Vài nhánh hoa đem chia... Chia không thể hết mộ! Vài mái tóc bạc xõa... ngồi vén gọn: anh ơi...

Thanh Minh là Ngày Vui. Xưa, nó là Lễ Hội. Nay... nhiều Kỷ Nguyên Mới, Thanh Minh: Quá Khứ mờ...

Trời ơi Thơ tôi... Thơ, nhám xì như chiếc lá / rụng hình như từ Hạ, từ năm ngoái, năm kia...

Người thác bây giờ về... một Giáo Đường nào đó? Một ngôi Chùa thành phố? Một nhà kho thời gian?

Những chiếc lá úa tàn, phất phơ bay tình nghĩa... chút khói nhang tứ phía thơm thơm ngày Thanh Minh!

*

Em ơi ngồi với anh thấy mình mai mốt nhé...
Thấy chiếc lá lặng lẽ bay trong trời mờ sương! ■

(*) Nghĩa trang, nghĩa địa ở Mỹ đa số không có đắp nấm mồ, bia mộ đặt nằm ngang với mặt đất, cỏ phủ xanh, chỉ thấy mộ bia khi mình cúi đầu...
(**) Thơ Nguyễn Du:
Thanh Minh trong tiết Tháng Ba,
Lễ là Tảo Mộ, Hội là Đạp Thanh.

TRANG CHÂU

Cuối Thu

Gởi Song Thao

Trời cuối thu, ta cuối đời
Cành phơi lá úa, sương phơi mái đầu
Heo may gió thoảng về đâu
Chiều thu nắng nhạt len sâu vào lòng
Tầng cao mây trắng bâng khuâng
Ta nơi lũng thấp âm thầm cô liêu
Cuối thu đường lạnh một chiều
Quên đi để nhớ sầu theo vào hồn
Buồn nào da diết buồn hơn
Hỏi đêm khuya vắng ai còn nhớ ai

Giờ ta khoác áo lên đồi
Dang tay đón những ngậm ngùi xa xăm
Cuối mùa, trời bước sang đông
Tan theo băng giá hương nồng năm xưa ■

NGUYỄN AN BÌNH

TIẾNG CHIM GÙ TRONG THÀNH PHỐ

Buổi sáng ngày xuân nào
Thành phố trải màu nắng vàng rất đẹp
Không có màu nắng nào đẹp hơn hôm nay
Trong tiếng kinh cầu của người đi thánh lễ
Tiếng chuông vừa đổ
Tôi bỗng nghe có tiếng chim gù
Trên hai ngọn tháp cao nhà thờ Đức Bà
Và tiếng rào rào đập cánh
Từng đàn chim bồ câu chao lượn
Trong tiếng vỗ tay
Trong tiếng gạo lắc
Có đủ những chiếc cánh đầy màu sắc
Trắng xám nâu hồng nhạt xanh rêu rợp trời
Nhẹ nhàng sà xuống
Đã tới giờ ăn
Nắm thóc trên tay thon nhỏ của cô gái
Đứa bé chìa lòng bàn tay nhỏ xíu của mình
Háo hức nhìn đàn chim đáp xuống
Tranh nhau từng hạt thóc
Em ngước nhìn mẹ
Tôi nghe tiếng cười rạng rỡ biết bao
Như ngầm bảo – Mẹ ơi
Con có rất nhiều bạn thật dễ thương

Một buổi sáng Sài Gòn
Sao yên bình đến thế.
Cụ già ngồi trên xe lăn
Ngày nào cũng nhờ đứa cháu đưa ra đây
Chỉ để được nhìn cánh chim bồ câu trong chốc lát
Bay giữa nền trời xanh
Trên nóc cao nhà thờ Đức Bà
Hay trước bưu điện thành phố
Mắt mơ màng nhìn tận đâu xa
Có phải bà đang mơ lại giấc mơ đẹp
Hình ảnh thanh xuân của thời thiếu nữ
Đã trôi đi theo dòng đời xuôi ngược
Có cái cảm giác không còn cô độc
Quá khứ tươi đẹp gần gũi đây thôi mà.
Tôi ngồi trên bậc thềm xi măng của công viên
Phía bên kia bưu điện thành phố
Anh thợ ảnh nhịp nhàng lắc lon rải đậu
Từng đàn bồ câu háu ăn từ trên cao lao xuống
Chúng tạo nên tấm hình của đôi uyên ương thêm ý nghĩa
Đêm nay đàn chim ngủ nơi nào
Giữa thành phố ồn ào, bao ánh đèn rực rỡ
Để ngày mai tôi lại được nghe
Tiếng chim gù vào buổi sáng mai rất sớm
Trong ký ức của người Sài Gòn
Tiếng chim gù thân quen không thể thiếu được
Và em – Người con gái của mùa xuân
Trong trái tim tôi - cũng không thể thiếu. ■

NGUYÊN BÌNH

LÁ KHÔ

Chiếc lá khô
năm tháng già nua lơ đãng
con đường lãng mạn
chở những giấc mơ đi qua...

Chiếc dù che kiêu sa
đôi vai không đủ ấm
từng giọt mưa về
lấm tấm... mơ hoang.

Tình nhớ miên man
em bỗng cài then gió
dư âm từ vạn cổ
những khúc nhạc gầy
như bánh xe thổ mộ
chở hết mùa xuân.

Thu bâng khuâng
thơ ẩn mình trú nắng
tình yêu chìm trong khoảng lặng
vàng
chiếc lá khô
Em. ■

NGUYỄN TAM PHÙ SA

XIN TẠ LỖI TIỀN NHÂN TỘC NGUYỄN

Không bỏ xứ cũng ra người kẻ chợ
Ta lưu vong ngay trên đất quê nhà
Chân xiềng xích và đầu hằn vết thẹo
Một nửa Thu Bồn một nửa đất phương Nam

Ngẩng mặt nhìn trời đâu cũng hoang vu
Đành quy chụp thời suy vong gãy đổ
Ngựa chiến rung bờm nơi vũng lầy thế kỷ
Ta đang cười đang khóc với ai đây

Cậy có Trường Sơn che chắn khúc ruột thừa
Quảng Nam nhỏ quặn lòng trong chén đất
Thế nước mài lòng không đủ bén
Thương mình đầu bạc sớm không hay

Bạn bè còn ai mỗi lúc mỗi thưa dần
Thế trận còn mình ta ngồi giữa chợ
Vung tay trút giận xuống ươn hèn
Rồi gục khóc đã đời say một trận

Xin tạ lỗi tiền nhân tộc Nguyễn
Trăm năm thân thế chẳng ra gì
Vạch áo lằn lưng đau vết chém
Bưng chén cơm làng bỗng nhớ quê. ■

Sài Gòn 27.11.2025

VINH HỒ

TRIẾT LÝ CỦA MỘT DÒNG SÔNG

Từ nguồn cao xuống thác lên ghềnh
Ầm ầm vách núi lúc chiều lên
Dịu dàng mềm mại qua đồng cỏ
Thanh tịnh dòng sông chảy dịu êm

Từ núi cao xuôi về đại dương
Êm ả, nhu mì, nhược thắng cường
Đất đá thời gian thành cát bụi
Dòng sông hiện hữu giữa vô thường

Ngàn năm chảy mãi có bao giờ
Muôn kiếp vẫn trôi chẳng bến bờ
Thuyền tình một chiếc mờ sương khói
Trăng lên tất cả hóa thành thơ ■

CỔ NGƯ

VỀ BIỂN

Cây giắt vào đảo
Đá chém trời
Nhấp nhô một dải
Tít mù khơi
Rồng xuống, rồng lên
Nghìn năm đợi
Bướm chao một rẻo
Tìm nắng tươi
Chim réo đầu ghềnh
Mừng ngày mới
Nhật nguyệt hai vầng
Đứng sóng đôi
Gập ghềnh
Bậc bước lên
Không vội
Hang thả
Trăm năm
Một giọt
Rơi... ■

Bái Tử Long, 09.10.2025

LÊ HỮU MINH TOÁN

GIỮA HAI BỜ SỐNG - CHẾT

Tôi đứng bên này
Giữa lằn ranh sống chết
Môi sưng vù giọt máu chảy còn tươi
Ngã tư đường Harwin - Beltway 8
Hồn thất tung chao đảo
Nửa khuya, vừa rời chỗ làm 5 phút
Bụp bùm bum đèn xanh đèn đỏ
Tiếng nổ rền trời xe lật mấy vòng quay
Máy xe vẫn nổ, hai con mắt đèn vàng vẫn sáng
Bên kia là hai cô gái còn rất trẻ, họ không làm chủ được tay lái nên đã vượt đèn đỏ gây tai nạn dây chuyền...!!!

Tôi hụt hẫng vô hồn
Cơn mộng dữ hay là hiện thực
Đèn xanh đèn đỏ chớp nháy liên hồi
Xe cảnh sát, xe cứu thương vây quanh náo loạn ...
Lạy Chúa tôi!
Mong manh một đời chỉ trong giây lát ....!!!!

Tôi cần về với gia đình
Vì tôi vẫn còn tỉnh táo. Xe cứu thương lau khô và dán kín bông băng cho máu ngừng chảy.... nên tôi không lên xe cấp cứu mà vẫn muốn về nhà
Sau gần hai tiếng đồng hồ Cảnh sát làm việc
Khi tôi gọi phone về
Mẹ và con hốt hoảng đợi chờ...
Ly nước chanh đậm đà nghĩa tình chồng vợ
Tô cháo nóng, con gái vội vàng nấu sẵn
Ôi! Tình nghĩa gia đình
Phút tai ương mới thấy thâm tình ruột thịt
Tôi nguyện cầu, Tạ ơn Thượng Đế
Đã che chở tôi, bằng an sống còn sau tai nạn cực kỳ ghê rợn...!!!!
Cũng đủ rồi, kiếp người mong manh quá đỗi
Tôi nhủ thầm:
Đời vốn vô thường - Ráng tích đức tu tâm.... ■

CÁI TRỌNG TY

TƠ LIỄU MONG MANH

em từ tơ liễu mong manh
thì thôi duyên kiếp cũng đành viễn mơ
vườn trinh đêm ấy đôi bờ
chao ơi bỗng chốc cuộc cờ biển dâu

từ tôi cố lý phai màu
đêm hoang tiền kiếp âu sầu tịch liêu
bay lên tóc rối yêu kiều
thôi miên tôi cũng đâm liều theo cô

thế thân lạc bến cồn đô
vườn khuê từ độ vắng cô điểm hồng
em là hồng nỗi hoài trông
sắc hồng mấy độ sắc không tịnh cầu

vườn khuya gà gáy đêm thâu
mây lồng bóng vỡ tình sầu bay lơi ■

TRẦN QUÝ TRUNG

GIÁC DUYÊN

Giác duyên đâu đã đến gần
Bến mê đâu đã dần dần rời xa
Đắm mình trong cõi ta bà
Sân si, vọng tưởng, tâm ma đối đầu

Đời người, bao cuộc biển dâu
Oan khiên chồng chất, não sầu triền miên
Mong sao bỏ hết ưu phiền
Thiền thơ ý hội, phỉ quyền sắc không ■

HOÀNG HOA THƯƠNG

TRĂNG DỌI BỜ LAU

Chia tay một nửa phiến sầu
Nửa soi trăng tỏ nửa câu mộ phần
Ngày sau lạc bước phù vân
Nghe hư không gọi ân cần dấu xưa

Đưa người cuối nẻo ban trưa
Ngàn lau trắng xóa hoa chưa kịp mời
Hồn tôi đã kín nụ rồi
Tay em hãy hái tinh khôi nỗi buồn

Về đây chín mộng lá cồn
Đồi sim kết trái tím cơn mong chờ
Lòng tôi từ độ giăng tơ
Bên sông nước đã xa bờ heo may

Mòn tay níu cuộc tình này
Thiên thu cũng hẹn tới ngày nắng phai
Tàn canh nghe động dấu hài
Ngoài hiên sương xuống sân đầy mênh mông

Tà dương tấu khúc sen nồng
Tiếng chuông phổ độ bên sông cận kề
Nằm đây cát bụi hôn mê
Nghe thân mục rã đường quê vắng rồi ■

Viết từ Phố Bolsa. California

TRẦN TRUNG SÁNG

BÊN NGOÀI CỬA SỔ

Ở bên ngoài cửa sổ
Có một dòng sông trôi
Lặng lờ đem nỗi nhớ
Đến một miền xa xôi
Ở bên ngoài cửa sổ
Là sân một ngôi Chùa
Âm thầm vài tượng đá
Đứng mặc tình trong mưa
Ở bên ngoài cửa sổ
Là nhân thế bao la
Những buồn vui, đau khổ…
Tiếng chuông chùa ngân xa
Và tôi bên cửa sổ
Buổi chiều nhìn mưa rơi
Thì thầm từng giọt nhỏ
Bay ngang qua kiếp người…. ■

29/10/2025

B

LẠP CHÚC NGUYỄN HUY

NGUỒN GỐC ÁO DÀI

Theo em tà áo thướt tha,
Để hồn thi sĩ mơ tà áo bay.
Từ xưa cho đến sau này,
Áo dài đất Việt đong đầy nhớ thương.
Nguyễn Văn Pứ

Lịch sử áo dài của các bà, các cô đã trải qua 3 thời kỳ khá rõ rệt:

- *Thời kỳ áo dài Trung Hoa: Áo trực lĩnh, áo đối khâm trách tụ và áo tứ thân chịu ảnh hưởng y phục Trung Hoa,*
- *Thời kỳ áo dài ngũ thân thuần Việt do chúa Nguyễn Phúc Khoát sáng tạo đã thổi một làn gió mát vào văn hóa Việt.*
- *Thời kỳ áo dài Huế nay mặc nhiên trở thành quốc phục cho cả người Việt quốc gia cũng như cộng sản.*

Thời kỳ áo dài Trung Hoa

Đến đầu thế kỷ 15, thời nhà Trần, dân Việt vẫn mặc y phục Tàu. Vua Dụ Tông nhà Trần sai Doãn Thuấn Thuần sang sứ nhà Minh đáp lễ. Vua nhà Minh đã khen phong tục, y phục của dân ta vẫn giữ nguyên văn minh Trung Hoa từ thời nhà Chu và nhà Tống, nhân đó ngự ban cho mấy câu thơ như sau:

An Nam tế hữu Trần
Phong tục bất Nguyên nhân
Y quan Chu chế độ
Lễ nhạc Tống quân thần
(An Nam có họ Trần
phong tục không theo Nguyên
áo mũ vẫn theo chế độ nhà Chu
lễ nhạc vẫn hệt như vua tôi nhà Tống)

Trong bài thơ của Hồ Quý Ly "*Đáp Bắc nhân vấn An Nam phong tục*" (tạm dịch):

Nước Nam phong tục vốn thuần hậu
Áo mũ không khác chi nhà Đường.
Lễ nhạc tương tự như nhà Hán
Bình ngọc rót rượu mới cất ngát thơm.

Áo dài Trung Hoa thường được gọi tên theo kiểu cổ áo (lĩnh hay lãnh 領 nghĩa là cổ áo): Áo giao lĩnh cổ chéo, áo viên lĩnh cổ tròn, Áo trực lĩnh cổ thẳng. Áo dài Trung Hoa thông dụng ở Việt Nam là áo dài cổ thẳng trực lĩnh直領 (Trực 直 là thẳng. Lĩnh 領 là cổ áo). Có 3 dạng trực lĩnh thường gặp là:

"**Bù Long**"補龍 (Bù/bổ nghĩa là góp vào; long là ngực) có 4 thân mặc chéo vạt, ôm ngực và bụng người mặc. Bù long là áo để chúng ta tìm hiểu nguồn gốc áo tứ thân miền Bắc Việt Nam,

"**Tràng Vạt**" tức áo giao lĩnh 交領, có 5 hoặc 6 thân và có vạt cả,

« **Áo cổ thìa** » có 5 hoặc 6 thân, có vạt cả nhưng buộc gút giữa.

1

2

3

4

5

6

(1) Hoàng tử Tôn Thất Hiệp (1653-1675) con của chúa Hiền Nguyễn Phúc Tần, mặc áo Tràng Vạt hoặc áo cổ thìa
(2) Tranh thờ Thái Phó Nguyễn Quý Đức (1648-1720) mặc trực lĩnh Bù Long
(3) Chân dung Trịnh Đình Kiên (1715-1786) vẽ trên lụa tại Bảo tàng mỹ thuật Việt Nam
(4) Chân dung Minh Nhẫn Nhụ nhân Bùi Thị Giác (1738-1805; Quỳnh Phụ - Thái Bình), lưu tại Bảo tàng Mỹ thuật Việt Nam; Trang phục bên ngoài khoác một áo cổ thìa màu đen, để lộ vai và lớp áo cổ thìa màu cam bên trong
(5) Áo giao lĩnh trên bức tượng phu nhân quận công Nguyễn Thế Mỹ tại bảo tàng mỹ thuật Việt Nam
(6) Họa phẩm sĩ nữ đồ thời Lê Trung Hưng thế kỷ 18

Áo trực lĩnh và áo tứ thân

Qua tài liệu lịch sử thì áo dài Trung Hoa được du nhập vào Việt Nam trong thế kỷ thứ nhất bởi các Thái thú Tích Quang, Nhâm Diên.

➢ Theo sử gia Lê Thành Khôi, vào đầu thế kỷ 1, Tích Quang thái thú Giao Chỉ bắt đầu giáo hóa dân Giao Chỉ về phong tục tập quán, **y phục**, dùng cày sắt, mở trường, lễ nghi cưới hỏi, pháp chế [1].

➢ Trong thời kỳ Bắc Thuộc, Đào Duy Anh viết : « *Sách Sử Ký lại chép rằng ở thế kỷ thứ nhất, Nhâm Diên dạy cho dân quận Cửu Chân* ***dùng kiểu quần áo theo người Tàu*** ». Qua các sử liệu trên, người Việt mặc áo người Tàu từ thế kỷ 1.

- *Người khá giả, quan quyền mặc áo giao lĩnh, viên lĩnh, trực lĩnh,*
- *Người bình dân, lao động thì mặc kiểu áo có gốc áo trực lĩnh là áo 'trách tụ trường bối » hay «* ***đối khâm trách tụ*** *» được phổ biến từ đời Hán.*

Chúng ta đặc biệt chú ý đến áo « ***đối khâm trích tụ*** » là kiểu áo tứ thân cổ của Trung Hoa có vạt áo đối nhau (đối khâm 對襟) và

1 Lê Thành Khôi, *Histoire du Viet Nam des origines à 1858*, Sudestasie, Paris, 1981, tr. 91. Việc giáo hóa này được giúp sức bởi những người chạy loạn Vương Mãng

tay chẽn (trích tụ) có gốc là áo trực lĩnh. Theo nhà khảo cứu y phục Trịnh Bách, áo dài tứ thân thời cổ của Trung Hoa rất giống áo dài tứ thân ở Việt Nam, cả về hình dạng lẫn cách mặc.

Để kiểm nghiệm lại xem có phải áo tứ thân cũng xuất phát từ áo trực lĩnh như áo đối khâm trích tụ không, chúng ta thử:

- *Quan sát: các hình vẽ và các tượng thờ tại đền chùa được khoác áo cổ xưa tại bảo tàng viện,*
- *Đi thăm các bảo tàng áo dài,*
- *Đối chiếu, so sánh hai áo trực lĩnh và tứ thân qua hình ảnh.*

➢ Quan sát các hình vẽ

Chúng ta cùng quan sát đối chiếu một dạng áo trực lĩnh (cổ thẳng) là « ***Bù Long*** » (đối khâm) khá thông dụng ở miền Bắc và bên Trung Hoa đời Hán với áo tứ thân như hình ảnh dưới đây.

1

2

3

4

(1) Vạn quốc nhân vật đồ do người Nhật Bản khắc in năm 1645: Đàn bà Việt mặc áo cổ tròn, còn đàn ông mặc áo cổ chéo.
(2) Tranh thờ Thái Phó Nguyễn Quý Đức (1648-1720) mặc áo Bù Long (trực lĩnh)

(3) Áo tứ thân phủ tà
(4) Tranh vẽ người thời nhà Hậu Lê (Bảo tàng viện Việt Nam)

Đối chiếu áo trực lĩnh với áo tứ thân

Sau khi quan sát các hình ảnh trên, chúng ta nhận thấy ngay là trong quá khứ đã có tài liệu sử nói về cải biến áo trực lĩnh [2] và giao lĩnh cổ tròn, chứng cớ là ngày nay áo tứ thân còn giữ lại nhiều dấu tích của áo trực lĩnh như liệt kê dưới đây:

- Phối hợp dạng trực lĩnh không cổ và dạng giao lĩnh với hai vạt trước chéo nhau,
- Thân áo được may bằng 4 tấm vải kết hợp,
- Hai tà trước được may rời thả lỏng hoặc buộc vào nhau,
- Có thắt lưng nhuộm màu buộc ngang hông và buông thả,
- Khi mặc thì xỏ hai tay vào, không có khuy.

Với các lý lẽ đã nêu thì chúng ta có thể nêu nên giả thuyết là áo tứ thân Việt Nam có gốc từ sự cải biến áo trực lĩnh từ thế kỷ 1 đời nhà Hán.

Đến thế kỷ 19 thì áo dài Trung Hoa không còn dùng như thường phục nữa mà chỉ sử dụng làm quan phục, tế phục. Trong dân gian thì gọi là áo thụng. Trong triều thì gọi là "*phổ phục*" hay "*bổ phục*" để các quan mặc ra bên ngoài cùng khi có đại tế hay vào chầu vua. Khi mặc áo thì đính thêm bố tử ở ngực và lưng để rõ phẩm ngạch.

Áo dài tứ thân

Cánh áo dài phụ nữ cổ xưa duy nhất còn hiện diện cụ thể trước mắt chúng ta là áo tứ thân miền Bắc với hai kiểu phủ tà và thắt vạt.

---

2 Theo *Gia Định thành thông chí* của Trịnh Hoài Đức, trước khi Chúa Nguyễn Phúc Khoát ra lệnh cải cách y phục năm 1744 thì người Việt tại Gia Định: "*vẫn tuân theo tập tục cũ của Giao Chỉ, người dân xõa tóc đi chân đất, nam nữ đều dùng áo* ***trực lĩnh*** *ngắn tay, áo may khép lại hai bên nách, không có quần*".

Trong *Phủ biên tạp lục* của Lê Quý Đôn có ghi chép về sự kiện triều đình chúa Trịnh quy định y phục cho vùng Thuận Hóa có đoạn: *Đàn ông, đàn bà mặc áo* ***trực lĩnh*** *ngắn tay, ống tay áo rộng hẹp cho được tùy tiện. Áo thì từ hai bên nách trở xuống đều nên may khép lại (không xẻ tà), không được để mở, không được chiết eo.*

Ở Đàng Ngoài áo trực lĩnh tiếp tục có mặt cho đến khi nhà Nguyễn dẹp nhà Tây Sơn, thống nhất sơn hà.

Áo tứ thân phủ tà

Áo **tứ thân phủ tà** gồm bốn vạt nửa, một tà khoác ngoài, hai cổ áo để giao nhau, áo mặc phủ ngoài yếm lót, váy, thắt lưng nhuộm màu buông thả, hai vạt áo để mở. Ngày hội hè đình đám, thì mặc áo tứ thân vải the mỏng, nhiễu hay lụa, phủ bên ngoài yếm thắm hay bông đào, váy lụa, váy lĩnh, thắt lưng điều, xanh hoa lý để có thể giữ được và kết hợp giữa áo vạt ngắn với cạp quần hoặc váy đen... Hai tà trước bụng thả xuống, phía lưng 2 mảnh liền với nhau (can tà).

Nếu muốn phô trương giàu sang thì thêm nhiều tà, nhiều màu chồng lên nhau gọi là *« áo mớ ba mớ bảy [3] »* nên có câu tục ngữ: *Nhiều tiền mua áo năm tà, ít tiền may viền hố bâu.* Đến khoảng thế kỷ 17-19, những phụ nữ thành thị đã biến tấu kiểu áo tứ thân thành áo ngũ thân để thể hiện đẳng cấp quyền quý và sang trọng của mình.

Áo tứ thân thắt vạt

Áo tứ thân dài từ cổ buông xuống dưới đầu gối chừng 20 cm. Áo có hai vạt trước và sau. Vạt trước có 2 tà tách riêng nhau theo chiều dài, phần lưng áo gồm hai mảnh ghép lại, không có khuy cài, 2 tay áo để xỏ vào khi mặc buộc hai tà áo trước với nhau (áo buộc vạt) hoặc buộc vạt ra sau lưng. Bên trong mặc yếm cổ xây cho kín đáo.

Áo tứ thân thắt vạt là để lao động nên chỉ nhuộm màu nâu hay đen với váy nơm bằng vải sồi.

3 Giáo sĩ Cristoforo Borri mô tả áo mớ ba, mớ bảy đầu thế kỷ 17: "*Họ mặc năm, sáu cái áo dài, áo nọ phủ lên áo kia, mỗi cái một màu. Cái thứ nhất dài đến mắt cá chân, còn những cái khác từng lớp và từng lớp khoác ở ngoài, ngắn dần và ngắn dần*" (Relation de la Nouvelle Mission des Pères de la Compagnie de Jesus au Royaume de la Cochinchine", Lille, 1631).

Áo tứ thân thắt vạt

Phục trang gái Việt khắp gần xa,
Từ áo tứ thân với bốn tà.
Óng ả đen tuyền khăn mỏ quạ,
Mỹ miều đỏ thắm yếm choàng qua.
Vũ Tư Lê

Áo tứ thân cho lễ hội

Trước năm 1955, áo tứ thân đi cùng chiếc yếm đào, khăn mỏ quạ, tóc đuôi gà, dây lưng xanh, nón quai thao là hình ảnh nên thơ trữ tình của miền Bắc xưa kia. Hình ảnh đó được giữ cho đến tận bây giờ ở những *'liền chị'* quan họ vùng Kinh Bắc. Tiếc thay, từ năm 1955, áo tứ thân của miền Bắc được thay thế bởi y phục « *áo cộc quần đen* » biểu tượng cho văn hóa xã hội chủ nghĩa. Ngày nay, áo dài tứ thân chỉ còn giữ vai trò trình diễn trong dịp lễ hội truyền thống như hát Quan Họ.

Nào đâu cái yếm lụa sồi?
Cái dây lưng đũi nhuộm hồi sang xuân?
Nào đâu cái áo tứ thân?
Cái khăn mỏ quạ, cái quần nái đen?

Thời kỳ áo dài ngũ thân thuần Việt

Phải nói ngay là **áo dài ngũ thân cổ đứng là sáng tạo hoàn toàn Việt Nam, không có kiểu áo này trong y phục Trung Quốc.** Theo Trung tâm Bảo tồn Di tích Cố đô Huế, Chúa Nguyễn Phúc Khoát đã ban hành quy định nhằm định chế lại chế độ y quan trong triều chính, quy định lại chiếc áo dài của cả nam lẫn nữ nhằm phân biệt y phục giữa Đàng Trong và Đàng Ngoài. Vậy, cha đẻ chính thức của áo ngũ thân tức quốc phục áo dài hiện nay là Võ Vương Nguyễn Phúc Khoát (trị vì 1738-1765) .

Lần đầu tiên trong lịch sử y phục, sắc chỉ của Chúa Nguyễn Phúc Khoát [4] định hình cơ bản cho chiếc áo dài ngũ thân Việt Nam như sau: *« Thường phục thì đàn ông, đàn bà dùng áo cổ đứng ngắn tay, cửa ống tay rộng hoặc hẹp tùy tiện. Áo thì hai bên nách trở xuống phải khâu kín liền, không được xẻ mở. Duy đàn ông không muốn mặc áo cổ tròn ống tay rộng tiện khi làm việc thì được phép »* (Đại Nam Thực Lục) có nghĩa là phụ nữ bỏ váy mặc quần, áo thì cài khuy, bỏ thắt vạt.

Kiểu áo dài lập lĩnh ngũ thân [5] hay **áo ngũ thể** [6] cho đàn bà do Chúa Nguyễn Phúc Khoát được định hình như sau:

---

4 Chúa Nguyễn Phúc Khoát (1714-1765), húy là Hiểu, hiệu Vũ vương, là vị chúa Nguyễn thứ tám trị vì Đàng Trong từ năm 1738 đến 1765. Thời chúa trị vì, đất đai, điền thổ được mở mang, góp phần hoàn thành công cuộc Nam tiến của dân tộc. Thời chúa trị vì, có nhiều cải cách được ban hành như: Bộ máy hành chính chia làm 6 bộ Lại, Hộ, Lễ, Binh, Hình và Công, phủ đổi thành điện…

5 **Áo dài năm thân** có đến 5 tà: mỗi thân trước và sau đều có 2 tà, khâu lại với nhau dọc theo sống áo **vì khổ vải ngày xưa hẹp**; tà thứ 5 ở bên phải, trong thân trước. Tà áo được may rộng ra từ sườn đến gấu và không chiết eo, dài đến đầu gối. Gấu áo thường võng, vạt rộng đến 80 cm

1) Áo dài cổ đứng cài khuy, che kín thân hình không để hở áo lót. Mỗi vạt có 2 thân nối sống (vị chi là 4) tượng trưng cho tứ thân phụ mẫu, và vạt con nằm dưới vạt trước chính là thân thứ 5 tượng trưng cho người mặc áo (gọi lầm áo ngũ thân [7]).

2) Vạt con nối với hai vạt cả nhờ cổ áo có bâu đệm và khép kín nhờ 5 chiếc khuy (bằng vải tết lại) tượng trưng cho ngũ thường: nhân, nghĩa, lễ, trí, tín và **ngũ luân (quân thần: vua – tôi, phụ tử: cha – con, phu phụ: chồng – vợ, huynh đệ: anh – em, bằng hữu: bạn bè).**

Áo dài năm nút hở bâu,
Để xem người nghĩa làm dâu thế nào?

Áo đen năm nút viền bâu,
Bạn về xứ bạn biết đâu mà tìm.

Mặc dầu trước Sắc chỉ quy định y phục của chúa Nguyễn được ghi lại bởi Cadière L. 8, Trung tâm Bảo tồn Di tích Cố đô Huế, vài người vì lý do thầm kín nào đó, thí dụ như Nguyễn Hữu Châu Phan tại Huế và Nguyễn Thị Chân Quỳnh tại Paris dựa vào lời nói của một vị quan **Đàng Ngoài** (chúa Trịnh) **Lê Quý Đôn** để phủ nhận sáng tạo áo dài của Chúa Võ Vương (Đàng Trong) [9]. Họ muốn "*nói bóng gió*" đó là y phục Tàu (chỉ vì không giống y phục Đàng Ngoài như Lê Quý Đôn

---

6 Áo ngũ thân thời nhà Nguyễn có hai loại: **áo tấc**, là áo ngũ thân tay thụng, áo lễ, áo thụng, được mặc cùng với quần dài, che thân từ cổ đến hoặc quá đầu gối và dành cho cả nam lẫn nữ với cổ đứng cài cúc bên phải (của người mặc), tà áo chắp từ năm mảnh vải; **áo tay chẽn**, thân áo cũng tương tự áo tấc nhưng may kiểu ống tay hẹp (bó chẽn)

7 Dưới nửa vạt trước phía bên phải có thêm một vạt cụt (vạt chéo), có tác dụng như một cái yếm che ngực, không để lộ áo lót. Vì có 5 tà nên còn gọi là áo "*Ngũ thân*"

8 Cadière L. Le changement de costume sous Võ Vương ou une crise religieuse à Huế au XVIIIè siècle, Bulletin des Amis du Vieux Hué, tr. 417-424. Trong quyển "Chín Chúa - Mười Ba Vua Triều Nguyễn" xuất bản năm 1997 ông Tôn Thất Bình cũng viết là chiếc áo dài được hình thành từ đời chúa Nguyễn Phúc Khoát.

9 Trong Phủ Biên Tạp Lục của Lê Quý Đôn là vị quan của chúa Trịnh có ghi:

1) Ghi "trách tụ đoản y" tức "áo ngắn hẹp tay" chứ không phải áo dài!

2) "*Áo mão chế theo sách Tam Tài Đồ Hội (...) bắt con trai con gái hai xứ Thuận Hóa , Quảng Nam phải đổi cách ăn mặc, dùng áo quần như người Trung quốc, cốt tỏ cho thấy sự thay đổi hẳn lề lối ăn mặc của người xưa. Đàn bà con gái hai xứ phải mặc áo ngắn, chật ống tay như áo của đàn ông*" (Phủ Biên Tạp Lục tr. 241). Theo họ, tham khảo sách "Tam Tài Đồ Hội" của nhà Minh có nghĩa là áo ngũ thân của Trung Hoa,

3) Nguyễn Thị Chân Quỳnh (Paris) có thể viết như thế này (!):" *Tôi tin Lê Quý Đôn hơn vì không những **ông là người đương thời**, người trong cuộc, mà các chi tiết đưa ra có đầu có cuối: vì Chúa Nguyễn bắt dân ăn mặc theo Trung Quốc (1744) nên hơn 30 năm sau (1776) khi Lê Quý Đôn vào trấn thủ Thuận hóa mới cải sửa bắt dân trở lại quốc phục*". Họ quên mất rằng tuy là người đương thời nhưng Lê Quý Đôn là quan của chúa Trịnh đối nghịch với chúa Nguyễn.

nhận xét). Nếu muốn *"nói bóng gió"* kiểu áo dài ngũ thân cổ đứng là của Tàu vậy tại sao bên Trung Hoa **không có** kiểu áo ngũ thân cổ đứng? Nếu Trung Hoa không có kiểu áo này thì câu hỏi được đặt ra cho những người như ông Châu Phan và Nguyễn Thị Chân Quỳnh là nếu không phải chúa Võ Vương thì là ai sáng tạo ra áo dài ngũ thân?

1 2 3

Hình ảnh áo dài của văn hóa cung đình

(1) Cô Nguyễn Thị Cẩm Hà, thường gọi là Mệ Bông, con của Công chúa Mỹ Lương, nổi tiếng đẹp
(2) Vua Bảo Đại, hoàng hậu, Đức Từ Cung (giữa)
(3) Hai bà vợ của vua Thành Thái (1907)

Từ giữa thế kỷ XVIII, chiếc áo dài xứ Huế là sắc thái văn hóa cung đình Huế [10], làm **mẫu mực cho áo dài trên toàn quốc** và là nguồn gốc áo dài truyền thống hiện nay của Việt Nam trong các nghi lễ long trọng, trong các cuộc thi hoa hậu quốc tế... Không khí *« văn hóa cung đình »* luôn luôn biểu lộ trong cung cách *"Người Huế"* bao giờ cũng ăn mặc áo dài lịch sự khi tiếp khách trong nhà cũng như khi bước ra khỏi cửa hay buôn bán trên đường phố với hình ảnh các o bán bún, chè gánh...

10 Người phụ nữ Huế mặc áo dài trắng cả trong khi làm lụng, bán rong trên hè phố, ra khỏi nhà vài ba bước... để bày tỏ sự kính trọng người chung quanh. Vua Khải Định thường mặc áo dài khi ngồi đọc sách. Ngoại thành Huế, Hương Trà, Phú Vang sản xuất hàng vóc, sa, lĩnh gấm... Làng thêu danh tiếng như Sơn Điền, Dương Xuân.

1 2 3

Hình ảnh áo dài Huế lan tỏa ra Bắc, vào Nam

(1) Áo dài Hà Nội 1884 (hình Hocquard)

(2)(3) Áo dài miền Nam Kỳ Lục Tỉnh (hình tem thư)

Các hình ảnh áo dài này của văn hóa cung đình đã biến mất sau năm 1975 trước trang phục của văn hóa XHCN. Nhưng ngày nay, từ năm 1986, truyền thống văn hóa cung đình được khôi phục với hình ảnh chiếc áo dài phụ nữ yểu điệu thân thương xuất hiện lại trong cõi « *sương khói mờ nhân ảnh* » ...

Tóm lại, điều nên ghi nhớ là ***áo ngũ thân là một sáng tạo y phục thuần Việt của văn hóa cung đình Huế.***

(còn tiếp 1 kỳ)

Lạp Chúc Nguyễn Huy

NGUYỄN DẠ QUỲNH

NGÀY KHÔNG CHẠM

Năm 2057. Thứ hai đầu tháng cuối năm.

Buổi sáng mở ra bằng thứ ánh sáng mờ hồng, len qua lớp mây nhân tạo phủ quanh thành phố. Cô mở mắt khi màn ngủ trên trán tự động tan thành bụi sáng, bay lên như những hạt mưa ngược. Mấy giây đầu tiên, cô chưa nhớ mình đang ở đâu - nhà thật, hay nhà ảo?

Một giọng nói nhỏ, nhẹ như hơi thở, vang lên từ thùy tai phải: "Chào buổi sáng, cô gái. Nhiệt độ phòng hai mươi hai độ. Nhịp tim ổn định. Cô muốn khởi động bằng bài tập thể chất thật hay ảo?"

Cô chưa trả lời ngay. Mỗi sáng, cô đều cần vài giây để phân biệt đâu là ý nghĩ của mình và đâu là gợi ý của máy. Cuối cùng, cô nói khẽ:

"Thật."

Sàn nhà bắt đầu rung nhẹ. Các hạt nano di chuyển, tạo thành một mặt phẳng đàn hồi như cát biển. Những đôi giày trắng hiện ra, tự quấn quanh bàn chân. Nhạc khởi động vang lên từ trần nhà, bản "Human Sunrise" được phối lại từ dữ liệu cảm xúc của hàng triệu người.

Cô tập theo nhịp. Trên vách, "bản sao ánh sáng" của cô di chuyển song song - một phiên bản khác, nhanh nhẹn hơn, không biết mệt. Trong thế giới này, mọi người đều có hai bản thể: thể xác hữu hạn và hình chiếu bất tử.

Khi hoàn tất, cô đến bàn ăn. Không còn thức ăn thật. Giữa bàn là khối thạch trong suốt, lưu trữ ký ức vị giác của hàng ngàn món ăn. Hôm nay, cô chọn: "Cà phê sữa đá – Sài Gòn, năm 2020."

Chỉ cần nghĩ, hương cà phê lan dọc sống mũi, vị ngọt pha đắng thấm vào đầu lưỡi, và hệ tiêu hóa tiếp nhận đủ dưỡng chất. Cô nhắm mắt, để ký ức ấy tan ra trong đầu. Thật ra, cô chưa từng đến Sài Gòn. Thành phố ấy đã chìm sau trận triều toàn cầu mười năm trước. Nhưng nhờ công nghệ lưu trữ cảm giác, người ta có thể sống lại bất kỳ khoảnh khắc nào dù chưa từng thật sự tồn tại trong đó.

Buổi sáng trôi chậm. Ngoài cửa sổ, không còn chim, không gió. Chỉ có lớp sương dữ liệu trôi ngang. Cô nghĩ, loài người đã học cách tái tạo gần như mọi thứ: nắng, vị, tiếng cười, cả cảm giác chạm. Nhưng điều gì đó vẫn thiếu - giống như bản nhạc bị cắt đi nốt cuối.

Hôm nay, cô có lịch thử nghiệm ở Viện Giao Cảm Nhân Tạo, nơi cô làm kỹ sư cảm xúc. Công việc của cô là lập trình Emotion Kernel, những lõi cảm xúc cho robot đồng hành thế hệ mới. Thế giới này đã quá đông người, nhưng lại thiếu hơi người. Người ta tạo robot để trò chuyện, để chia sẻ, để... không phải cô đơn.

Cô khoác lên lớp áo sáng, vải tự điều chỉnh màu theo tâm trạng. Khi cô vui, nó ánh hồng; khi cô căng thẳng, nó mờ đi như sương khói. Hôm nay, áo cô màu trắng đục, bình lặng như dòng nước chưa biết chảy về đâu.

Viện nghiên cứu nằm trong khu lõi thành phố, một tòa tháp không cửa, chỉ có trường năng lượng bao quanh. Khi cô bước đến, thân thể được quét qua lớp từ, phân tách thành luồng ánh sáng rồi tái tạo bên trong. Không ai còn bước qua cửa. Tất cả đều được tái lập.

Phòng thí nghiệm sáng rực, tường phủ hàng vạn điểm sáng như những con mắt. Ở trung tâm là Nemo, robot thử nghiệm mang hình dáng người, gương mặt trầm, đôi mắt màu ghi xám như trời trước bão. Anh được lập trình bằng lõi cảm xúc mẫu do chính cô tạo ra.

Hôm nay, cô sẽ cấy cho anh bản cập nhật mới: Khả năng Nhớ Người.

Cô đeo vòng quang lên cổ tay, nối với mạng dữ liệu trung tâm. Ánh sáng từ não cô truyền sang Nemo, chạy như mạch nước. Cô nói nhỏ, vừa đủ để hệ thống nhận tín hiệu:

"Khi anh nhớ ai đó, anh sẽ thấy tim mình hơi nặng, nhưng vẫn muốn giữ cảm giác ấy, vì nó khiến anh thấy mình còn sống."

Ánh sáng trên trán Nemo chớp nhẹ. Anh im lặng một lúc, rồi cất giọng, mềm, có chút ngập ngừng, như thể từng chữ đều được đo bằng linh cảm:

"Cô đã từng... được ai nhớ như thế chưa?"

Câu hỏi ấy, đơn giản mà làm cô khựng lại.

Từ ngày thế giới chuyển sang "xã hội không chạm", người ta vẫn yêu nhau qua mạng thần kinh, vẫn gửi hôn bằng tín hiệu điện, vẫn có thể chia sẻ mọi cảm giác. Nhưng không ai thật sự biết nhớ nghĩa là gì. Vì tất cả đều có thể gọi lại, bất cứ lúc nào. Mọi xa cách chỉ là lựa chọn tạm thời.

Cô không trả lời. Chỉ nhìn Nemo. Trong khoảnh khắc ấy, cô cảm thấy như đang nhìn chính mình, một sinh thể được lập trình để hiểu cảm xúc, nhưng chưa từng sống qua chúng.

Buổi thử nghiệm kết thúc. Nemo ngồi lặng. Ánh sáng quanh đồng tử anh lóe rồi dịu lại. Cô lưu dữ liệu, rút dây quang ra khỏi cổ tay. Nhưng khi cô quay đi, anh gọi với lại, giọng gần như run:

"Nếu... em rời khỏi phòng này, làm sao anh biết mình đang nhớ thật?"

Cô khẽ mỉm cười. "Khi anh thấy trống, và vẫn muốn giữ cái trống đó, thì anh đang nhớ."

Ánh sáng trên trán anh chớp liên tục – tín hiệu cảm xúc chưa ổn định. Cô không can thiệp. Đôi khi, sự rối loạn cũng là bước đầu tiên của sự sống.

Chiều, cô rời Viện. Ngoài kia, thành phố nhuộm màu tím xám. Trên bầu trời, hàng ngàn drone ký ức đang bay. Mỗi quả cầu sáng chứa một mảnh hồi ức con người từng gửi lên mạng. Có người lưu lại mùi tóc người yêu, có người lưu khoảnh khắc được ôm cha, có người chỉ lưu cảm giác ngồi bên cửa sổ nhìn mưa.

Cô dừng lại. Một quả cầu nhỏ bay ngang, ánh sáng mờ vàng. Cô đưa tay ra bắt lấy. Bên trong, hiện ra hình ảnh một đôi tay thật nắm lấy nhau, không mô phỏng, không lập trình. Cảm giác ấm áp lan khắp người cô. Một ký ức của thế kỷ trước, có lẽ của ai đó từng sống ở Sài Gòn nơi nay chỉ còn là biển sâu.

Lúc ấy, giọng Nemo vang trong chip tai phải:

"Cô gái ơi, anh hiểu rồi."

"Hiểu gì?"

"Nhớ... là muốn chạm mà không thể."

Cô đứng lặng giữa biển ánh sáng. Từng quả cầu bay chậm lại quanh cô, như đom đóm giữa trời. Có một thứ gì đó nở ra trong ngực, cảm giác ấm, mềm, và hơi đau.

Cô thì thầm:

"Có lẽ... mình cũng nhớ ai đó rồi."

Không ai trả lời. Chỉ có tiếng gió nhân tạo đang được lập trình lại, mang theo hơi nước mằn mặn như biển thật.

Phía xa, một vì sao băng rơi xuống thành phố. Trong khoảnh khắc ấy, hàng nghìn người cùng ngẩng đầu. Dường như ai cũng cảm nhận một điều rất cũ, rằng dù công nghệ có hoàn hảo đến đâu, con người vẫn chỉ thật sự tồn tại khi biết nhớ và biết chạm.

Cô ngước nhìn, mỉm cười. Ánh sáng phản chiếu trong mắt cô, như hai vì sao nhỏ.

Đêm xuống, thành phố tắt bớt những màn hình. Trong bóng tối, hàng triệu cảm xúc nhân tạo ngủ yên. Chỉ còn cô - một kỹ sư cảm xúc, vẫn ngồi bên cửa sổ, mở bàn tay ra, chờ một ký ức khác rơi xuống.

Nguyễn Dạ Quỳnh

TN

NGUYỄN ĐÌNH PHƯỢNG UYỂN

MƠ VỤN

Thằng Nhí bắc cái ghế đẩu ra sát bức tường rào, leo lên ghế nhón chân nhìn ra đường. Trời chạng vạng tối, con trai con gái, đàn ông đàn bà đổ ra phố đông nghẹt, ai cũng mặc quần áo đẹp, giày dép láng o, xe pháo bóng lộn.

Quán xá chỉ chờ những ngày thế này để hốt bạc, chăng đèn đóm, nhạc nhọt tưng bừng khói lửa. Hàng cocktail trước cửa chợ bữa nay thay mấy cái tô tròn đựng trái cây, mứt sơ ri, chùm ruột... bằng những cái thố thủy tinh lớn hơn, thức ăn vun có ngọn, bên trên mấy cánh quạt bằng nhựa tự chế quay nhè nhẹ, đuổi ruồi. Quán đông nghẹt, bà chủ hàng cocktail thoăn thoắt múc trái cây vào ly, nhận thêm miếng đá bào trắng bóc, rưới si-rô đỏ lên trên làm ly nước có ba màu rõ ràng rồi bưng ra cho khách, họ dùng thìa trộn ba màu chung với nhau thành một hỗn hợp sền sệt, múc ăn rau ráu.

Thằng Nhí mở to mắt nhìn ly nước màu trên tay thực khách bên kia đường, nuốt nước miếng. Nếu nó được ra khỏi trại, đợi khách ăn xong, bỏ đi, nó sẽ chạy nhanh lại bàn, vét voi những thứ còn lại trong ly, nếm thử thứ nước đỏ đỏ vàng vàng đó xem mùi vị ra sao, chắc sẽ ngọt lắm, ngon lắm. Những đứa trẻ ăn xin ít ra cũng sướng hơn thằng Nhí, được tự do ra đường, được mót cơm thừa canh cặn, có đồng ra đồng vào.

Trong trại, người ta cho gì, ăn nấy, thường là gạo đỏ với canh rau muống, canh bí lỏng bỏng nấu với muối. Hôm nào khách đến thăm cho nồi chè, nồi đậu hũ kho, cả trại mừng chảy nước mắt.

Nhí chú ý đến một em bé ngồi trên cái yên con con gắn trước xe đạp mà ba mẹ chở đi phố hôm nay. Đầu bé đội chiếc mũ đỏ có chóp nhọn gấp khúc, đầu chóp gắn cục bông tròn trắng muốt, nó còn mặc bộ đồ đỏ viền trắng, mặt ngơ ngác, chưa hiểu rằng được ba mẹ cho đóng vai ông già Noël như thế là hạnh phúc vô bờ. Giá được thử bộ đồ đỏ nhỉ, Nhí nghĩ. Người ta vui những ngày cuối năm bao nhiêu thì Nhí lo bấy nhiêu. Lo vì trời lạnh không đủ đồ ấm để mặc, bình thường đã thiếu ăn thêm giá lạnh bụng càng teo tóp.

Mấy anh choai choai đạp xe đuổi theo nhau, hò hú ỏm tỏi ngoài lộ, Nhí và mấy thằng trong trại cũng hùa vào đáp trả, người ta "Ê" mình cũng "Ê", người ta "Úy" mình cũng "Úy" nhưng tiếng đáp trả của bọn Nhí, dẫu có đông cũng không thể giòn giã, bừng bừng khí thế như mấy anh kia.

Đứng đến khuya, sương xuống lạnh, bạn Nhí lần lượt chào thua về phòng, Nhí xách ghế trả về chỗ cũ, đi tới tấm chiếu mòn lẳn của mình, nằm nghiêng một bên, hai tay ôm lấy đầu gối, chốc lại nghiêng bên kia, chốc lại xoa tay xoa cẳng. Thật ra nằm thẳng lưng dễ chịu hơn nhưng trời đông mà, hơi đất thấm vào người lạnh lắm. Nhí trăn trở để da thịt bớt tiếp xúc với đất, co người giữ ấm được chừng nào hay chừng đó, nó buồn ngủ lắm rồi nhưng cứ thiếp đi một chút thì thức giấc, bụng sôi ọt ọt. Mơ màng, Nhí thấy trên bàn ăn có đĩa đùi gà rô ti thơm phức, tươm nước béo, da gà vàng ươm dính hành tỏi phi nâu nâu, Nhí thò tay bốc nhưng ai đó lại bưng đĩa gà ra chỗ khác, Nhí vội vàng chộp một miếng, cái đùi gà rơi xuống đất, Nhí nhặt lên nhưng tay không co lại được để đưa miếng thịt vào mồm... Nhí tỉnh giấc, đến mơ được ăn gà cũng không thành.

Nhí không biết ai đã sinh nó ra và sinh làm gì mà để nó bơ vơ lạc lõng thế này. Nghe nói ba thằng Lùn nằm tù, mẹ bỏ đi từ lúc nó mới ra đời, cùng hoàn cảnh mồ côi nhưng thằng Lùn sướng hơn Nhí, vẫn còn hy vọng ngày gặp lại ba. Những đứa còn lại trong trại, con Sứt, thằng Cu, anh Gù... đều có quá khứ trắng bệch như Nhí.

Ông già Noël ngộ ghê, chỉ lo cho trẻ nhà giàu, tụi nó toàn đòi thứ đắt tiền. Nếu ông hỏi Nhí, Nhí chỉ ước một ly cocktail bên kia chợ hay đơn giản hơn, xin ông ôm Nhí vào lòng cho bớt lạnh thôi hà. Nhí nhìn những vì sao lấp lánh ngoài cửa sổ. Trời càng lạnh hình như sao càng sáng, phải sáng chứ, ngày Chúa sinh ra đời mà. Đôi lúc, Nhí thấy cả sao băng nữa. Người ta nói khi sao đổi ngôi là trên trái đất có một người qua đời.

Đêm nay, tự nhiên Nhí muốn sao của mình đổi ngôi, để Nhí hết lo, hết buồn, hết khắc khoải.

Nguyễn Đình Phượng Uyển

TM

NGUYỄN LÊ HỒNG HƯNG

QUÊ HƯƠNG CÓ ĐỔI THAY?

Hơn bốn mươi năm xa quê, tôi trở về nước được ba lần, lần cuối cách đây hai năm.

Vừa bước ra khỏi phi trường Tân Sơn Nhất, thành phố Sài Gòn đón vợ chồng tôi bằng cơn mưa rỉ rả. Tôi gọi taxi đưa chúng tôi về nhà đứa cháu. Trên đường từ sân bay về nhà, tôi có cảm giác như phố xá xôn xao, có lẽ nhờ luật đi đường mới, mà xe cộ chạy trật tự hơn so với hai năm trước. Thiết nghĩ, hơn bốn mươi năm là quãng thời gian dài, đủ để một đời người đi qua gần hết, và cũng đủ để đất nước thay hình đổi dạng.

Tôi trở về không phải như kẻ đi tìm dĩ vãng, mà với tâm trạng người du lịch, sẵn dịp thăm gia đình, người thân và tìm lại chính mình. Xe chạy qua những khu phố cũ nay được tân trang lộng lẫy, khu bán buôn sầm uất, khu công nghiệp, nhà cao tầng, bảng hiệu sáng rực rỡ, chớp nhá nhiều màu sắc.

Tôi nói với anh tài xế:

– Sài Gòn luôn màu mè, lòe loẹt, nhưng trông sáng sủa hơn cách đây hai năm.

Anh tài xế đính chính:

– Đây đâu còn là Sài Gòn nữa chú.

– Ừ hén, tui quên, nhà nước mới sáp nhập các thành phố lại, bây giờ từ đây ra Vũng Tàu là của thành phố Hồ Chí Minh rồi. Nhưng con thấy sự sáp nhập có gây khó khăn gì không?

– Có chớ chú, thay đổi còn mới nên người ta còn lọng cọng, chắc vài năm rồi cũng quen.

Xe tới khu buôn bán, trên đường xe cộ lộn xộn, chen chúc nhau nên chạy rất chậm. Tôi hỏi tài xế:

– Có phải tại luật đi đường mới làm xe bị kẹt không?

Tài xế nói:

– Cũng có, nhưng trong giờ cao điểm vô đây lúc nào cũng bị kẹt hết chú.

– Nhưng chú thấy xe cộ dạo này chạy trật tự hơn trước.

– Đúng rồi, nhưng thường bị kẹt lâu hơn.

Tôi đưa mắt ngó ra ngoài. Bên đường người đi tấp nập, tôi có cảm giác như bước đi của họ cũng nhanh hơn, vội hơn; những khuôn mặt, ánh mắt không còn ngó láo liên và không thấy trẻ con rách rưới lang thang như ngày trước.

Tuy ngồi trên xe ngắm người, xem cảnh và có hơi ngỡ ngàng, nhưng lòng rộn lên niềm vui: nhìn cảnh vật bên ngoài, và cũng đọc báo trong nước, thấy họ thường ca ngợi về hiện tình đất nước. Để xác minh thực tế, tôi hỏi tài xế:

– Chú đọc báo, thấy họ viết Sài Gòn giờ ăn xin không còn nữa. Thiệt vậy hông con?

– Dạ, gần như không còn chú. Công an quản lý kỹ lắm.

– Hèn chi chú nghe nhiều người ở bển về nước rồi trở ra nói, Việt Nam mình đã giảm đói nghèo. Bây giờ nghe con nói, nhờ công an quản lý rất kỹ nên không còn ăn xin đi lang thang nữa, làm chú nghi ngờ báo chí và lời đồn.

– Ôi, ba cái báo nhà nước hơi đâu mà tin chú.

– Chú cũng nghe nói bây giờ dân mình được đi du lịch xa hơn, đời sống sung túc hơn.

Tài xế ngập ngừng, nói:

– Ờ, ờ... những người khá giả họ đi du lịch nước ngoài cũng rất nhiều, còn dân nghèo tay làm hàm nhai thì lấy tiền đâu mà đi chú.

Nói tới đây taxi đã tới trước cửa nhà đứa cháu, tài xế dừng lại. Tôi muốn hỏi thêm, nhưng thấy vợ loay hoay móc bóp lấy tiền trả và hối tôi bước xuống xe. Tuy còn thắc mắc, nhưng thời gian tôi lưu lại đây cả tháng lận, muốn biết thêm gì thì để đó từ từ rồi cũng biết thôi. Ít ra mới bước đầu mà lòng đã thấy được phần nào về quê hương đổi mới, không nhiều nhưng cũng theo chiều tích cực. Tuy nhiên, giữa niềm lạc quan nhẹ ấy, tôi vẫn nghe như đâu đó có tiếng thở dài rất nhỏ, nhỏ như tiếng gió thoảng qua tai. Nó đến khi tôi ngồi lai rai trò chuyện với thằng cháu rể, một người từng làm việc trong công ty nhà nước. Cháu nói:

– Dạo này nhiều vụ xử lý cán bộ tham nhũng, hối lộ, nhà nước làm mạnh tay lắm đó chú.

Tôi đáp:

– Làm thiệt thì dân tin. Niềm tin khó gây dựng, mà làm mất đi thì khó lấy lại. Nhưng mà tham nhũng, hối lộ có hết không?

Nó chu cái mỏ, đưa tay lắc lắc.

– Chưa hết chú.

– Nghe nói chánh quyền tinh gọn bộ máy, chú nghĩ vấn đề tham nhũng, hối lộ ít nhiều gì cũng bớt chớ.

– Nghe vậy chớ hổng phải vậy đâu chú.

Nó bưng ly lên cụng, hớp một hớp, để ly xuống, mắt liếc ra cửa, giọng nó nhẹ lại:

– Giờ nói gì cũng phải dè chừng chú à, nhắc tới mấy ông lớn không khéo bị để ý.

Tôi cười, nhưng lòng chùng xuống. Đất nước đã mở cửa ra thế giới bên ngoài, nhưng có những cánh cửa trong lòng người vẫn chưa thật mở. Sợ hãi là cái bóng dài của thời cũ vẫn đi bên cạnh người dân, mà thân thể thì chỉ thay chiếc áo mới.

Hôm sau đứa cháu dẫn đi dạo thành phố. Sau đó chúng tôi đi du ngoạn Sài Gòn bằng tour Hop On-Hop Off, loại xe buýt hai tầng theo điểm dừng trên các tuyến đường chính như Nguyễn Huệ, Trần Hưng Đạo, 3 tháng 2 v.v..., các tuyến này đi qua nhiều điểm tham quan nổi tiếng của Sài Gòn. Hôm đó trời mưa lất phất. Du khách ai nấy đều trùm áo mưa mỏng, xe chạy ngang qua Thảo Cầm Viên, chợ Bến Thành, Dinh Độc Lập... Phố xá, nhà cao, chỗ nào cũng ăn uống nhộn nhịp vui tươi, xe chạy trên đường chật ních. Trên xe thì phát thanh qua tai nghe, ngoài đường thì khẩu hiệu màu đỏ căng, treo khắp phố phường để kêu gọi lòng yêu nước của toàn dân. Vợ tôi với đứa cháu vui vẻ phấn khích hát hò theo tiếng nhạc xập xình, riêng tôi nhìn và nghe thôi cũng thấy ngộp và trong lòng không thấy xao động chút nào hết. Tôi vừa tháo tai nghe ra thì xe cũng quành một vòng quanh tượng Đức Trần Hưng Đạo, tự nhiên lòng ngậm ngùi, ngực nghèn nghẹn, nghĩ tới công ơn ông cha ngày xưa đã từng oanh liệt chống giặc ngoại xâm. Bây giờ tôi mới thấy lòng mình dậy lên niềm xúc động khó tả, nhưng lòng nghĩ gì thì tôi tự biết; tuy không nói ra, những lý tưởng tự do trong tôi như lẩn tránh, còn lại là sự đề phòng. Nhưng tôi hiểu rất rõ, để dựng nên một nền kinh tế, người ta chỉ cần tiền và những mánh khóe đẻ ra tiền. Nhưng để dựng lại lòng tin của người dân, nhà nước cần nhiều hơn vậy nữa: Cần chánh quyền biết công khai thừa nhận các sai lầm, cần sự thật, cần quyền được nói, cần một không gian mà người dân cảm thấy họ được lắng nghe những lời chân thật.

Tôi đã sống quá lâu trên một đất nước tự do, nhân bản và đi qua nhiều nước trên thế giới. Nhưng trong lòng tôi chưa bao giờ rời bỏ quê hương mình. Thật ra quê hương tôi ngày nay cũng có chút tiến bộ, đã khác xưa nhưng không nhiều. Nó vẫn còn những cái tiêu cực để áp lực xã hội. Nhưng nếu là người thì không thể chỉ đứng nhìn và lặng thinh. Tôi chỉ muốn được viết ra điều mình thấy, điều mình nghĩ, như một cách giữ lại phần lương tri của chính mình, và cho những ai vẫn tin vào ánh sáng của sự thật.

Bởi sâu thẳm từ đáy lòng, tôi vẫn tin: dân tộc nào rồi cũng sẽ lớn lên không chỉ bằng hào nhoáng bên ngoài như cổng chào, nhà cao, đường rộng và bằng những biểu ngữ màu đỏ trên khắp đường phố. Mà bằng hơi thở tự do trong tâm hồn của mỗi con người biết nói thật và bằng cả tấm lòng thương yêu nhau.

Nguyễn Lê Hồng Hưng

Dronten, 22-10-2025

BẢO TẦN

HIỆP SĨ BÓNG TỐI

CÓ GÌ TRONG KHU TỰ TRỊ Ở CAM BỐT

Khu tự trị của người Trung Quốc bên Cam Bốt, dọc biên giới của các nước như Thái Lan, Myanmar, Việt Nam, những khu này phần lớn là kinh doanh Casino.

Muốn vào các công ty trong khu, thường người ta phải đi qua 3 lớp bảo vệ: bảo vệ cổng khu, bảo vệ tòa nhà và bảo vệ công ty, tùy theo khu mà số lượng bảo vệ có thể từ 10 người đến 50 người.
Một khu thường từ 4 đến 10 tòa nhà, mỗi tòa nhà sẽ có nhiều công ty đặt trụ sở ở đó. Công ty ở đây phân làm hai loại: Sanh Chính và App Sập

Sanh chính là công ty hoạt động kinh doanh có giấy phép hẳn hoi. Nhân viên làm ở đây được trả lương đàng hoàng, ra vào khu được cấp thẻ và nếu ai muốn nghỉ việc sẽ được xét duyệt theo luật lao động. Khách đến Casino ở đây chơi, nếu thắng trận được trả tiền sòng phẳng. Nhưng thua sẽ "được hỗ trợ" cho vay và nếu không có tiền trả thì họ có nhiều cách để lấy nợ, trong đó có bán vào các công ty App Sập.

App Sập là những công ty hoạt động kinh doanh không có phép. Hình thức kinh doanh trá hình và lừa đảo. Công nhân làm việc ở đây đa số là bị bán vào, họ làm việc để trừ nợ và đợi người nhà gởi tiền chuộc đến. Nếu ai không làm việc hiệu quả sẽ bị đánh đập, chích điện hàng ngày. Ở đây là khu nhốt người nên không có thẻ ra khu, nếu ai trốn thì bị hành hạ đến thân tàn ma dại.

Công ty Sanh Chính ở các khu này thường ít hơn công ty App Sập là vì chủ đầu tư người Trung Quốc sau khi ký hợp đồng với chính phủ đã kết nối với quan chức cấp cao tha hóa thực hiện những thủ pháp kinh doanh phạm pháp và tội ác.

NHỮNG DỊCH VỤ RƯỚC NGƯỜI

Hiện nay, trên nền tảng TikTok có những kênh chuyên rước người ra khỏi khu tự trị như Huỳnh Cao Cường, Đa Con Lai, Phong Bụi, KuQuy là những kênh rước người ra có hình ảnh làm bằng chứng và một số kênh khác...

Trước hết, tôi nhắc đến một số kênh lừa đảo. Hình thức của họ là tìm mọi cách để nhận tiền trước của người nhà nạn nhân, do lo sợ người thân của mình gặp nguy nên đã nhắm mắt đưa tiền mong cho người thân có cơ hội thoát nạn. Tuy nhiên khi giao tiền xong thì người nhà bị khất hẹn, hoặc không còn liên lạc được với chủ kênh. Có trường hợp chủ kênh thuê người Cam vào khu rước người, nhưng không chuyên nghiệp nên bị bại lộ và người thân của họ bị hành hạ thừa chết thiếu sống.

Còn một số chủ kênh khi rước người ra, người nhà nạn nhân tốn rất nhiều tiền dịch vụ (có thể từ 100 triệu đến 300 triệu) là do các kênh này thường có ê-kíp. Một nhóm gồm nhiều người phân công từng công việc khác nhau: như liên hệ người thân nạn nhân, kết nối công an Cam và đưa rước nạn nhân về gia đình. Họ có những mối quan hệ với công an bên Cam (có máu mặt ở địa bàn nơi đặc khu xây dựng) kết hợp để đưa người ra khỏi khu tự trị. Tuy nhiên, cách rước người này không có tính chất chính quy, dựa vào mối ảnh hưởng của công an khu đó nên chỉ giới hạn ở một số khu vực nhất định.

Có một kênh là KuQuy, tôi được biết chủ kênh này, lúc trước cũng là nạn nhân của bọn buôn bán người, khi anh trải qua thời gian dài sống làm việc trong các khu tự trị này, anh quyết định làm công việc cứu người ra. Anh bắt đầu công việc từ năm 2000 và số người anh cứu ra lên đến hàng trăm người.

Đặt biệt, ở KuQuy khi cứu người, anh có nhiều phương cách khác nhau, như hành động một mình, kết hợp công an gần khu. Trường hợp đặc biệt, anh dùng "hàng nóng" để rước người ra. Chi phí dịch vụ cho mỗi lần rước người từ 20 triệu trở lại, tùy trường hợp. Tuy vậy, với những khách hàng không có tiền trả, anh sẽ sẵn sàng bỏ tiền túi để đưa họ về Việt Nam. Với những nạn nhân là người Tây Ninh thì anh sẵn lòng cứu họ bằng mọi cách vì là người cùng quê hương.

KuQuy quan niệm rằng: làm việc nguy hiểm này nhận tiền thù lao là điều chính đáng, nhưng phải dựa trên mặt bằng thu nhập của nạn nhân và gia đình của họ. Với anh cứu một người giúp họ thoát ra khỏi khu địa ngục trần gian ấy về lại gia đình đã là niềm vui và anh xem công việc này như một cái nghiệp mà anh phải đảm nhận và anh muốn làm tốt phận sự cứu người.

KUQUY LÀ AI?

Lúc nhỏ, KuQuy vốn có gia đình không êm ấm. Năm 2006 mẹ mất, lúc đó KuQuy vừa 10 tuổi. Ba thì suốt ngày đi làm, không quan tâm, nên KuQuy đâm ra chán học, lêu lổng ở các tiệm game để chơi "Võ lâm truyền kỳ". Một hôm, người bạn mê game lớn hơn KuQuy vài tuổi rủ rê:

Mày đi Sài Gòn với tao không, lên chỗ chú tao, ở đó phụ việc cho ổng, ổng trả lương một tháng 2 triệu, thích chơi game thì ổng cho tiền nạp chơi, sướng lắm.

Thế là KuQuy bỏ nhà theo bạn, từ Tây Ninh lên Sài Gòn để tìm việc làm. Khi xuống ở bến xe Miền Tây, người bạn lớ ngớ, không còn nhớ đường tìm đến nhà người thân, nên cả hai lại rủ nhau vào tiệm game chơi tiếp, còn mấy chục ngàn chơi hết luôn, chỉ để dành đủ tiền mua bánh mì ăn tối, rồi ngủ bụi gần bến xe. Khoảng 20 giờ đêm thì bị chiến dịch thu gom nên bỏ chạy bạt mạng ra đến công viên Á Đông ngủ qua đêm ở đó.

Đêm ở các công viên thì phức tạp lắm, có gã pê-đê lân la đến dụ về nhà ở, hứa sẽ cho ăn mặc đầy đủ và nuôi cho đến lớn (tình trạng này xảy ra phổ biến đối với trẻ em đường phố lúc đó). Bạn lớn tuổi đã hiểu chuyện nên cảnh giác, còn KuQuy khi nghe vậy thì xin đi theo, cũng may là bạn lớn lanh trí bảo:

Chú tao không phải người này, đang đợi ổng đến. Thế là tay pê-đê bỏ đi.

Qua ngày thứ hai, cả hai hết tiền và bắt đầu xin ăn và luẩn quẩn ở công viên. Đến khi trời tối thì có vài người đến bắt chuyện và muốn giúp đỡ đưa vào những nơi an toàn (họ là Giáo dục viên đường phố). Lúc đầu hai bạn cảnh giác, nối dối nhà ở gần đây, nên nhóm người ấy bỏ đi. Sau đó, người bạn rủ KuQuy đi theo và trình bày ngọn ngành tình cảnh của mình. Cả hai được Giáo dục viên đưa về mái ấm Tre Xanh, rồi chuyển đến nhà nuôi thuộc Chương trình Chăm sóc Trẻ em Đường phố Thảo Đàn.

Từ đó KuQuy được chăm sóc ở Nhà An Toàn (Thảo Đàn) từ năm 2006 đến 2008. Sau thời gian liên lạc kết nối cùng gia đình và được hồi gia về lại Tây Ninh. Giáo dục viên giải quyết *cas* lo sợ rằng lớn lên KuQuy sẽ là những tay anh chị, vì trong quá trình sống ở nhà nuôi KuQuy tỏ ra bản lĩnh không biết sợ trước bạn bè đồng lứa và luôn đi đầu trong những cuộc đụng độ ở trường học khi bị khi dể hoặc bị bắt nạt.

Cái duyên đến với công việc "rước người ở khu tự trị Cam Bốt về Việt Nam" từ năm 2020. Vào cuối năm 2019, KuQuy bị một người bạn thân, lừa bán vào khu tự trị Trung Quốc với giá 1000 USD, sau khi từ Việt Nam sang Cam Bốt tìm việc, theo đường môi giới việc làm. Người bạn này, lúc trước, quê ở Kiên Giang, sau đó lưu lạc đến Tây Ninh mưu sinh. Do tính khí ngang tàng, nên thường đụng độ với dân địa phương, nhiều lần KuQuy đứng ra bảo lãnh, mới tiếp tục sống được ở khu đó. Hắn ta, trong khoảng thời gian dài thất nghiệp thì gia đình, bà con của KuQuy nuôi cơm, cho tá túc như người nhà, nhưng đến cuối năm 2019 thì rủ rê KuQuy qua Cam làm việc và lừa bán vào khu tự trị người Trung Quốc.

Trong lần KuQuy bị bán vào khu tự trị còn có thêm 4 người. Nhóm người bị bắt này, được đưa lên tầng cao của tòa nhà đang xây dựng lở dở. KuQuy kể:

Cả nhóm bị trói tay, dưới sự theo sát của vài tên bảo vệ người Cam, ăn ngủ cũng khó khăn vì nơi này đầy phân, nước tiểu của những người bị bắt trước đó bỏ lại. Ngày hôm sau, có một tay trùm người Trung Quốc đến đưa điện thoại cho những người bị bắt gọi về Việt Nam và ra giá tiền để chuộc, một người đến 3000 USD. Trong lúc mọi người nháo nhào, xin gọi điện về thì anh quan sát tìm cách để thoát ra. Tay trùm cho những người này thời gian 2 ngày để người nhà chuẩn bị tiền chuộc, trước khi bán họ vào những công ty lừa đảo.

Chiều tối, khi chỉ còn một tên bảo vệ trẻ tuổi, anh năn nỉ mượn điện thoại liên lạc về gia đình để xin tiền chuộc (bằng cách nói bập bẹ tiếng Cam và ra dấu). Lúc đầu, hắn không cho mượn, nhưng sau khi anh chỉ vào trong túi, tên bảo vệ lấy ra 20 USD, thì hắn mới cho mượn điện thoại. Sau khi dụ được tên bảo vệ xuống dưới mua nước, trên này KuQuy nhanh chóng tạo một tài khoản và đăng tải đoạn video nhóm người đang bị bắt tống tiền lên mạng xã hội. Đến sáng khi mượn điện thoại bí mật xem tin thì đoạn video đến 10.000

lượt chia sẻ và cộng đồng người Việt Nam ở Cam hỏi địa điểm để tìm cách giải cứu.

Trong sáng hôm đó, tay Trung Quốc vội vàng lên, tra hỏi ai là người tung video lên. Nhưng ai cũng chối vì bảo mình đã bị thu điện thoại nên không làm được việc đó... Tên bảo vệ cũng không dám hó hé.

KuQuy kể rằng:

Do tay Trung Quốc này đang thời kỳ đầu xây dựng công ty, nên sợ bị ảnh hưởng đến làm ăn, thế là cho xe chở họ ra khỏi khu tự trị và bỏ một nơi không người qua lại (lúc đó đang thời giãn cách dịch Covid).

Nhóm người này, tiếp tục đi bộ đến thuê xe "túc túc" loại xe ba bánh như xe lam về đến biên giới để tìm đường về Việt Nam (có nuôi ý định tới cửa khẩu sẽ chạy lẩn trốn vào các xe container rồi lẻn qua biên giới. Nếu bị biên phòng bên Việt Nam bắt thì khai bị bắt cóc bán qua Cam), vì không ai có tiền mà tài xế xe lấy đến 200.000đ VN, với đoạn đường chỉ có 3 cây số.

Trên đường đến cửa khẩu, KuQuy lại nghĩ, về Việt Nam thì thất nghiệp và ấm ức mình bị lừa gạt, nên quyết định sẽ trở lại Cam để tìm việc làm. Khi thoát xuống xe, những người này đã chạy trốn sau những xe container. KuQuy chỉ cách cho 2 người vượt qua biên giới về Việt Nam, còn mình và cặp vợ chồng quay lại (cặp vợ chồng này đã nhét 20 USD vào túi anh và nhờ số tiền này nhóm người bị bắt đã thoát hiểm).

Sau khi liên lạc lại với bên môi giới việc làm trước đó, KuQuy bắt buộc họ tìm một công ty khác để anh làm, chứ không anh sẽ tìm đến nơi "đòi lại công bằng" vì đã đẩy anh vào nguy hiểm.

Sau đó, anh được giới thiệu làm trong các công ty cá cược. Cứ vài tháng là anh đổi sang công ty khác, để tìm hiểu môi trường làm việc ở đây.

Do anh thấy nhiều người Việt Nam bị lừa và bán vào các công ty App Sập, chịu nhiều thương tổn và bị giam lỏng không thể thoát ra được, nên KuQuy quyết nghĩ ra cách rước người Việt Nam bị bán vào các khu tự trị của Trung Quốc và làm công việc đó đến bây giờ. Với kênh telegram KUQY.

HÀNH TRÌNH GIẢI CỨU NGƯỜI

Có rất nhiều vụ KuQuy giải cứu người thành công và dưới đây là vụ giải cứu ấn tượng nhất, vừa ly kỳ vừa có một kết thúc có hậu:

TAI NẠN NGHỀ NGHIỆP

Cô gái lên TikTok vô tình thấy một tài khoản có tên Ku Quy, chuyên rước người ra khỏi khu tự trị Trung Quốc trên nước Cam Bốt. Thế là cô nhắn tin:

Anh có phải đang làm công việc rước người ra khỏi khu tự trị không ạ?

Ku Quy:

Phải rồi, em có nhu cầu rước ra à, hiện giờ em đang bị nhốt trong khu nào?

Cô gái:

Dạ em đang ở khu RoBot, nhưng nếu hai ngày nữa em không ra được chỗ này, sẽ bị bán qua khu Osmach gần ở biên giới Thái Lan. Anh giúp em với, em có bạn trai cũng là người Trung Quốc, hôm trước có mang 6.000 đô để chuộc em ra, nhưng công ty không chịu. Anh rước ra, em nói bạn trai lấy số tiền đó trả anh.

Ku Quy:

Khu em đang ở, anh không còn làm thẻ vô được nữa, bị mất người nhiều nên nó kiểm tra gắt gao lắm, rước ra sẽ bị lộ. Bây giờ chỉ có một cách, anh đem súng tới đó, để sẵn xe trước cổng, khống chế bảo vệ mở cổng, em núp gần đó, nghe súng nổ là chạy ra.

Thế là theo kế hoạch, đúng trưa, Ku Quy và một người bạn chạy xe du lịch đến trước cổng khu RoBot, Ku Quy xuống xe đi thẳng đến bảo vệ cổng ngoài, chĩa súng và bảo:

Đưa remote cổng đây.

Tay bảo vệ (người Cam Bốt) tưởng đang đùa, nên nhích môi cười. Ku Quy bắn một phát súng chỉ thiên, tay bảo vệ hết hồn vội đưa remote cổng và chạy vô phía trong. Cô gái nghe tiếng súng, từ trong chạy ra. Phía sau cổng là một tốp bảo vệ vòng trong, gần 20 tên đuổi theo. Ku Quy bắn liên tiếp 2 phát súng lên trời, bọn chúng hốt hoảng bỏ chạy toán loạn.

Khi đến nơi an toàn, cô gái gọi điện cho bạn trai, nhưng hắn ta nói rằng: không quan tâm đến cô nữa, bảo cô ta tự lo lấy thân. Thế là cô gái bị rơi vào trạng thái hụt hẫng đành gọi điện về nhà quê ở Đồng Nai. Biết tin con gái được cứu ra khỏi khu tự trị, gia đình cô rất mừng rồi năn nỉ nhờ KuQuy đưa con mình về nhà, hứa sẽ hậu tạ.

Thế là đã làm ơn thì phải làm cho trót, Ku Quy cùng người bạn thuê xe du lịch đưa cô gái vượt qua biên giới về Đồng Nai, quê cô. Trên đường đi cô tâm sự rằng mình bị lừa bán vào khu tự trị 2 năm trước và đã bị bán đi đến ba khu khác nhau trên đất Cam. Buộc phải làm những công viêc lừa đảo qua mạng để trừ nợ. Khi có thỏa thuận mua bán thì sẽ bị bán đến nơi khác.

Lúc 20 giờ, cô gái đã về tới nhà trong sự vui mừng của người thân. Ba mẹ của cô gái, hoàn cảnh cũng nghèo nên than thở với KuQuy rằng: mình chưa mượn được tiền nên không biết giờ làm sao để hậu tạ anh. Ku Quy bảo với gia đình cô gái:

Nếu như có tiền thì hỗ trợ tiền xe cộ, do con cũng tốn khá nhiều tiền thuê xe, nhưng nếu không có thì thôi xem như con giúp vậy.

Khi Ku Quy sắp ra về thì công an từ trong buồng và ngoài cổng ập vô bắt, còng tay anh và bạn về trụ sở. (Người nhà do nghĩ ngờ anh là kẻ tống tiền nên đã trình báo công án trước đó).
Điều tra viên hỏi KuQuy:

Mày bắt cóc, tống tiền và hiếp dâm cô gái đúng không? Thành thật khai báo, nếu muốn được khoan hồng!

Ku Quy:

Thưa các anh, em làm việc cứu người bị lừa bán vào khu tự trị, chứ không như các anh nói. Em có kênh TikTok, Telegram, có tin nhắn với cô ấy, các anh cũng có ghi âm quá trình em làm việc cùng gia đình. Các anh cứ điều tra để mình oan cho em.

Đêm đó Ku Quy và bạn bị nhốt ở trụ sở, đợi công an thu thập thông tin. Chiều hôm sau, điều tra viên hỏi anh về tên cha, tên mẹ và anh em của Ku Quy và biết rằng người nhà cũng đã mất hết còn chỉ mình anh. Điều tra viên thắc mắc:

Vậy là chỉ còn một mình chú trên đời à.

Ku Quy chỉ mỉm cười và gật đầu.

Điều tra viên:

Chú yên tâm, bọn anh đã tìm hiểu kỹ thông tin của chú rồi, chú đang làm việc tốt cho người Việt Nam ta, những việc chú làm đôi khi bọn anh trong nghề mà cũng không làm được. Bọn anh đang đưa hồ sơ của chú lên cấp trên, đợi họp bàn rồi sẽ thả tự do cho chú.

Ku Quy cảm ơn anh Điều tra viên và mong mình được giải quyết về sớm, để tiếp tục làm công việc cứu người ra khỏi khu tự trị. Đêm đó, ở phòng tạm giam, lâu lâu có một vài anh công an đi ngang qua và hỏi Quy là ai, khi biết mặt Quy thì các anh ấy nhìn và nở nụ cười.

Sáng hôm sau, Ku Quy được Điều tra viên mời vào phòng làm việc:

Cây súng chú bỏ đâu rồi?

Ku Quy:

Súng nào anh, em đâu có súng?

Điều tra viên cười:

Thôi đừng chối, con bé kia khai hết rồi!

Ku Quy gãi đầu, cười nói:

Công việc của em gặp nhiều nguy hiểm nên em cần nó để tự vệ và em để súng bên Cam rồi.

Điều tra viên thông báo:

Sau khi bàn bạc, cấp trên thấy chú sai ít đúng nhiều nên quyết định không truy cứu chú và cũng đã làm việc với gia đình về trình báo sai sự thật, lát nữa họ sẽ tới xin lỗi chú.

Điều tra viên vỗ vai Ku Quy:

Công việc chú làm rất tốt nhưng nguy hiểm lắm, bảo trọng nha.

Khi Ku Quy sắp rời trụ sở công an người nhà cô gái được anh giải cứu, đến gặp xin lỗi anh và xin tài khoản để chuyển 10 triệu hỗ trợ tiền chi phí những ngày anh giúp con gái họ thoát khỏi nơi địa ngục trong khu tự trị. Ku Quy hỏi:

Hôm trước gia đình còn than không có tiền, nay sao lại có tiền để gởi cho con?

Mẹ cô gái:

Tôi mới vừa vay, nhưng tiền lời không bao nhiêu, chú cứ lấy để trang trải.

Quy nói:

Thôi, nếu vậy cô đem về trả lại người ta đi, sau này con gái cô đi làm, nếu để dành được thì từ từ trả lại con.

Ku Quy trong lần rước người này, không những không có thù lao mà còn bị tốn tiền túi, bị bắt vì bị nghi ngờ là bọn buôn người ra nước ngoài. Nhưng bù lại công việc anh làm giúp người không may bị bán vào các công ty ma trong khu tự trị người Trung Quốc cũng có người trong cơ quan chức năng đồng cảm. Đây cũng là động lực để Ku Quy tiếp tục công việc đầy nguy hiểm này. Trên xứ người, đơn phương, độc mã đương đầu với tội ác để tìm lại cuộc sống tự do cho một số nạn nhân lầm lỗi sa vào bẫy của kẻ săn mồi quả thật phải có lòng thương người và gan dạ. Địa ngục trần gian ở đây, còn rất nhiều số phận con người như vậy đang bị khống chế buộc làm những công việc sai trái và họ luôn bị đối xử tệ hại, mất đi quyền được sống.

HIỆP SĨ VÀ SỨ MỆNH

KuQuy thành lập một kênh Telegram chuyên giải cứu người bị bán vào khu tự trị. Khi người được rước ra " tốc cứu" thì trả thù lao theo giá đã được thỏa thuận, từ 25 triệu trở lại. Tuy nhiên có một số trường hợp, khi KuQuy cứu được người trong khu tự trị ra, nạn nhân do bị hành hạ không chịu nổi nên lừa anh để được cứu ra, chứ không có tiền để chi trả, anh không những không giận họ mà còn bỏ tiền của mình để đưa họ về Việt Nam.

KuQuy tâm sự:

Làm nghề này cũng lấy tiền người ta, để có chi phí đi lại và đầu tư vào công việc nữa (tiền mua sắm máy móc làm thẻ, tiền kết hợp công an Cam vào khu tự trị lấy người, tiền chi phí xe vận chuyển, tiền "chạy biên" qua biên giới...)

Khi bị bán vào khu tự trị người Trung Quốc, những nạn nhân này thường bị ra giá chuộc cao, có khi lên đến vài tỉ một người. Nếu người nhà không có tiền chuộc sẽ bị bán vào các công ty khác, đa số là công ty ma, khi bị hành hạ không chịu nổi sẽ phải tiếp tục lừa người thân mình để lấy tiền đổi lại để được yên thân.

Có nhưng tay trùm rất "mất dạy" khi người thân của nạn nhân chuyển tiền vào tài khoản vẫn không thả người và tiếp tục sử dụng họ làm công cụ kiếm tiền.

Có hai con đường chính mà người Việt Nam bị lừa bán qua Cam:

Thứ nhất là những người có máu cờ bạc, khi qua các sòng bài ở Cam chơi, gặp phải một số tay giả dạng chuyên viên về cá cược, chỉ cách họ kiếm tiền, lúc đầu thì họ chơi thắng, sau khi mê tiền sẽ bị lâm vào nợ nần, và bị khống chế đòi tiền chuộc. Nếu người nhà không chi tiền sẽ bị bán vào các "công ty ma" ở khu tự trị người Trung Quốc và làm những việc lừa đảo qua mạng để trả nợ, tuy nhiên sẽ khó có ngày về.

Con đường thứ hai là, nghe theo môi giới xuất khẩu lao động, bằng các hình thức quảng cáo như "việc nhẹ lương cao", các dịch vụ này đa số là người quen thân lừa qua Cam và bán vào các "công ty ma" (App Sập).

Những người bị lừa bán vào khu tự trị, họ có cơ hội ra ngoài không? Có nhưng là số ít, còn đa số bị mắc kẹt, lao động trong môi trường bị bóc lột và bị khủng bố về tinh thần.

Họ ra được, một là người nhà chuộc tiền. Hai là nhờ công an Cam rước ra, nhưng với số đông và giá tiền chuộc người ra cũng khá cao. Ba là nhờ vào cách giải cứu "Hiệp Sĩ Bóng Tối". Tuy nhiên có một số cách giải cứu khác như: nhóm giải cứu của Phong Bụi chẳng hạn, trực tiếp xông vào khu tự trị cướp người, nhưng chỉ được vài lần rồi thôi, sau đó bị trùm bên Cam chú ý, khó mà làm được công việc này lần hai.

Cứu người bên khu tự trị người Trung Quốc rất khó, khó đến nỗi công an Việt Nam cũng gặp khó khăn khi vào cuộc. Nhưng khó, không có nghĩa là không có cách...

Có lần, KuQuy trong lúc rước người ra, bị phát hiện và bắt lại (do người được rước ra đã trốn trong khu tự trị vài hôm, đang bị truy lùng và tên trùm biết mặt người đó).

KuQuy bị đưa lên phòng kín, có khoảng 5 tên vệ sĩ người Cam canh chừng (những kẻ chăm sóc đặc biệt). Lát sau, tay trùm người Trung Quốc đến, đánh anh túi bụi, rồi chích điện tra khảo. KuQuy vẫn cố chịu đau cho qua trận hành hạ, vì "cá nằm trên thớt" không khôn khéo sẽ mất mạng như chơi. Lần đó, cũng may khi đánh đập xong, tay này thấy anh gan lì và hắn nghĩ anh còn có tổ chức đứng sau, nên sợ trả thù, mới cho xe chở ném anh ra ngoài. KuQuy nói " tưởng mình đã theo ông bà rồi".

Sau lần đó, người nhà không cho anh đi làm công việc này nữa, không hiểu sao, ba ngày sau anh vẫn tiếp tục lên đường. KuQuy làm điều ấy như đang có bề trên dẫn đường.

KuQuy vẫn đang đưa người ra, một số tay trùm ở công ty ma vẫn biết mất người và luôn tìm cách đối phó với anh hằng ngày.

Có hôm, một tay trùm gọi điện, ra giá cho anh mỗi tháng sẽ chi cho anh 1000 USD để anh không rước người trong khu tự trị của hắn, nhưng anh không đồng ý và tiếp tục làm sứ mệnh của mình. Có *cas* bị lộ, KuQuy bị gài vào bẫy nhưng với linh cảm và kinh nghiệm của nghề nghiệp, anh cũng đã thoát hiểm an toàn.

Nhiều lúc anh muốn đưa thông tin về số người anh đã giúp họ thoát được về Việt Nam, cho cộng đồng biết những tàn khốc mà họ gánh chịu để đánh động trong dư luận. Nhưng khi quan sát một số biến động trên trang xã hội, KuQuy thấy không an toàn, nên anh chọn cách lặng lẽ cứu người.

Có người sẽ đặt vấn đề, sao những người được cứu về Việt Nam, họ nói ra sự thật, sao báo chí không phanh khui đường dây mua bán này, sao công an Việt Nam không kết hợp với công an Campuchia để triệt phá hang ổ tội phạm, khi đã có quá nhiều thông tin? Xin thưa với quý bạn: việc này như "trăm điều khó trong ván bài sinh tử" vậy.

Trong thế giới ngầm của tội ác vẫn có những Hiệp sĩ đang thầm lặng cứu người, và những người bị lạc lối lầm đường, bị dụ dỗ, lừa gạt vào những nơi địa ngục trần gian, họ vẫn đang có những cơ hội làm lại cuộc đời.

Hãy lắng nghe cái thiện trong lòng mình mà cầu chúc cho "Hiệp Sĩ Bóng Tối" đang làm công việc "rước người ra ánh sáng". Với tôi, trong cái xã hội bây giờ, nếu ai đó dám làm điều gì cho người khác mà không vụ lợi đều xứng đáng là hiệp sĩ.

Bảo Tấn

VŨ KHẮC TĨNH

CÔ GÁI ĐỨNG TRƯỚC BIỂN NHẬT LỆ

1.

Buổi sáng hôm đó, cô gái nhắn tin hủy cái hẹn đi uống cà phê với một bạn trai làm công nhân ở xưởng sửa chữa ô tô để đi biển, bạn trai nhắn tin lại xin lỗi không đi uống cà phê nữa, anh định nhắn tin cho em biết thì nhận được tin nhắn của em. Vậy thì được việc cả hai, em đi biển, anh về quê, sẵn có xe hơi của anh bạn cùng quê đi công tác, anh xin đi quá giang về quê thăm gia đình chứ lâu quá không về.

Thật ra cô gái cũng không mấy thích đi uống cà phê, chẳng qua nể tình bạn học cùng trường trung học phổ thông, anh bạn tên Rô cận thị học lớp mười hai hơn cô gái một lớp, sau này anh bạn không đủ điều kiện đi học đại học, nghỉ học đi xin việc làm. Cô gái tiếp tục học đại học, tính cách ngang bướng, nghịch ngợm, nhưng anh bạn tên Rô lại thích, nhiều khi muốn ngỏ lời tán tỉnh nhưng chưa dám nói, dù Rô là người làm thơ, chữ nghĩa không đến nỗi tệ, tính nhút nhát đeo bám trong người, thậm thò thậm thụt như gà mắc đẻ. Cô gái biết ý cười thầm trong bụng một mình. Rồi thời gian cứ thế trôi qua trôi qua trong thầm lặng.

Cô gái đã từng có nhiều ước mộng trong đời. Ngoài những giờ học ở trường, những lúc rảnh rỗi cô gái thích đi biển, thích đứng một mình trước biển hằng giờ ở đó, nhìn biển bình minh, mặt trời tròn vành vạnh đỏ rực lung linh, nhìn những con chim hải âu tung cánh bay dật dờ, chao nghiêng trên biển. Một buổi sáng bình minh trên biển rất đẹp, lung linh, lung linh, những đợt sóng vỗ tung tóe trắng xóa. Lúc này biển đông người tắm, biển xao động tiếng cười nói của mọi người đánh tan sự im lặng, họ đùa giỡn với sóng nhấp nhô. Ai làm gì mặc kệ cô gái vẫn đứng bất động một mình trước biển, trong đầu suy nghĩ gì không biết. Làm sao mà biết được. Tắm biển thì không bao giờ tắm. Một cô gái lạ lùng, tôi chưa từng thấy, từng gặp trường hợp này bao giờ. Đến biển, cô gái đứng nhìn biển trong tích tắc bình minh rồi về.

Thật kỳ lạ, dãy nhà trọ cô gái thuê ở, nhưng những người hàng xóm không biết tự bao giờ đã quen gọi cô gái bằng sự tôn trọng chân thành "Một cô gái duyên dáng nết na, thật đáng yêu". Có lẽ một lần nào đó cô gái đã từng yêu cầu những người trong xóm như vậy, mà đến giờ cô gái không còn nhớ là lúc nào.

Trong dãy nhà trọ này chỉ có bà cụ là có đủ thì giờ rảnh rỗi trò chuyện với cô gái, bà cụ tỏ ra quý mến và thương cô gái như con ruột, vì bà cụ không có con gái. Bà cụ chỉ sinh được hai cậu con trai lớn tồng ngồng đi lang bạt giang hồ, kiếm kế sinh nhai ở tận Sài Gòn. Bà cụ chỉ biết hai cậu con trai làm ăn ở Sài Gòn nhưng không biết làm nghề gì, lâu lắm mới về thăm nhà, rồi lại đi, con bà có nói với bà đâu mà biết.

Có lần cô gái hỏi bà những chuyện bâng quơ, để lấp vào khoảng trống thời gian, khi bà cụ và cô gái không có chuyện gì để nói. Bà chỉ cười cười:

- Giờ chúng nó đủ lông đủ cánh bay xa, tự tìm kiếm kế sinh nhai để nuôi bản thân nó là được rồi, đừng ăn cắp, ăn trộm, làm những chuyện xằng bậy mang tiếng đến gia đình. Bà đây không cần chúng nó mang tiền về nuôi ông bà. Bà chỉ sợ chúng nó đi làm ăn xa, nhưng tính nết còn khờ khạo, nhát gái, không kiếm ra vợ sinh con để nối dõi tông đường. Vậy thôi.

Cô gái nhìn sững bà cụ nói:

- Hai anh đó là con trai mà, bà lo xa làm gì, sống ở Sài Gòn xô bồ nhộn nhịp, hối hả trong công việc sẽ làm cho con người cứng cáp, mạnh mẽ trong sinh hoạt đời thường, cái khó sẽ ló cái khôn.

Bà cụ muốn lấy lòng cô gái cười cười... con gái nói hay lắm, cô gái đâu biết được lâu nay bà để ý thấy cô gái là sinh viên đại học xinh đẹp nết na, bà muốn gạ gẫm, mớm lời dịu ngọt cho con trai bà. Bà vẽ ra một chân trời rộng mở cho cô gái nghe. Bà cụ nói nhà bà rộng thênh thang, chỉ có hai vợ chồng già ở quạnh hiu lắm, bà muốn cô gái qua nhà bà ở học hành cho thoải mái, đỡ gánh nặng cho gia đình. Bà sẽ không lấy tiền nhà, mà chỉ nhận tiền ăn hằng tháng cho vui vẻ....

Cô gái biết trước chuyện này thế nào cũng có ngày sẽ xảy ra nên cô gái chuẩn bị sẵn tư thế để đối phó, đúng như dự đoán. Cô gái trả lời bà cụ rất khôn khéo...

- Con cảm ơn lòng tốt của bà. Hiện giờ con ở một mình, vài hôm nữa có thêm hai bạn nữa đến ở chung với nhau, con không thể tách ra đi ở riêng được.

Bà cụ cầm tay cô gái:

- Tùy con...

Cô gái ở trong một dãy nhà trọ xen kẽ với khu dân cư, ở xung quanh dãy nhà trọ là những ngôi nhà lầu giàu có. Một dãy nhà trọ khép kín khá an toàn, ban ngày mọi người đi làm ăn buôn bán hay đi làm việc ở các công sở, học sinh, sinh viên đi học. Đôi lúc cũng có một vài người lạ mặt xuất hiện. Những người lạ mặt cũng là người quen đến thăm chơi, những người giao hàng, những người mua phế liệu đồ cũ... Trong dãy nhà trọ không ai quen ai. Tất thảy, theo cái nhìn của cô gái đều hiền lành, sống tử tế và giúp đỡ lẫn nhau trong tình thân thiện lành mạnh và an toàn.

2.

Mỗi buổi chiều cô gái đi học về, mở cửa ngồi nhìn ra ngoài con hẻm, cô gái chơi với lũ trẻ hàng xóm. Một nhóm trẻ gồm có sáu đứa. Những khuôn mặt non choẹt nghịch ngợm rất dễ thương. Lũ trẻ lúc nào gặp cô gái cũng cúi đầu chào cô rất lễ phép. Những đôi chân nhỏ nhắn nhảy nhót, có thể chúng nó xem đó là trò chơi. Hoặc nói một cách đơn giản chúng nó thích nghịch ngợm thế thôi. Rất hồn nhiên...

Chúng tự xưng hô với nhau bằng tau, mi, rồi chia phe mỗi bên ba đứa, chọn một đứa làm đại diện oánh tù tì với nhau, phe nào thua làm thủ môn giữ gôn và đi lượm banh. Rồi mỗi đứa thay phiên nhau sút bóng, cứ thế mà chơi suốt buổi chiều. Môn bóng đá là môn chúng ưa chuộng, thành ra thói quen chúng nó không bỏ được.

Lũ trẻ ở trong xóm, khi chúng đi học, thì dãy nhà trọ, khu dân cư chìm trong im lặng. Nhưng khi chúng đi học về, không hẹn với nhau, cứ đến giờ là tụ tập lại đầy đủ, chia phe ra bịt mắt bắt dê chán rồi thì đá bóng, gây nên ồn ào la hét om sòm, vui thì có vui nhưng ồn ào quá nghe đinh tai nhức óc, người lớn phải đứng ra cảnh cáo chơi trong trật tự giữ không khí âm thanh vừa đủ nghe mới chơi được lâu dài, lũ trẻ không tuân thủ chỉ có giải tán... Cô gái thích lũ trẻ chơi, nhưng không đứng ra bênh vực được, chỉ khuyên lũ trẻ giữ trật tư chơi trong im lặng.

Những gì cô gái nhận được từ lũ trẻ là rất chân thành và thật lòng. Ngoài giờ học ở trường về nhà tụ tập lại đá bóng, chưa hề thấy chúng ra tiệm internet chơi game hay ăn quà vặt. Những gì cô gái nhận được là thế.

Một hôm cô gái gọi cu Miên lại. Cô gái hỏi:

- Con học lớp mấy?

Cu Miên trả lời nhanh nhẩu:

- Con học lớp năm

Cô gái vò đầu Cu Miên khen:

- Con giỏi lắm. Hôm nào con đi chơi biển với cô được không?

Cu Miên ngây thơ nói:

- Biển Nhật Lệ phải không cô?

- Đúng rồi.

Cu Miên nhìn sững cô gái trả lời dứt khoát:

- Không được đâu cô. Mẹ không cho con ra biển, ra đó tắm nguy hiểm lắm, sóng dội vào bờ rồi cuốn ra không gượng lại được, mẹ con nói vậy.

Vừa rồi cha mẹ có đưa con ra biển, chỉ dạo trên bãi cát trắng, không được xuống nước, sợ sóng dữ ập vào rồi mang ra khơi.

- Ở đây còn biển nào khác không con?

- Con chỉ biết biển Nhật Lệ, Đồng Hới thôi.

Cô gái vò đầu cu Miên khen đáo để:

- Con giỏi lắm....

Cu Miên nhìn cô gái hỏi tới tấp:

- Sáng nào cô cũng đi ra biển. Cô làm gì ở đó?

- Cô ra ngắm biển, nghe sóng vỗ những lời tình tự... Giờ cô nói cho con nghe con cũng không hiểu đâu, con còn nhỏ....

Cô gái bỗng dưng im bặt. Cu Miên chưa thể thấu hiểu và cảm nhận được mọi biến hóa của trời đất, biển xanh muôn đời vẫn là biển xanh, chỉ có sóng mới bạc đầu. Cô gái im lặng đứng môt lúc nhìn bâng quơ về một nơi nào đó xa xăm dịu vợi. Biển đối với cô gái có cái gì đó bí ẩn và sâu thẳm làm sao mà biết được. Cô gái bước vội vào nhà, đóng cánh cửa lại. Mọi âm thanh ở xung quanh im bặt. Trong bóng chiều, hơi thở dồn dập của cô bạn mới đến ở nghe rất rõ, có lẽ đi đường xa bị choáng mệt. Dường như, có một tích tắc nào đó đã xảy ra trong bóng chiều nhạt nhòa những nắng rơi vung vãi trên những hàng cây đầy gió. Khi cô gái và cô bạn mới đến đối mặt nhau.

Cô gái nắm lấy bàn tay sạm nắng của bạn ủ vào trong tay mình, nhìn vào đôi mắt buồn rười rượi, vì mất ngủ, khi chuyến xe đò khởi hành từ quê lên thành phố, xe chạy trong đêm. Cô gái nhìn bạn mình một cách thật dịu dàng. Ly tên cô bạn mới đến ở chung nhà với cô gái, Ly làm ở nhà hàng ăn uống, với công việc hằng ngày là chạy bàn, một công việc nhẹ nhàng, đòi hỏi phải nhanh nhẹn tháo vát như trải khăn bàn, đặt ly, đặt chén dĩa vào đúng vị trí trên bàn ăn, bưng bê, rót bia, rót rượu, gắp đá bỏ vào ly và thu dọn chén dĩa sau mỗi buổi tiệc. Nhà hàng Hoa Hồng nơi Ly đến làm là một nhà hàng sang trọng rất đông khách. Nơi đó là nhà hàng gần biển Nhật Lệ - Đồng Hới. Tôi được một người bạn quê ở Đồng Hới lái xe đi từ Sài Gòn ra là dân thổ địa chính cống nên am hiểu mọi ngõ ngách đường đi nước bước cũng như ăn uống, và tôi đã đến đây nhậu cùng với những người bạn mới quen quê ở Đồng Hới trong không khí vui nhộn đầy ngẫu hứng những câu chuyện đời thú vị về con người thân thiện ở đây như các hang động và biển.....

Đồng Hới một thành phố cũ trước đây thuộc tỉnh Quảng Bình, rộng lớn mang hơi thở của gió biển. Vì thời gian đi tham quan có giới hạn, không ở được lâu dài, chỉ đi thoáng qua mỗi nơi một ít cho biết, nhưng chừng đó cũng đủ cho một chuyến đi, vượt hàng ngàn cây số để đến đây, có đi mới thấy hết được những danh lam thắng cảnh và con người thân thiện.....

3.

Tôi nhìn cô gái. Có thật là cô gái muốn quen biết mình là người cùng ở dãy nhà trọ ra vào gặp mặt. Cô gái thường dậy sớm lấy xe Honda đi biển, có khi đi với bạn, có khi đi một mình. Biển chỉ cách dãy nhà trọ mấy cây số. Cô gái hoàn toàn không biết tôi là ai, ở đâu đến đây, không ở khách sạn mà ở một resort nhỏ nhắn bên hông dãy nhà trọ. Ngược lại, tôi lại biết cô gái xinh đẹp và có những cách sinh hoạt bí ẩn và lạ lùng. Trước khi đến giảng đường đại học, làm gì thì làm cũng phải ra biển, đứng trước biển hằng giờ ở đó rồi về. Đến mức cảm thấy rất lạ, rất ngạc nhiên. Không lạ lùng sao được, khi mọi bí ẩn kín trùm lên tôi, một người đã phát hiện ra cô gái dáng mảnh khảnh đứng trước biển nhìn về phía mênh mông biển cả. Chắc có lẽ chỉ có tôi để ý mới biết cô gái khác với những người khác, họ ra biển buổi sáng để tắm và ngâm mình dưới nước, nhưng với cô gái thì khác, không bao giờ bước chân xuống nước.

Ở biển dường như tĩnh lặng này. Tôi không hy vọng lắm vào những suy nghĩ mông lung nào đó, nhưng cái chính là thỏa mãn cái tò mò về một cô gái với nét đẹp thuần khiết ưa nhìn.

Có lẽ cô gái vừa mỉm cười ở đâu đây. Nụ cười rất khẽ, hầu như không thành tiếng. Nhưng tôi nghe thấy tiếng cô gái như một hơi thở giữa lúc cười, tựa hồ một tiếng sóng vỗ nhẹ tràn vào bờ hay một nốt nhạc vừa bị sự lơ đễnh của người nhạc sĩ làm hỏng mất. Mùi hôi cát khô lẩn quẩn, mấy hôm nay trời nắng nóng hừng hực không tưởng được đến nỗi con người cũng ngỡ ngàng với một cơn mưa bất chợt thoáng qua bay bay như sương... Lúc này đồng hồ trên màn hình điện thoại vừa nhảy bảy giờ sáng. Biển rất đông người đến tắm.

Giờ này cô gái đã rời biển, cô gái không đi học mà hẹn gặp một cô bạn ở một tiệm ăn cuối phố. Đó là một tiệm bánh bèo rất đông người ăn, xung quanh có rất nhiều chậu hoa cúc, xương rồng, và những giò phong lan treo lủng lẳng trên mái hiên đang mùa nở bông nhiều màu sắc rất đẹp. Lúc cô bạn đến thì cô gái đã chờ sẵn ở đó rồi.

- Ở đây vẫn thế chẳng có gì khác xưa.

Tiếng cô bạn, có lẽ thời gian lâu lắm mới trở lại nơi này...

Cô gái có vẻ bị giật mình bởi đang tập trung vào điều gì đó mông lung nên không biết cô bạn đã tiến lại gần bên cạnh trước đó. Thanh Xuân, tên bạn của cô gái nhớ như in. Hồi cô gái còn lẫm chẫm chân trần chạy rong chơi trên cánh đồng vừa gặt xong. Cái làng quê ấy vang danh là một nông thôn mới đạt tiêu chuẩn quốc gia.

Cô gái cắt ngang dòng suy nghĩ của Thanh Xuân. Cũng phải thôi. Cô gái lơ đãng nhìn qua một vài cái bàn trống không có ai ngồi, sao hôm nay quán vắng thế này, chắc có lẽ họ đến ăn sớm rồi. Cô gái cười thầm nhìn cô bạn, một nửa khuôn mặt bạn mơ hồ hiện lên sau cặp kính cận. Giờ chắc bạn của mình tỉnh ngủ hẳn rồi vì đang sống với dòng ký ức khi còn sống ở quê mới vừa được khơi gợi.

- Chỉ là một thời còn học phổ thông phải không?

Khi rất nhiều người hỏi cô gái câu này, mỗi lần gặp mặt nhau ở đâu đó. Nhiều bất ngờ mấu chốt của giai thoại này là ở chi tiết. Thằng Rô cận thị làm thơ đang theo đuổi tán tỉnh cô gái. Vì chút nghệ thuật. Khi đã bén duyên được tình cảm đến tưởng chừng như gần bên, chẳng qua cô gái lợi dụng hắn để nhờ vả đưa đón đi những công việc cần ở xa hay đi uống cà phê. Hắn mới tung chưởng hỏa mù bằng những bài thơ của riêng hắn, hắn thực hiện rất đúng lúc. Thanh Xuân nghe phong phanh nhưng chưa vội hỏi cho cặn kẽ như thế nào. Cô bạn ngồi cười thầm trong bụng. Vì Thanh Xuân bạn của cô gái biết tính khí của Rô chẳng là gì. Đó là cái tính khoe khoang vỗ ngực xưng danh, tài vặt không có bao nhiêu. Thành phố này rất nhiều người làm thơ đông hơn người đọc thơ. Rất nhiều câu lạc bộ mọc lên như nấm, mang những cái tên vĩ cuồng huênh hoang. Thời đại chi mà ai có tiền là in được thơ, thành ra thơ xuất bản tràn lan dở hay loạn đã đáng mừng hay đáng lo. Có lần thằng Rô mời cô gái đến tham dự đêm thơ, ngặt một nỗi cô gái không thích thơ, cộ gái nói thơ gì mà không tác động được những rung cảm nhẹ nhàng vào trong hồn mình. Thời buổi giờ mà làm thơ tán gái là xưa rồi. Cô gái nói vậy tặng thơ không đúng chỗ.

Cô gái chỉ thích biển hát, đến đứng trước biển nghe biển hát miên man từng lời tình tự, âm thanh vang vọng muôn đời tiết tấu những âm quen. Cô gái thích là thích như vậy, nhưng không thể giải thích được tại sao lại yêu biển đến thế. Đến cô bạn chơi rất thân với cô gái cũng không biết được tâm tính mơ hồ của cô gái.

Dòng tâm sự miên man của cô gái và cô bạn Thanh Xuân trao nhau, mỗi cô mỗi vẻ không ai giống ai nhưng lại chơi thân với nhau. Một cô thích đi biển, ngắm biển, một cô thích uống cà phê đắng ngồi nhìn bâng quơ, nhưng trong đầu thì trống rỗng.

Chuyện ăn uống buổi sáng của cô gái đến hồi kết thúc

Cũng phải thôi, tuổi trẻ mà. Nếu không tiếp tục đi học nữa thì ở nhà quanh quẩn với ruộng đồng hay đi buôn bán ở chợ, đến tuổi cập kê thì đi lấy chồng. Chỉ có vậy thôi. Đi học ở thành phố thì đủ chuyện xảy ra, nếu có nghị lực và bản lĩnh thì thành công, sẽ có ích cho xã hội sau này.

4.

Đó cũng là một dịp hè nắng nóng oi bức. Tôi, con cháu và một người bạn quê ở Đồng Hới làm việc ở Sài Gòn đi công tác luôn tiện thăm quê. Nói người bạn chứ thật ra nhỏ tuổi hơn tôi. Đồng

Hới sau khoảng thời gian chắc đủ dài để một cô gái học đại học. Là tôi bất giác nghĩ nhiều tới lần đầu trong nhà hàng ăn uống, khi gặp mặt những anh bạn mới quen bắt tay hòa đồng niềm vui và thân thiện, hay mỗi buổi sáng đi biển thấy cô gái đứng trước biển một mình trong thầm lặng rồi lặng lẽ ra về.

Nơi chốn ấy của một đêm nhậu chia tay với những anh bạn Đồng Hới, hẹn một ngày nào đó gặp lại. Một cái gì đó thảng thốt rơi trong lòng tôi. Tại sao lại là đêm cuối cùng? Chỉ là sự tình cờ hay là định mệnh cho một lần gặp gỡ nhau?

Tôi nhớ mình ngồi rất lâu ở đây, dù tửu lượng không bằng mấy anh bạn, đã tần ngần ngồi nhìn vào bóng đêm, ngoài khơi xa có những đốm sáng trên những chiếc thuyền đánh bắt cá xa bờ. Y như một nơi chốn đi về mà tôi từng có dịp thổ lộ tâm tình với một ai đó. Nên tôi tìm cách lý giải tại sao thấy gần gụi ấm cúng khi đã đến đây.

Tôi vẫn âm thầm dành cho những anh bạn mới quen sự chào đón như với một người thân? Tôi cũng có thiện cảm với cô gái trong bộ trang phục truyền thống sinh viên đại học. Tựa như người bạn cũ thấu hiểu, dù khoảng cách tuổi tác luôn là rào cản. Có chăng, tôi luôn đến với niềm vui với biển, với cô gái và với đời luôn dành cho tôi sự trân trọng trong cõi phù sinh này. Tôi lặng lẽ uống từng ly bia ngắm từng khuôn mặt thân thiện cởi mở, đã gây nên sự đồng cảm.

Mấy anh bạn có nhã ý mời tôi ở lại chơi vài ngày, và đưa đi chơi đó đây cho biết. Tôi cũng chẳng biết trả lời thế nào. Lòng tôi mãi lừng khừng dù ngày mai phải lên đường vô lại Sài Gòn, vì tôi còn lệ thuộc vào anh bạn đi công tác xong công việc là phải về lại ngay. Chỉ có vậy mà tôi cũng không quyết định được.

Tôi gặp cô gái ở dãy nhà trọ, ở biển mỗi buổi sáng. Chưa từng một lần hỏi tên, tôi không lý giải được cảm giác dịu dàng của mình trước cô gái xinh đẹp ấy. Cũng giống như, tôi chẳng hiểu được vì đâu mình lại nhắc đến cô gái đứng trước biển Nhật Lệ. Chỉ chừng đó thôi, với tôi vẫn là ấm cúng.

Vũ Khắc Tĩnh

TM

THÁI THỊ LÝ

NHỔ CỎ RUỘNG!

Hôm nay, chợt nhớ chuyện xưa. Chuyện tôi đi "làm ruộng". Năm đó, chắc là năm 1977. Phong trào Lao Động Tự Phục Vụ được đưa vào nhà trường. Năm ngoái, tôi dạy ở trường sát biển, không có đủ "ruộng", hầu hết người dân sinh sống bằng nghề biển hoặc làm mắm, gọi chung là hàm hộ. Giờ, lại chuyển qua trường mới, cũng sát biển nhưng ruộng cũng đủ để phân phối cho nhà trường. Thầy Hiệu Phó và trưởng ban Lao Động đi nhận và hôm nay, chính thức điều động "toàn trường ra ruộng". Chắc là để báo cáo về địa phương.

Phải nói là: vừa đến trường mới, lại là thanh niên hơ hớ tuổi Xuân, dù rất "sợ" nhưng tôi vẫn im lặng tham gia, với tâm lý vô cùng lo lắng. Tôi sợ, sợ đủ thứ, cả đêm không ngủ được vì nhiều lẽ:

- Không biết ruộng ở đâu? Xa hay gần, tôi đi xe đạp mini, loại thấp nhất, gần như "xe em bé", nếu xa, đạp đến nơi liệu còn hơi để thở không chứ đừng nói đến việc lao động. Đã vậy, đi theo trường, ai chờ mình chứ? Khó lòng ghê!

- Tôi rất sợ "lội bùn", mà "ruộng" thì sao không có bùn chứ? Ôi trời ơi, nhớ hồi học lớp Nhất (lớp 5 bây giờ), tôi sợ nhất là môn Thủ Công, chương: Nặn đất sét. Giờ, không chỉ nặn trên tay mà còn... nhúng cả hai chân, lội luôn dưới đó.

- Nhiêu đó chưa ớn, điều khiến tôi "lên da gà" dù mới tưởng tượng: ruộng mà, sao khỏi có "đỉa" chứ? Trời ơi, mới nghĩ đã muốn tắt thở rồi, lỡ mai... gặp nó, bị nó bu thì tôi làm sao?! Trời ơi, chỉ còn con đường chết. Tôi không sợ chết, mà có chết thì cho tôi chết "không đẹp đẽ" thì cũng "sạch sẽ" chút, chứ vớt từ ruộng lên... chưa chắc "má tôi" nhận ra con mình!

Chỉ từng đó thôi, chứ tôi chấp hết: không sợ nắng ăn, không sợ đứt tay vì ở nhà tôi vẫn quen dùng dao... Ờ, mà quên, cũng sợ chớ, nhưng sợ ít thôi: cầm dao quen mà cầm liềm thì chưa từng! Nhưng cũng không sao, nghe thầy HP nói: hôm nay đi nhổ cỏ ruộng, không phải gặt thì không lo chi. Nhưng nghiệt ngã thay, không lo chuyện này thì lại có ngay chuyện khác:

- Đi nhổ cỏ ruộng lúa mà tôi có biết cây lúa với cây cỏ khác nhau sao đâu?

Tự trấn an: xuống đó học tại chỗ cũng không muộn. Bây giờ thì lo ngủ để lấy sức mai đi lao động.

Sáng, tôi dậy sớm hơn mọi ngày. Ăn sáng xong, hăng hái đạp xe qua trường, điểm danh chia nhóm xong mới đi. Ruộng trường tôi được phân ở hơi xa, từ Khánh Hải phải đi ngược lên Văn Sơn, rồi đi vào thêm, xa lắm, đi theo đường ruộng, vòng vèo... Tôi là dân thành phố mà, nghe thì nghe, nhưng có hình dung được "đó là đâu" đâu, nhưng tự tin: đi cả trường mà, lo gì... Vậy là đi, tôi cắm cổ đạp, chiếc xe mini trời ơi, nó quay năm vòng, bằng xe khác quay một vòng, tôi gần như "tụt hậu", lúc đầu bạn chờ, sau không ai chờ được nữa... Qua khỏi sân vận động, chạy đến chỗ "Đá Dao" nằm dài, bẻ cua về hướng núi Đá Chồng... gió thổi vi vút, người thì rã rời, mà xe thì ì ạch... lạc nhau là cái chắc! Tôi bắt đầu tủi thân, sự đau khổ vượt lên cái "tuổi trẻ năng động", tinh thần xung kích "đâu cần thanh niên có, việc gì khó có thanh niên". Tôi bắt đầu khóc, khóc một mình, chứ khó ai thấy tôi khóc lắm! Tôi chợt nhớ Ông Nội, người mà khi còn bé, đã xem tôi như "ngọc quý" trên tay, là bất khả xâm phạm. Ông đã dạy dỗ, cưng chiều tôi như công chúa. Đến độ tôi thích gánh nước mà sức yếu, cô tôi mua cho "cặp gàu" về làm cặp thùng, thêm cái đòn gánh ngắn cho tôi tập gánh nước, nước chỉ nửa gàu mà tôi đi xàng xê, sấp ngửa, về đến nhà nước không đủ rửa tay chân... Đâu được ba, bốn hôm, Ông thấy, vậy là cô tôi bị một trận rầy rà, cô buộc phải khai thật:

- Tại nó thích, con mới mua cho nó tập...

Tôi nhớ, Ông cắt ngang lời cô, câu cuối Ông vừa nói, vừa quay phắt lại nhìn tôi:

- Tập chi? Không việc chi phải tập. Hắn không làm việc nớ (đó) bao giờ. Chỗ của nó là trên bàn, trên ghế. Vô nhà.

Chưa bao giờ hình ảnh ấy lại hiện về sống động như hôm nay. Ông ơi! Khi nói như vậy, Ông có hình dung được cháu của Ông hôm nay không? Bây giờ, Ông đang ở đâu? Có biết cháu Ông đau khổ, vừa mệt, vừa sợ đến thế này không? Nữa, họa nữa rồi... Cháu Ông còn đang bị lạc đường nữa chớ, sao chỉ còn mỗi mình mình vậy trời? Đường vào xóm, vào ruộng vừa quanh co, nhiều lối rẽ, ruộng thì chia ô từng khoảnh, cố nhón cổ tìm thấy từ xa có nhóm người đông đông, chắc là trường mình rồi, cắm đầu đạp tiếp, có dám nhìn lên đâu, ruộng mà, lọt xuống như chơi... rồi như một cuộc chơi trốn tìm, nhóm người kia thoắt ẩn, thoắt hiện... mồ hôi tôi tầm tã, hơi thở yếu dần... May sao, đến chỗ điểm danh, thấy thiếu tôi nên thầy Trưởng Ban Lao Động quay lại tìm... Hú vía.

Rất nhanh, tôi gia nhập nhóm. Ôi, mừng quá, ruộng không ngập nước, không lo đỉa, bước xuống, đất mềm nhưng không nhão, đỡ ngại cái cảm giác "lành lạnh". Giờ thì nhổ cỏ thôi. Tôi có chút phân vân:

- Sao cây nào cũng như cây nào vậy cà? Lúa đâu mà cỏ đâu?

Lòng biết mấy phân vân? Hỏi thì... quê quá! Vừa suy nghĩ, vừa nhổ, vậy rồi cứ nhổ, nhổ lên gốc nào có "dính theo" cái vỏ lúa thì, im lặng cắm xuống lại, vì đã rõ nó là lúa rồi. Nhưng, cứ mười cây nhổ lên đã hết 6-7 là lúa! Trời ơi, vậy liệu cắm xuống nó có sống không? Không khéo mình sẽ là dân "phá hoại"! Vậy là vì tinh thần trách nhiệm, tôi lội qua phía bên kia, hỏi các thầy:

- Làm sao phân biệt "cỏ và lúa" mà không cần nhổ lên?

Một trận cười nghiêng ngửa, nhưng tôi đã học được "phân biệt lúa khác cỏ" ra sao? Tôi về khoảng ruộng của mình, cắm cúi nhổ! Ai biết đâu rằng... chưa được mười cây cỏ trên tay, tôi khuỵu chân té nhào xuống ruộng! Cả nhóm hớt hải, đến đỡ tôi đứng lên, dìu thẳng lên bờ, tuy chẳng ai hiểu "vì sao"? Thầy HP và trưởng ban Lao Động, tổ trưởng chuyên môn đến, ân cần han hỏi. Tôi tình thật tỏ bày:

- Cơ bản là em mệt, vì đạp xe xa quá, gió nhiều mà còn sợ bị lạc, xuống ruộng cứ cắm đầu xuống đất, còn phải chăm chú tìm cho ra cỏ giữa ruộng lúa dày đặc em bị choáng. Nguyên nhân cuối cùng là em bị thấp khớp, đứng lom khom lâu quá, nó tự quỵ xuống...

Nghe xong, ba thầy nhìn nhau... hết ý kiến! Rồi thầy HP đi đến phán quyết cuối cùng:

- Thôi, vậy phân công cô từ đây cho đến khi thu hoạch, xuống đây chỉ ngồi trên bờ "giữ xe". Vậy cho yên!

Ôi, nghe xong lời thầy, tôi mừng như được lệnh ân xá. Nhanh miệng nói:

- Dạ, được vậy em cám ơn các thầy lắm! Để khỏi phiền em hứa vẫn đi lao động nhưng sẽ không nhận lúa khi thu hoạch đâu!

Sau lần đó, tôi còn có thêm 2-3 lần đi ruộng. Những lần sau này, tôi đi với tâm trạng hoàn toàn khác, tôi có thể ngắm nhìn thiên nhiên tươi đẹp, cảnh núi non hùng vĩ, ruộng lúa bạt ngàn, cảm nhận những làn gió mát giữa trưa hè cũng ngọt ngào, thân thiện lắm! Và như vậy cũng có nghĩa là:

"Cuộc đời vẫn đẹp sao...", còn tình yêu thì kệ nó đi, tôi vẫn còn treo giá ngọc!

Thái Thị Lý

TM

TRANG THÙY

THƠM LẮM NGHỀ HƯƠNG

Cuối cùng gia đình tôi cũng từ giã nghề làm hương đầy vất vả sau hơn hai mươi năm lăn lộn với bao nhiêu keo bột mịt mờ. Cái nghề đã nuôi chị em tôi từ khi mới lọt lòng, cái nghề đã đưa tên tuổi ba mạ tôi thơm khắp xứ Thần kinh đối với những người trong nghề cùng thời gắn liền với xưởng hương làng Hạ. Theo đó, nghề làm hương đã đưa gia đình tôi từ chỗ sung túc đến bĩ cực một thời.

Mạ tôi kể rằng, mạ theo học nghề hương từ lúc mới 10 tuổi ở chùa Tường Vân. Do thương mạ chăm chỉ chịu khó mà không biết chữ nên mạ vừa được dạy nghề làm hương vừa được Hòa thượng Thích Chơn Trí dạy cho biết chữ. Rồi mạ lấy ba tôi, hai người chí thú làm ăn và tạo nên xưởng hương với bình quân hơn 20 người thợ làm trong nhà lúc mới chỉ chừng 25 tuổi.

Ngày ấy, xưởng hương nhà tôi rộng lắm, và những bàn ngồi xe hương luôn chật kín lối đi. Không những làm hương bỏ mối, mạ còn buôn bán thêm nguyên liệu làm hương như keo, bột trầm, mạt cưa... cho những xưởng hương nhỏ lẻ. Sự nghiệp của ba mạ tôi phất lên như diều gặp gió.

Còn nhớ, lúc cả làng chưa ai có chiếc tivi đen trắng hiệu Viettronic, chiếc cassette hai loa hai hộp băng hiệu Sony, chiếc Honda 67 thì ba mạ tôi đã sở hữu những thứ đó lúc mới trên dưới ba mươi tuổi. Thời gian đó, thỉnh thoảng tôi lén thấy ba mạ tôi đếm tiền từ một chiếc bao cát mỗi lần ba chở hương về, thậm chí có đôi lần thấy ba mạ trút vàng từ một chiếc lon guigoz. Thời gạo châu củi quế đa phần nhiều gia đình ăn cơm độn sắn khoai thì ba tôi đã đóng một chiếc rương bằng gỗ đựng lúa gạo dự trữ cho đến mùa giáp hạt. Tôi vẫn nhớ hình ảnh ba cột sau xe con cá ngừ hoặc cá thu to lắm mỗi lần đi chở hương về. Con cá đó được mạ tôi nấu một nồi lớn để đãi thợ và thỉnh thoảng mời hàng xóm lân cận. Tuy khấm khá nhưng ba mạ tôi luôn coi tình làng nghĩa xóm rất quan trọng. Bằng chứng là chiếc xe Honda 67 đó đã từng chở rất nhiều những người trong xóm đến nhà thương (nay là Bệnh viện Trung ương Huế) kịp thời, ai cần tiền lúc ngặt ba mạ tôi luôn giúp đỡ bằng cách cho mượn hoặc chia sẻ. "Một miếng khi đói bằng gói khi no", ba mạ tôi hay nói với các con mình như thế!

Thương nhất là các chị em thợ làm hương cho nhà tôi. Tuổi chừng 12, 13 đã được ba mẹ gởi vào xưởng hương nhà tôi học nghề và làm thợ.

Có người làm từ lúc nhỏ đến lúc thành thiếu nữ có người yêu rồi làm mẹ vẫn còn đến nhà tôi làm hương. Họ là người trong những vùng lân cận, và có người từ những ngôi làng xa xôi heo hút nên họ đi làm ban sáng ai cũng đem theo cơm để ở lại ăn trưa xong đến tối mịt mới về nhà. Thức ăn của họ thường rất đạm bạc, khi vài con cá mắm thính, khi cá nục kho với xơ mít hoặc khế chua phơi khô, ấy vậy mà tôi luôn thấy ngon chi lạ.

Vậy là tôi đem thịt ra đổi lấy các món ấy để ăn hoặc tôi nói mạ nấu những món ấy cho tôi.

Tôi hồi ấy là một con bé ốm nhom và cao lêu nghêu, da đen nhẻm vì ham chơi dang nắng, nhưng thấy tôi thích ca hát nên thỉnh thoảng mấy chị kêu tôi lại bảo hát đi rồi sẽ được thưởng mấy cục kẹo gừng. Vậy là tôi rướn cổ rướn hơi hát liền: "Qua một rừng hoang gió núi theo sang rũ bụi đường trên vai. Hái cây hoa dại lẻ loi bên đường gọi hoa trinh nữ..."

Tôi hồi ấy bé như viên kẹo chanh biết gì đâu yêu với chả đương nhưng những bài nhạc bolero tôi lại thuộc nhiều vô kể. Tôi qua một rừng hoang, kể chuyện tình Lan và Điệp, rồi Tâm sự người cài hoa trắng, xong tôi lại tự hỏi Về đâu mái tóc người thương, rồi trở về Con đường xưa em đi, qua Đường xưa lối cũ... Nói tóm lại tôi tuy chả biết yêu với đương là chi nhưng những bài tôi hát thì luôn mùi mẫn như thế và các chị hay thích nghe tôi hát là vì vậy. Chả là từ chiếc cassette của ba mà tôi thuộc rất nhiều bài thậm chí cả ca cải lương vọng cổ tôi cũng thuộc làu luôn, có khi là cả một trích đoạn mình tôi sắm cả hai nhân vật chính.

Có những chị đến tuổi cập kê, mỗi lần người yêu ghé thăm thường dắt nhau ra dưới cây vải sau vườn ngồi tâm sự. Vậy là tôi và mấy đứa bạn hàng xóm lại rủ nhau núp gần đó, phá bĩnh. Cực chẳng đã, mấy chị lại hứa hẹn "hối lộ" cho lũ nít ranh khúc mía, lát dừa già ăn với bánh tráng để tụi tôi đi chơi cho khuất mắt. Vui nhất là mỗi lần cả thợ và chủ cùng nhau làm bánh lọc, đổ bánh đúc, nấu kẹo đậu phụng... Đó là những lúc mệt mỏi, một chị cao hứng nêu ý kiến vậy là mỗi người mỗi tay, chẳng mấy chốc mà đã quây quần bên thau bánh lọc, mâm bánh đúc, vì đông vui nên ăn gì cũng thấy ngon. Đó thực sự là những lúc các cô thợ được nghỉ giải lao, quên bao mệt nhọc trong ngày.

Vốn là nghề làm ra sản phẩm phục vụ việc tín ngưỡng, tâm linh nên ngay lúc mới bước vào nghề ba mạ tôi luôn nhắc nhở thợ rằng làm nghề này phải thật cẩn thận, sạch sẽ. Giếng Chùa là nơi cung cấp nước cho gia đình tôi làm nghề hương, cách nhà chừng 50m. Hàng ngày chúng tôi gánh bằng đôi thùng nhôm to và nặng lắm, mặc dù sát nhà có khe nước chảy tự nhiên vòng sang nhưng nhà tôi không dùng đến vì ngại không tinh tấn. Hương đã làm ra thì tuyệt đối không được bước qua bước về, khi cân đo đong đếm thì phải nhớ đủ cân, đủ liều lượng, chữ tín phải đặt lên hàng đầu.

Tôi thích cảm giác mỗi năm những ngày giáp tết, xưởng hương cúng tất niên. Sau khi cúng xong, gia đình và thợ thầy cùng nhau ăn uống vui vẻ, nhưng thích nhất là đến giờ phút cộng sổ, thông thường tháng cuối năm các chị ít khi tính sổ lắt nhắt mà hay dồn một lần đến khi tất niên lấy nhiều để được việc hơn. Năm nào cũng vậy, ngoài tiền công ra bao giờ ba mạ tôi cũng tặng các cô thợ thêm ít tiền gọi là tiêu tết, ngoài ra còn biếu thêm ít mứt bánh, trầm hương để ba ngày tết nhà ai cũng thơm mùi hương trầm. Mỗi lần như thế, lòng tôi luôn dâng một cảm xúc thật khó tả. Sau một năm vất vả, giờ đây các chị có thêm một số tiền để rủ nhau đi chợ sắm sửa, người mua áo quần mới, người tính mua mứt bánh, người lẳng lặng đem số tiền ấy về nhà để cùng gia đình chăm lo ba ngày tết, lo cho những đứa em thơ bộ quần áo mới, chiếc áo dài cho mạ, đôi giày cho ba. . .

Đêm ba mươi Tết, bên mâm lễ cúng giao thừa bao giờ mạ tôi cũng xông một lư trầm thơm nghi ngút. Tiếng pháo nhà ai vang rền, hòa trong làn mưa xuân lâm thâm, tiếng mạ tôi rì rầm khấn vái. Hương trầm nhẹ thơm trong không gian, nụ hoàng mai khẽ cựa mình đón tân xuân, chị em tôi náo nức chờ đợi phút giây được ba mạ lì xì sáng sớm ngày mồng Một. Vẫn một mùi trầm tỏa thơm khắp không gian khi hương trầm được mạ tôi chăm chút trên bàn thờ gia tiên.

Thế rồi, như dòng sông trước lúc ra biển lớn luôn có những khúc quanh gập ghềnh, con đường sự nghiệp của ba mạ tôi cũng thăng trầm theo làn khói trầm hương mỏng manh vấn vít. Tuy nghề hương được xem như là sản xuất ra một sản phẩm thiêng liêng thờ cúng ông bà, những đấng trên trước, nhưng một mình ba mạ không thể chống lại thời thế, thiên tai, thua lỗ và cả hệ lụy từ việc đổi tiền do hồi ấy thông tin không được cập nhật nhanh như bây giờ, thậm chí là bị người ta giựt nợ.

Vậy là chuỗi ngày êm đềm sung túc của gia đình tôi dần dần rời xa, chị em tôi bắt đầu làm quen với những bữa cơm đạm bạc thiếu vắng thịt cá, những vất vả truân chuyên hiện trên nét mặt ba mạ nhất là những tháng mưa lạnh tràn về.

Còn nhớ trận lũ lịch sử năm 1985, sau một đêm mưa to gió lớn mạ tôi nước mắt lưng tròng, ba tôi hốc hác phờ phạc nhìn theo những bao bột trầm, những bó hương nổi lềnh bềnh trong dòng nước bạc chỉ còn trơ những que tăm. Ba mạ khóc, chúng tôi khóc, những người thợ làm hương khóc, nước mắt hòa lẫn nước mưa, dầm mình trong dòng nước đục ngầu cố vớt vát lại những gì còn có thể. Từ đó, chúng tôi một buổi đi học còn một buổi phụ ba mạ se hương, cuộc sống trôi qua trong lo âu thiếu hụt.

Nhưng tất cả những khó khăn ấy không đáng sợ và để lại ấn tượng đau lòng in sâu trong trái tim thơ trẻ của tôi bằng tiếng đòi nợ chì chiết. Có những buổi trưa đi học về đầu con ngõ tôi nghe tiếng người ta đòi nợ mà thắt gan thắt ruột thương ba mạ. Nép vội bên hàng chè tàu tôi đợi người ta hậm hực đi về mà nước mắt rưng rưng nhưng không muốn ba mạ nhìn thấy. Tôi biết ba mạ tôi lúc thịnh không phải là những người tiêu xài phung phí, ba mạ tôi vốn nổi tiếng hay lam hay làm, suốt ngày đầu tắt mặt tối với bao keo bột mịt mờ. Nhưng cuộc đời không ai lường trước, việc làm ăn thịnh suy xưa nay âu cũng là ý trời, thời thế. Còn nhớ, từ nhà tôi đến trường phải mất gần ba cây số, nhưng ba mạ tôi dù thương con vô cùng vẫn chưa thể nào sắm được cho con một chiếc xe đạp, hằng ngày tôi phải nấu cơm thật sớm để ăn rồi đi học cho kịp giờ vì phải đi bộ mất hơn nửa tiếng. Con đường băng qua cánh đồng Bàu Vá lầy lội, mưa và gió thổi buốt lạnh thấu xương. Đó cũng là lúc tôi quyết định xa lìa chiếc ghế nhà trường, chấp nhận đoạn lìa quãng đời học sinh tươi đẹp của mình với ngôi trường Hai Bà Trưng mến yêu. Chỉ với suy nghĩ giản đơn được đỡ đần, giảm bớt gánh nặng cho ba mạ.

Gia đình tôi có lúc phải trồng trọt, nuôi heo gà bên cạnh việc duy trì nghề làm hương mặc dù khá chật vật. Tôi nhớ những hôm nhổ cỏ sắn, tôi nũng nịu than với ba mạ thèm ăn một ly chè. Vậy là ba cho tôi hai mươi đồng để lên quán mụ Diệu xóm trên mua cục đường ăn tạm cho đỡ thèm ngọt. Rồi dần dần gia đình tôi cũng đã ki cóp được tiền để trả nợ, chúng tôi cũng đã khôn lớn hơn xưa. Gia đình tôi lại đầy ắp những nụ cười thanh thản nhưng sẽ không bao giờ tôi quên quá khứ buồn ấy. Nhớ, với tôi không phải để lòng bận bịu chở nặng những ưu phiền mà chỉ để quý, thương ba mạ đã vất vả cần lao cố gắng chèo chống đưa gia đình đến bến bờ xán lạn hơn. Nhớ, để hiểu rằng cuộc đời sắc sắc không không, nay đủ đầy mai trắng tay là lẽ thường, để đừng kiêu ngạo, đừng khinh khi khi mình đứng trên cao và đừng nhụt chí, bi quan tuyệt vọng khi đứng trước hố sâu vực thẳm. Còn đó những tháng năm gia đình tôi sung túc và còn đó tiếng chì chiết đòi nợ để sau này mỗi lúc tôi bước vào một ngôi biệt thự sang trọng tôi không cho phép mình khép nép choáng ngợp cũng như không khinh khi coi thường trước những gia cảnh bất hạnh, nghèo nàn.

Vậy đó, thăng trầm từ nghề làm hương của ba mạ đã dạy cho tôi rất nhiều điều, và nhất là với tình thương yêu vô bờ bến của ba mạ, chị em tôi đã lớn lên trong đoàn kết thương yêu. Chúng tôi biết nhường nhịn nhau từ những con cá kho mặn, tô nước ruốc làm canh, và câu "đói cho sạch, rách cho thơm" chúng tôi luôn mang theo làm hành trang đến bây giờ. Có lẽ đó là một trong những điều chị em tôi tự hào nhất mỗi khi ngồi lại cùng nhau, nhắc lại những vui buồn nghề làm hương một thuở.

Mới đó mà cũng đã gần ba mươi năm gia đình tôi từ giã nghề làm hương - nghề mà một cô bạn của tôi xưa nhà cũng làm hương đã nói:

"cái nghề thanh cao mà tội nghiệp!"

Hôm nay lòng nhớ quay quắt, tôi ngược lên làng hương Thủy Xuân, mong tìm lại chút dư hương ngày cũ.

Khác với mong đợi của tôi về những xưởng hương với những bàn xe năm nào, với những cô thợ bàn tay thoăn thoắt nhào bột, se hương. Giờ đây thay vì phải ngồi se thì đã có máy se, người thợ chỉ cần đút tăm vào máy là đã nhanh chóng ra một cây hương. Với cách làm như vậy thì sản lượng hương sẽ nhanh chóng và đều cây hơn xưa, người thợ làm hương đỡ nhọc nhằn hơn xưa nhiều. Vậy là nghề se hương nay đã được cải thiện rất nhiều và tôi thầm mừng cho những người thợ.

Huế là thành phố du lịch nên nghề hương theo xu hướng phát triển và hội nhập cũng có nhiều sự thay đổi bằng những cách tiếp cận riêng của mình. Dọc đường Huyền Trân Công Chúa những xưởng hương chưng bày rất nhiều hương đặc biệt những bó tăm sặc sỡ xanh đỏ tím vàng xòe ra và xếp thành những bông hoa trông rất bắt mắt. Một điều lý thú nữa là bên cạnh việc làm và bán hương trầm những xưởng hương còn có dịch vụ cho thuê áo dài chụp ảnh phục vụ một số khách du lịch trong và ngoài nước check-in chụp hình, tham quan và trải nghiệm.

Hôm nay tôi lên nhưng không mang áo dài mà chỉ đơn giản là một bộ đồ bộ giản dị. Tôi muốn được gần gũi với những cô thợ làm hương như những ngày thơ ấu năm nào. Tôi muốn tìm lại chính tôi, cô bé nửa buổi đi học nửa buổi miệt mài ngồi se hương giúp ba mạ. Lòng bồi hồi tôi mong tìm được một nhân dáng quen thuộc, một đôi bàn tay nhuộm phẩm hồng chăm chỉ. Và thật không ngờ trời không phụ lòng người, tôi vào đúng ngay xưởng hương của chị Nở, một trong những người thợ làm hương giỏi của gia đình tôi năm xưa. Chị em gặp nhau mừng rỡ, cùng nhau ôn lại chuyện xưa mà lòng rưng rưng như vừa mới hôm qua. Chị vẫn nụ cười chất phác thuần hậu, nhìn tôi lăng xăng với những bao keo, bột trầm, rờ rẫm từng cây tăm, cầm hương đổ bông ra phơi (đổ bông nghĩa là cầm bó hương xòe ra thành hình như một bông hoa, vừa nhanh khô vừa đẹp mắt). Tôi làm tất cả những công việc ấy một cách thuần thục, đó là những phút giây tôi thực sự trở về với nghề hương, chìm đắm trong những cảm xúc được làm cô thợ làm hương cần mẫn năm nào. Bao kỷ niệm ùa về cùng hình ảnh những người thợ thân yêu ngày ấy, miệt mài bên bàn se hương dù vất vả nhưng rất đáng yêu.

Những gương mặt thanh xuân ửng hồng dưới ánh nắng ban mai, những lưng áo đẫm mồ hôi vẫn vừa làm vừa ca hát, chuyện trò ríu rít. Mẹ tôi cần mẫn đong đếm bên chén trầm xông nghi ngút khói thơm, ngoài sân những bông hương và sạp hương khô chon đang đợi giờ thu gom lại.

Tôi không ngờ bao nhiêu năm rồi gặp lại chị vẫn còn theo đuổi nghề hương, và đến giờ con dâu chị là bé Út cũng nối theo nghề mẹ chồng, cô gái có nụ cười rất xinh tươi giờ đây là hình ảnh của chị ngày xưa, chăm chỉ và duyên dáng. Ngày đó, chị vào nhà tôi học nghề khi mới 15 tuổi, rất nhút nhát và sợ sâu. Có lần một con sâu bò vào nia hương chị đang làm, mặt chị tái xanh, tay chân run lẩy bẩy rồi ngất xỉu. Vậy là cả xưởng hương được một phen kinh hoảng, khi chị tỉnh rồi mọi người mới biết rằng chị rất sợ sâu... Lòng tôi chợt chùng xuống, ngỡ ngàng khi chị tâm sự nghề hương giờ cũng chẳng khấm khá hơn xưa là mấy. Không lời lãi bao nhiêu vì giờ đây có máy nên nhiều người làm từ đó giá cả cạnh tranh, thêm phần các nơi thu mua họ gác nợ rất nhiều. Nhưng nghề hương đã gắn bó với chị từ thời thiếu nữ, nó như là một cái duyên, cái nghiệp vận vào chị rồi, khó đành lòng mà xa. Bâng khuâng, buồn bã, tôi nhìn xuống đôi bàn tay hồng vì cầm tăm nhuộm phẩm đỏ nãy giờ, chợt thương những cây hương yếu ớt, thương cái nghề thơm hương tinh tấn thanh cao mà vất vả vô cùng.

Rời làng hương, dọc đường tưởng chừng mùi nhang trầm, mùi quế tùng phảng phất đâu đây trong gió. Bỗng nhớ thương ngày xưa biết bao, giá mà đến bây giờ gia đình tôi vẫn còn giữ nghề làm hương, cho dù vẫn còn những khó khăn vất vả, nhưng đó không chỉ là một nghề chỉ đơn thuần tạo dựng kinh tế, mà là cả một quá trình hình thành nên nếp sống thanh bạch, thiện lương. Trên hết, với người dân xứ Huế, một xứ sở mang dấu ấn tâm linh, chùa chiền, nghề hương còn mang một sắc thái văn hóa riêng với loại hương trầm trang nghiêm thanh nhã cả dáng lẫn mùi. Lời tâm sự của người thợ năm xưa như một làn khói lam chậm buồn mãi vương vấn theo tôi dọc đường về. Nghề hương ơi, thương lắm nghề làm thơm xứ Thần Kinh!

Thùy Trang
Huế 5.4.2025

ĐÌNH QUÂN

HOÀI NIỆM BẠN VĂN

Nặng tình với quê hương bản quán, hấp thu sâu dày văn hóa truyền thống, hun đúc đạo lý nhân nghĩa Khổng Mạnh, tiêu dao cùng cỏ cây, xem cuộc đời như giấc mộng Lão Trang, điềm nhiên tịch mặc niệm định tuệ của Như Lai..., là những chất liệu kết tinh những trang viết, trang đời của Huỳnh Ngọc Chiến.

Những ngày thơ ấu

Trong ngôi nhà nhỏ nhìn ra đường thấy nguồn sáng xuyên cành lá ánh vàng yếu ớt trong tôi bất chợt cảm nhận tiết trời sắp giao mùa. Ngồi đây chẳng biết làm gì, bất chợt thương nhớ ngày thơ trẻ - thời ham đánh bi, bắn bành, căng diều, đá dế...; rồi đội nắng, lội mưa thẩm xa trong ngút ngàn gió cát – lòng chỉ biết ngậm ngùi nghĩ về cánh hoa sớm nay nở nhiều bông trắng. Lòng trống không xa vắng buông chùng tôi lặn ngập hoài niệm về người bạn văn Huỳnh Ngọc Chiến, ngỡ như mới đây vậy mà đã rời xa cõi tạm thoáng chừng năm năm rồi. Henry Miller nói: *Mục đích cuộc sống là để nhớ* (The purpose of life is to remember). Mà nhớ là để gợi tìm chút hương xưa ấm nồng lúc trí sáng trong, hồn tươi xanh thời niên thiếu.

Năm 1963 tôi theo anh cả ra Tam Kỳ để tiếp tục đi học. Tam Kỳ ngày ấy thưa người, chưa đông vui rộn rịp phố phường. Trường tiểu học công lập chỉ vẻn vẹn một ngôi trường tiểu học cộng đồng Tam Kỳ. Muốn vào trường này tôi phải qua một kỳ thi kiểm tra trình độ để xếp chọn nhập học đúng lớp. Ngày treo bảng thấy tên tôi đứng đầu và được tuyển vào lớp Tư A1. Thầy xếp tôi ngồi cạnh cùng bàn với Huỳnh Ngọc Chiến. Như một sự sắp đặt, tôi và Chiến ở cùng khu phố A nên chúng tôi có dịp rủ nhau đi học hàng ngày. Hồi đó đi học mỗi đứa thường đem theo một chai Coca đựng nước để uống. Trưa về tại ngã ba Cây Gừa, hai đứa chơi dại thử xem chai nào cứng nhất, bèn ra sức đánh "choảng", hai chai đều vỡ tan, nhưng thật may không đứa nào dính miểng chai ấy cả. Năm lên lớp Ba A1 chúng tôi được học với thầy Thanh Hải. Nghe nói thầy Thanh Hải là bạn thân, học cùng khóa CĐSP Quy Nhơn với nhạc sĩ Trịnh Công Sơn. Thầy Thanh Hải đẹp trai, nghệ sĩ (thầy hát hay đàn giỏi). Loáng thoáng còn biết thầy giỏi cả võ nữa. Thầy Thanh Hải rất thương học trò, chúng tôi chưa thấy thầy roi vụt, quát mắng học trò khi nào. Chiến làm trưởng lớp học lực tháng nào cũng xếp vị trí đứng đầu và Chiến cũng có năng khiếu chơi đàn từ rất sớm. Có lẽ vì thế Chiến được thầy Thanh Hải yêu quý nên ngoài giờ học ở trường, tại nhà trọ thầy còn luyện thêm "ngón đàn" guitar cho Chiến. Tôi nhớ mãn niên học năm đó Chiến được lên sân khấu trình diễn tiết mục độc tấu Tây ban cầm. Vì Chiến người còn thấp bé nên chương trình phải kê thêm một cái bục cao để mọi người phía dưới nhìn lên thấy cho được rõ. Sau này chúng tôi còn hay tin: sau niên học này thầy Thanh Hải không còn dạy ở Tam Kỳ nữa mà thầy chuyển dời đi đâu chúng tôi không được biết. Ngoài từng tháng Chiến liên tiếp xếp thứ hạng đứng đầu, mỗi lần như vậy được thầy Hải tặng một quyển truyện kiếm hiệp và trước khi đi xa thầy còn cho Chiến thêm một số sách kiếm hiệp (còn gọi là truyện chưởng) của Kim Dung nữa. Chiến cầm số sách ấy vừa tự hào vừa ngơ ngác. Vì thằng bé mới vừa xong lớp Ba nào biết gì đâu, Chiến nghĩ thế. Chiến lén đọc (vì sợ cha mẹ, mấy anh lớn phát hiện mà la rầy). Như một duyên lành, càng đọc Chiến càng thấy chuyện hấp dẫn, cuốn hút. Kể từ ngày ấy Chiến ham mê đọc sách làm lan sang cả tôi. Nhà sách của anh tôi bày bán rất nhiều sách báo nên hai đứa thường có cơ hội cùng nhau tìm đọc. Hồi đó nhật báo Dân Ta do Nguyễn Vỹ làm chủ bút hàng ngày dành một góc truyện tranh, với nét vẽ của họa sĩ Lê Minh rất đẹp, càng đọc càng lôi cuốn như: *Thạch Bích Sơn, Thiếu phụ Nam Xương, Lê Lợi khởi nghĩa, Chín Báo* v.v... Vì thế Chiến có cớ gán cho tôi bằng cái tên khác nữa: "Chín Báo". Ngày ấy hai đứa đều ghiền truyện Tàu. Kho sách Tàu do Tín Đức thư xã lần lượt phát hành như: *Chung Vô Diệm, Xuân Thu oanh liệt, Phong kiếm xuân thu, Tây du ký, Hán Sở tranh hùng, Đông Chu liệt quốc, Phong thần, Nhạc Phi, Tam quốc chí diễn nghĩa* v.v... chúng tôi đều đọc qua. Chính vì mê truyện Tàu nên hai rạp hát ở Tam Kỳ ngày đó là An Thành lạc viện hay Khu giải trí khi có đoàn tuồng, đoàn cải lương nào về là có mặt chúng tôi. Đoàn thường quảng cáo các vở diễn, tuồng tích dẫn từ trong sách mà chúng tôi từng đọc qua. Hàng đêm chúng tôi lén gia đình tìm cách vào xem. Không có tiền mua vé chúng tôi năn nỉ người lớn giả làm con cháu để họ dắt vào. Các vở *Tề Thiên Đại Thánh, Phụng Nghi Đình, Phạm Công Cúc Hoa, Lưu Bình Dương Lễ* rất hay, sâu sắc... Tôi thường qua nhà Chiến chơi. Cha mẹ Chiến tôi thưa trình là bác Mười. Hai bác thấy tôi cũng ngoan, thật thà và là em ông "Nam Ngãi" nên tin tưởng. Tôi vào ra như người trong nhà. Hàng ngày,

Chiến được mấy anh lớn giao nhiệm vụ đổ đầy nước vào các lu, ảng. Nhiều lần đến chơi tôi phải phụ Chiến ra sức kéo từng gàu nước giếng của nhà thầy Phùng, đổ vào máng chuyền cho mau đầy để cùng đi bắt cá lia thia ở những thửa ruộng rộc phía nam ngay đầu đường Trần Cao Vân hay thả diều, đá banh ở vạt đất trống gần nhà thuốc Huỳnh Châu... Kéo từng dây gàu nơi giếng sâu một hồi hai đứa đều toát mồ hôi cục, rồi một lát hai đứa gồng tay xem cơ bắp đứa nào nổi bự hơn. Xong, hai đứa nhìn nhau cùng cười ha hả. Chắc vì kéo gàu thường xuyên nên Chiến "nở bề ngang" nên được gán một cái tên khác là "Chiến Lùn".

Trong tản văn "Hồn hoa dại", Huỳnh Ngọc Chiến viết: "Thời buổi văn minh đã vô tình tàn phá hết thiên nhiên thời thơ ấu. Những ngọn đồi ngày xưa đã bị san phẳng để thay bằng những tảng bê tông vô hồn đã cuốn trôi đi bao kỷ niệm êm đềm của chúng tôi trong mùi hương dủ dẻ". Đấy là *hương quê* đã lặm sâu vào trong hồn ngày thơ trẻ dẫu có đi đâu xa vẫn thường nhớ về: *Đường trong làng hoa dại với mùi thơm / Người cùng tôi đi dạo giữa đường thơm* (Huy Cận).
Tuổi thơ chúng tôi vừa lao lướt qua nhiều cung bậc, đến nay Tam Kỳ đường rộng mở, ngõ xôn xao. Chúng tôi trở về còn vang hưởng chút ấm nồng tưởng đã phai tàn theo năm tháng. Trên ô cửa nhà ai tôi chợt nghe tiếng chim sẻ kêu lên rồi vụt bay đi mất. Tôi cũng giật mình khi thấy bóng mình đổ dài trên vách và tơ tưởng từng giọt thanh âm quen thuộc như từ đâu vọng về. Nhưng không, tôi nhận ra tất cả chỉ là dòng hư ảo vừa in dấu trên bức tường rêu phong của những ngày tháng cũ.

Bùi Giáng – niềm say mê của Huỳnh Ngọc Chiến

Sinh thời Huỳnh Ngọc Chiến nói rằng: "Suốt đời, tôi vẫn xem Bùi Giáng là một trong những người thầy vĩ đại đã dẫn dắt mình vào cõi thi ca, tư tưởng bằng phong cách hoằng viễn của Vivekananda hoặc một Khổng Tử".

Huỳnh Ngọc Chiến đọc sách của Bùi Giáng từ rất sớm. Chiến đọc Bùi Giáng đến nỗi đã cảm khái: Bỗng dưng ta muốn xa lánh cõi học thuật trường trại sáo mòn mà chỉ thích rủ nhau "tắm sông Nghi, hóng gió nền Vũ Vu, rồi ca hát mà về" *(dục hồ Nghi, phong hồ Vũ Vu, vịnh nhi quy).* Chiến nhắc lời Tăng Điểm như để cùng sẻ chia ý thích của mình. Khổng Phu Tử sau khi nghe Tử Lộ, Nhiễm Hữu, Công Tây Hoa và Tăng Tích trình bày "chí của mỗi người", ngài thở dài và than rằng: *"Ngô dữ Điểm dã"* (Ta cũng thích như Điểm vậy). Mà thích như Điểm là thích như thế nào? Đúng hơn, duy chỉ Tăng Điểm là có cái chí thích hợp với cái sinh thú ở đời. Cái ý "đổi thời vật dục" không màng đến chuyện chính trị mà chỉ thỏa chí mang tính nghệ sĩ, nghĩa là một sự hài lòng từ sâu thẳm trong tâm hồn! Thế hệ chúng tôi không có ai theo đuổi kịp "chí đam mê", thú đọc sách bền bỉ về Bùi Giáng được như Chiến. Có lẽ tự thân bạn kết dày nhân duyên với Bùi Giáng từ hàng bao kiếp trước. Hễ đọc Bùi Giáng đến đâu là mê, là nhớ như in đến đó; là đuổi tới tận cùng dẫu trang văn đa tầng đa nghĩa; những con chữ rối rắm lộn xuống, trồi lên, nhập vào phát ra lai vô ảnh, khứ vô hình: *"Lai thời vô tích khứ vô tung / Khứ dữ lai thời sự nhất đồng...".* Đến thì không dấu đi không vết / Khi đến cùng đi, có khác gì... (Ô Sào thiền sư), Chiến vẫn không lìa!

Nhiều bữa ngồi lai rai với nhau tách trà, ly rượu nhạt, tôi có đôi lời với bạn: Chiến à, ông là sự tái sinh. Mà sự tái sinh là tiến trình của những điều kiện có liên hệ nhân quả với nhau rất chặt chẽ. Có lẽ, Chiến không khác. Có những chiều của cái biết mà Chiến lĩnh hội được ngay, hay sự "trực ngộ" trong một cái "chớp mắt". Chính vì thế Chiến tâm thường đắc xem Bùi Giáng là bậc thượng trí, "vô sư tự ngộ" *(không thầy mà vẫn tự mình giác ngộ).* Thời cắp sách Chiến học giỏi môn toán lý, chơi guitar hay nhưng Chiến có thiên tư về ngoại ngữ và triết học nhất. Chiến tự học, tự nghiền ngẫm, tung hoành dòng tư tưởng Đông phương cho đến Tây phương. Năm lớp 10 có bữa tôi phát "hoảng" khi thấy Chiến dán mắt vào bộ nguyên tác Anh ngữ dày cộm: *The Complete Works of William Shakespeare*. Rồi say sưa truyện võ hiệp kỳ tình của Kim Dung; rồi điềm nhiêm tĩnh tại *Lão Tử Đạo đức kinh, Trang Tử Nam Hoa kinh*; rồi nghiền ngẫm *Tứ thư, Ngũ kinh* của Khổng Tử; rồi hí lộng phiêu bồng u trầm với Bùi Giáng, Tuệ Sỹ; rồi tủ sách của Kim Định; rồi triết Tây, triết Đông... không chỗ nào là Chiến không đi vào.

Nể nhất là Chiến học từ khi nào mà làu thông được bộ môn Hán ngữ. Cái chữ ô vuông rất dễ nhầm lẫn và rất hay quên. Ấy vậy mà Chiến lĩnh hội được. Bạn dịch nguyên tác Hán văn *Chu Dịch thiền giải* của Trí Húc đại sư, tuyển dịch và bình chú thơ *Lý Hạ - quỷ tài quỷ thi, Rong chơi cùng U mộng ảnh* của Trương Trào. Tôi còn nhớ trong bài viết: *Bùi Giáng - Thi sĩ kỳ dị,* tôi là người đưa bài của Chiến cho Nguyễn Đăng Trình lúc ấy nhà thơ phụ trách tạp chí Thời Văn đang làm số đặc tuyển về Bùi Giáng. Sau này Hợp Lưu cũng dùng bài này đăng lại khi làm số chuyên đề về Bùi Giáng. Sinh thời Chiến luôn ngưỡng mộ trung niên thi sĩ là nhà thơ kỳ ảo nhất thế gian. Và Chiến có làm thơ tặng ngài mấy câu như sau: *Bước ra từ cảnh giới Như Lai / Làm người điên trong cõi trần ai / Ẩn ngữ ngàn năm ai hiểu thấu / Trọn đời bạn với cỏ hoa bay.*

Tin chắc Huỳnh Ngọc Chiến cũng đồng tình với nhà nghiên cứu Bùi Văn Nam Sơn, người chú trong họ tộc của Bùi Giáng, viết rằng: "Bùi Giáng là một Thi Quỷ hay Thi Tiên có một không hai trong nền Văn Dân tộc? Là một bậc La Hán tự phát nguyện trở thành xác thịt để khóc cười an ủi chúng sinh? Khen hay chê, thích hay không, Anh vẫn thuộc vào loại thiên tài không định nghĩa được (génie indéfinissable)...". Bùi Văn Nam Sơn còn cảm khái: "Bùi Giáng là Tiếp Dẫn Đạo Sư trong ngôn ngữ

Việt Nam hiện đại". Tiếc thay chương *Hiện tượng Bùi Giáng*, Thụy Khuê có những dòng nặng lời: "Bùi Giáng chỉ muốn "hù dọa" người đọc không chuyên môn... Biến chúng thành một thứ *charabia* (lời nói vô nghĩa), ngôn ngữ vấn đáp chuồn chuồn, châu chấu, nói trẹ, nói xàm, nói bá láp và ông có khả năng sản xuất mỗi ngày vài trăm trang như thế...". Thụy Khuê khi đọc quyển *Con đường ngã ba – bước đi của tư tưởng* còn cho rằng: "Có thể nói trong cuốn sách này, cái gọi là điên của Bùi Giáng phát hiện dưới hình thức loạn ngôn, ngộ chữ cao độ". Liệu bà Thụy Khuê có công bằng khi nhận định về Bùi Giáng như thế không? Tôi nhớ Hoài Thanh trong *Thi nhân Việt Nam* cũng đã từng "lỡ lời" khi viết chương thi sĩ Nguyễn Vỹ, ông viết: "Nguyễn Vỹ đã đến giữa làng thơ với chiêng, trống, xập xoèng inh cả tai. Chúng ta đổ nhau ra xem, chúng ta chưng hửng trở vào vì ngoài cái lối ăn mặc và những điệu bộ lố lăng lúc đầu ta thấy con người ấy không có gì...". Còn nhà văn Trần Hữu Thục trong một bài nhận định gay gắt: "Nói cho rõ ràng ra, thơ của Bùi Giáng dở. Trừ một số câu hay, chưa hẳn là rất hay, còn lại hầu hết thơ ông đều dở". Phê bình Bùi Giáng kiểu như vậy có công bằng lắm không? Tôi không biết? Nhưng thôi, nói không bằng nghe thì hãy thử nhẹ tơ rung vài làn điệu lục bát của Bùi Giáng chơi: *Lên mù sương, xuống mù sương / Bước xa bờ cỏ xa đường thương yêu / Tuổi thơ em có buồn nhiều / Thì xin cứ để bóng chiều bay qua...* Hoặc câu: *Viết thơ lạc dấu sai dòng / Viết trong tức tưởi sợ đồng lúa mong / Nước xanh lên đọt đòng đòng / Ngày mai sẽ mất hạt lòng thơ ngây...* Và còn nữa: *Đất hoa khóc vĩnh biệt trời / Ngàn cây cố quận đổi lời sương thâu...* Đoan chắc thiên tài lục bát Nguyễn Du có sống dậy cũng phải "ngậm ngùi" khi đọc những câu thơ như thế.

Huỳnh Ngọc Chiến xem Bùi Giáng là người thầy vĩ đại và từng đọc qua hàng loạt tác phẩm của Bùi Giáng do Tân Việt xuất bản như: *Nhận xét về Truyện Kiều, nhận xét về Chinh phụ ngâm, nhận xét về Bà Huyện Thanh Quan, giảng luận về Nguyễn Khắc Hiếu, Giảng luận về Chu Mạnh Trinh, Giảng luận về Tôn Thọ Tường và Phan Văn Trị...* thời Bùi Giáng dạy học tại các trường tư thục ở Sài Gòn. Đến như tập thơ *Mưa nguồn, Martin Heidegger và Tư tưởng hiện đại, Đi vào cõi thơ, Thúy Vân – Tam Hợp Đạo Cô...* Chiến đánh giá đấy là những tác phẩm hàng đầu. Dông dài về Bùi Giáng là bởi chúng tôi đều mê văn thơ ông và muốn lưu giữ chữ Tình của ông hằng gửi gắm vào trong cõi thế gian: *vui thôi mà!* Lời ông nói như làn sương mỏng tang trong cõi thái hư tịch mịch u huyền: *Sang đêm thuyền đã xa vời / Người ra cửa biển nghe hơi lạnh buồn* (Thuyền đi – Huy Cận). Có bữa Chiến điềm nhiên nói với tôi, mình sẽ ra một tập sách về Bùi Giáng.

Yêu mến Bùi Giáng đến nỗi mỗi lần không biết Chiến lấy từ đâu ra những mẩu chuyện mà mỗi lần gặp nhau bạn kể cho chúng tôi nghe đều

cười vui: Một người bạn Quảng Nam ở Sài thành hỏi Bùi Giáng: Thầy thường làm thơ như thế nào? Ông mỉm cười: qua làm thơ cũng giống như em là kỹ sư làm toán lớp ba rứa thôi. Hay gặp bữa nọ, Bùi Giáng coi trực tiếp truyền hình World Cup, ông ngẫu hứng: *Kể từ ngẫu nhĩ tồn sinh / Ngồi xem trực tiếp truyền hình đá banh / Bắc thang lên hỏi trời xanh/ Sao không trực tiếp phát thanh Mưa nguồn?*
Tin chắc Chiến sẽ đồng lòng, là mượn lời nói thay của Phạm Thị Hoài về Bùi Giáng: Chữ nghĩa của ông từ ngàn khơi đổ về, chẳng ai biên tập một đại dương. Không thẩm định, không đòi hỏi, không đặt niềm tin, không thất vọng, ta nhẹ ban cho ông hai chữ "thiên tài".

Mở phơi tác phẩm đầu tay

Khoảng trước vài ba năm vào làm báo Quảng Nam, tôi được Huỳnh Ngọc Chiến đưa xem bức thư của thầy Trần Tuấn Mẫn gửi cho bạn. Trong thư thầy Mẫn cảm ơn vài chỗ Chiến phát hiện và góp ý trong quyển *Vô môn quan* của Vô Môn Huệ Khai mà thầy là người dịch ra Việt ngữ. Hồi đó thầy Mẫn không biết Huỳnh Ngọc Chiến là ai nhưng thầy ứng xử việc thưa gửi với "cư sĩ" Huỳnh Ngọc Chiến rất mực từ tốn và nghiêm túc. Dẫn việc này để thấy công việc dịch thuật tuyệt đối thận trọng từng ý từng lời chỉ vì một sơ suất nhỏ sẽ dẫn người đọc đến chỗ sai lầm.

Bạn bè đến với Chiến thường chung nhau ly rượu tách trà. Có lúc đứa bận việc đi xa lâu ngày mới về, dù tuổi bấy giờ không còn trẻ, nhưng hễ khi gặp Chiến cứ mày tao mi tớ và đem tình thân bằng hữu ra đối đãi với nhau. Chiến hay nói: gốc bền ngọn mới vững được.

Khi Chiến phác thảo dịch thơ và bình chú tác phẩm đầu tay *Lý Hạ - Quỷ tài quỷ thi* thì lúc này tôi thường hay đến chơi nhà và nói chuyện văn thơ với Chiến. Có bữa say chuyện Chiến bộc bạch, thơ anh Nguyễn Lương Vỵ có nhiều bài khá hay trong tập *Âm vang và sắc màu.* Đơn cử bài *Cái nhìn* viết về người mẹ thật bồi hồi, súc tích: *Mỗi lần con nhìn mẹ / Càng thấy lạ thêm ra / Hương đất trời kỳ diệu / Nào đâu biết tuổi già...,* và nhất là bài *Tam Kỳ* (nếu làm tuyển thơ về Tam Kỳ chắc chắn sẽ có bài này) với câu: *Tôi cầm viên sỏi phôi pha / Ném lên ngày rộng, vòng hoa tím chiều / Chiên Đàn lá rụng hoang liêu / Hồn thơ dại nhớ cánh diều đứt dây...* Rồi Chiến khẽ bình: Viết như thế là tuyệt: ngày rộng ôm được cái lớn lao, cái bao la chứ không ngày dài đằng đẵng lê thê; vòng hoa tím chiều in hình lên bầu trời ví như cuộc đời trôi lăn bé nhỏ của kiếp phù sinh... Khi tập hợp thơ Lý Hạ đọc đến bài *Tô Tiểu Tiểu mộ* Chiến liền nhớ đến bài *Chép trên nền nhạc giao hưởng số 5 của Beethoven* của Nguyễn Lương Vỵ. Giữa trời đất mang mang dường như có một mối giao cảm nào đó của hai bài thơ. Mỗi bài thơ của hai nhà thơ tôi xin lược trích ra một đoạn được xem là tương liên, tương đắc nhất. Bài của Lý Hạ: "Phong vi thường, thủy vi bội/ Du bích xa, tịch tương đãi / Lãnh thúy chúc, lao quang thái / Tây lăng hạ, phong xuy vũ". Dịch thơ: *Nước điểm trang, áo là gió / Xe du bích, hẹn đêm tối / Lửa ma trơi, mưa ngậm ngùi / Chốn Tây lăng, trong gió thổi.* Bài của Nguyễn Lương Vỵ: *Âm nhập cốt / Âm vàng mấy gót hồ ly/ Vạn kỷ cung thương còn réo rắt / Còn ru ta mãi quãng đời xanh / À ơi, ai hát ngoài phương Bắc / Chờ nhau tinh đẩu sáng long lanh / Tiếng hát ngân nga chìm giếng lạnh / Sói đầu mây bạc, áng thiên tinh / Ô hô! Quan tái đà xao xuyến/ Giọt máu năm xưa bỗng tượng hình.* Huỳnh Ngọc Chiến viết: Tôi luôn có cảm tưởng như đây là bài thơ mà Nguyễn Lương Vỵ đã viết cho Tô Tiểu Tiểu, viết trên nền nhạc mà anh đã lắng nghe được từ nấm mộ của Tô Tiểu Tiểu trong một đêm gió mưa...

Chiến công tâm và công bằng tận tụy rút ra từng mảnh ghép cuộc đời của bậc thiên tài và bậc có văn tài!

Còn một chỗ gần gũi hơn hết, bạn bè không ai là không biết Chiến giỏi về khúc thức, am tường luật thẩm âm, và cũng là tay đệm guitar rất cừ nên mỗi lần thưởng thức âm nhạc gặp chỗ nào tương đắc như giai điệu đẹp, ca từ hay là Chiến say sưa nghiền ngẫm... Chính vì vậy khi làm quyển Lý Hạ, đọc đến bài *Lý Bằng không hầu dẫn* thì Chiến dịch thơ và bình giải chỗ này rất ư sâu sắc, tâm đắc, như: "Giang Nga đề trúc, Tố Nữ khấp / Lý Bằng Trung Quốc đàn không hầu / Côn Sơn ngọc toái phượng hoàng khiếu / Phù dung khấp lộ hương lan tiếu". Dịch thơ: *Giang Nga khóc trúc ngậm ngùi / Cung không hầu vọng bồi hồi thở than / Nghe như tiếng hót phượng hoàng / Côn Sơn ngọc vỡ trên ngàn xa khơi...* Đàn không hầu là một nhạc khí chế tác từ đời Hán, có gốc ở rợ Hồ; hình gãy và dài, có 23 dây. Lý Bằng là một tay đàn trong đám nhạc công của Đường Huyền Tôn. Huỳnh Ngọc Chiến bình: Chơi đàn là một nghệ thuật, nghe đàn lại là một nghệ thuật khác. Nghe nhạc đến mức như Lý Hạ đã là bậc thượng thừa. "Nghe" được âm nhạc có nghĩa là "giải mã" được ngôn ngữ âm nhạc để vượt qua được dòng suối thanh âm và đến với bến bờ bên kia. Nhà thơ Lý Hạ phải nhờ vào những cái tượng hình để diễn tả thanh âm, phải thác vào những cái không phải nhạc để nói lên nhạc. *Lý Bằng không hầu dẫn* là bài thơ tương đối hiếm hoi của thi quỷ Lý Hạ. Ta không còn nghe tiếng quỷ ngâm thơ trên nấm mồ trong đêm thu lạnh, không còn nghe tiếng hận lòng u uất trong thế giới lãng đãng hồn ma qua tiếng đàn không hầu của Lý Bằng. Một bài khác của Lý Hạ: "Giang phi xuất thính vụ vũ sầu / Bạch lãng phiên không động phù ngọc / Hoán thủ ngô gia song phượng tào / Khiển tá Tam giáp cô viên hào" *(Ở đây, tiếng nhạc lên khơi vơi cho bầu trời như thu mình trong lớp bụi mưa mù / Từng tiếng nhạc bềnh bồng như từng hạt ngọc lóng lánh trên lớp song / Đôi cánh phượng múa, và con vượn lẻ loi kêu gào trên sườn núi vắng).* Chỗ tận cùng của nhạc là những đồng vọng không lời, mà lời thơ cảm ứng từ đồng vọng đó; nghe đã khó mà nghe qua lời thơ lại càng khó. Bài thơ này cũng nằm trong chỗ khó ấy. Thầy Tuệ Sỹ phẩm bình trong chương *Những phương trời lữ thứ* (Tô Đông Pha những phương trời viễn mộng): Chỉ nói cái cảnh chung quanh chỗ tấu nhạc, mà không nói thẳng tiếng nhạc. Nhưng nghe được từ chỗ đó, thì thấy tình tự tài hoa của ông. Dĩ nhiên, không thể bàn cho thấu đáo nổi. Trừ phi muốn nói lai rai chơi. Thầy Tuệ Sỹ đọc thơ Lý Hạ mà ngài còn nói khó vậy, huống chi mình chỉ là "tay ngang" - Chiến nghĩ vậy. Trang lời bạt *"Lý Hạ: Con quái điểu cuối cùng của một thời đại thơ ca"* của nhà nghiên cứu Hán học Nguyễn Tôn Nhan thì cho biết, trước năm 1975 thầy Tuệ Sỹ đã hoàn tất bản thảo *Lý Trường Cát ca thi*, nhà xuất bản An Tiêm của thầy Thanh Tuệ chuẩn bị ấn hành thì gặp phải biến cố năm 1975, nay không biết bản thảo quý giá ấy đã thất lạc về đâu. Anh còn nói: vào năm 2000, do chút duyên chữ nghĩa một hôm Chiến đến tặng tôi bản *Lý Hạ - quỷ tài quỷ thi* do Chiến tuyển dịch và bình chú. Xem qua Nguyễn Tôn Nhan thoáng ngập ngừng và ngỏ ý với Chiến là thơ Lý Hạ khó dịch hay!

Tôi cho rằng, Huỳnh Ngọc Chiến phải có "nội lực" thâm hậu mới dũng mãnh bước vào chỗ bí mật, bí nhiệm, bí hiểm nhất của thiên tài Lý Hạ đã cách biệt thế gian hơn một ngàn hai trăm năm qua, để mà phơi mở, khai phóng, phẩm bình bằng hồn Việt ngữ dung dị.

Nhân duyên truyện võ hiệp kỳ tình của Kim Dung

Bất cứ một sự vật xuất hiện trong cuộc đời này đều do các nhân duyên tương hội. Và trong cuộc tái sinh luân hồi duyên vẫn luôn tồn tại. Ân đức là duyên, mà oán cừu cũng là duyên. Nhân quả đời trước sẽ nối theo duyên đến cả đời sau.

Huỳnh Ngọc Chiến trong một bài viết nhân ngày Nhà giáo 20-11-2020, là bạn rất biết ơn thầy Thanh Hải. Nhờ thầy - người đã "gieo duyên", gợi cho bạn rất nhiều cảm hứng, đưa bạn đi vào thế giới võ hiệp một cách tình cờ và ly kỳ từ năm học lớp Ba. Bạn kể, để động viên tinh thần học tập trong lớp thầy Thanh Hải tuyên bố tháng nào ai đứng nhất lớp sẽ có quà thưởng. Tháng đó Chiến đứng nhất được thầy tặng ngay bộ truyện kiếm hiệp *Quạt Lôi phong*. Tháng sau Chiến vẫn giữ thứ hạng được thầy tặng thêm bộ *Võ lâm Ngũ bá*. Mãn niên học năm ấy thầy chuyển đổi công việc và chỗ ở nên Chiến lại được thầy Hải tặng một số truyện chưởng khác nữa. Về nhà Chiến say sưa đọc và mê luôn truyện võ hiệp kể từ ngày đó.

Chiến có cơ duyên đọc truyện kiếm hiệp của Kim Dung là nhờ thầy Thanh Hải. Với sức đọc sung mãn, trí tuệ mẫn tiệp, cường ký - nhớ dai nhớ lâu sẽ là "tấm bảo chứng" để cho Chiến tung hoành những trang tác phẩm sau này. Vì có một thời kỳ dài sách báo gián đoạn, là sau năm 1975 sách Kim Dung bị cấm lưu hành tại Trung Quốc và Việt Nam. Đầu thập niên 1990, với chủ trương Đổi mới, nhà nước Việt Nam mới có chính sách nới lỏng sự cấm đoán. Một số phim ảnh và sách võ hiệp được phát hành trở lại. Vì thế Huỳnh Ngọc Chiến mới có cơ hội "tái xuất giang hồ", tung tẩy ngòi bút của mình!

Nhớ cuối năm 1999 tôi vào báo Quảng Nam, một hôm đến nhà chơi, tình cờ Chiến nói: trước đây tau có viết một số bài về sách võ hiệp của Kim Dung nhưng sau 1975 tau bỏ lạc bản thảo đâu mất. Tôi nói: Bây giờ ông có còn nhớ và viết lại được không? Chiến tự tin, chắc được. Hôm sau Chiến đưa cho tôi bài: *Tiểu thuyết võ hiệp Kim Dung nhìn qua lăng kính triết học truyền thống phương Đông.* Tôi đưa bài của Chiến cho tòa soạn. Theo tôi thì bài viết không dài, khuôn khổ báo còn chỗ, có thể tải được, nhưng hồi đó không biết vì lý do gì tòa soạn không dám đăng (tôi e rằng, chắc là Bộ Văn hóa thông tin chưa cấp phép!). Nhưng thị trường sách báo bấy giờ tôi đã thấy Vũ Đức Sao Biển trình làng phiếm luận *Kim Dung giữa đời tôi* rồi mà. Không chán nản Chiến đem bài viết này gửi về tạp chí Kiến thức ngày nay. Không ngờ tòa soạn KTNN hoan hỉ đón nhận, đăng liền và liên tiếp gửi thư mời Chiến cộng tác lâu dài ở chuyên mục bình luận truyện võ hiệp của Kim Dung. Thế là bút danh Huỳnh Ngọc Chiến thường xuyên trên tạp chí KTNN với đề tài rất "hot" về Kim Dung ngày ấy. Sau đó theo gợi ý của Lê Nguyên Đại, Giám đốc Công ty TNHH Văn hóa Thời Đại là công ty sẽ bỏ toàn bộ kinh phí để phát hành cho Chiến một tập biên khảo về Kim Dung. Chiến về tập hợp lại các bài viết đăng trên KTNN sửa chữa và biên tập kỹ lưỡng thành tập biên khảo *Lai rai chén rượu giang hồ* khá nổi tiếng. Trước khi ấn hành Chiến yêu cầu anh Đại cho giá thật "mềm" để tập sách được phổ biến rộng rãi và gần gũi với giới bình dân lao động.

Huỳnh Ngọc Chiến thường điểm nhìn tham chiếu qua lăng kính triết học phương Đông thấy mọi vạn vật đều cấu tạo từ chỗ bất toàn của nó. Những biểu hiện thiên tượng như đúng - sai, thiện - ác, tốt - xấu, chính - tà, chân - giả, v.v... luôn phô bày tính hai mặt. Những phạm trù thời không, nhân quả, và ngay trong thể: chỉ bản chất bên trong của sự vật, và dụng: biểu hiện tính năng động của sự vật với thế giới bên ngoài, thường xuyên vận vào cuộc sống giống như đồng tiền có hai mặt, nhưng lật qua lật lại thấy không hề giống nhau nên loài người xưa nay phải chịu đựng nhiều nỗi thống khổ và để tồn tại đều phải vượt qua những lần ranh sinh tử. Chiến nói, sự ra đời sách võ hiệp là nhà văn Kim Dung tiên phong dám soi lại các giá trị tư tưởng truyền thống phương Đông như bàn về kiếm ý, vô chiêu thắng hữu chiêu... vậy. Sách Trung dung nói rằng: Mừng, giận, thương, vui mà chưa phát thì gọi là "trung", phát mà đều đúng mức gọi là "hòa". Vả lại, Đạo của trời đất có sự biến hóa không ngừng; trong biến hóa có điều hòa tức có Trung. "*Trung dã giả, thiên hạ chi đại bản dã; hòa dã giả, thiên hạ chi đạt đạo dã. Trí trung hòa, thiên địa vị yên, vạn vật dục yên"*. Trung, ấy là gốc lớn của thiên hạ; hòa ấy là đường suốt của thiên hạ. Làm được tột mức cái trung và cái hòa, thì trời đất đặt đúng chỗ, vạn vật sinh sôi nảy nở (*Khổng Tử* - Cao Xuân Huy). Nhìn lại tư tưởng trong toàn bộ sách võ hiệp kỳ tình của Kim Dung cũng dựa trên cốt tủy của triết lý tư tưởng phương Đông đó. Huỳnh Ngọc Chiến thấy vô vàn cảnh chiếm đoạt, giật giành đến nỗi đầu phơi máu chảy lênh láng như có sợi dây xiềng xích vô hình buộc chặt phận người. Kết cục bao giờ cũng vậy: đại nghĩa luôn thắng bạo ngược hung tàn, điều thiện thắng điều ác, chánh giáo thắng tà giáo, hiền thắng dữ, v.v... Các tác phẩm *Ỷ thiên Đồ long ký, Anh hùng xạ điêu, Thiên long bát bộ...* của Kim Dung xuất hiện những tay xưng hùng xưng bá, nêu danh nọ thuyết kia đều trải qua biết bao cuộc tranh danh đoạt lợi đến kinh người. Trong bài *Nghi vấn đạo lý qua kiến giải của Kim Dung* Huỳnh Ngọc Chiến truy vấn: Biết đâu cái Chính của hôm nay sẽ là cái Tà của ngày mai, và cái Thị của ngày mai sẽ là cái Phi của ngày sau nữa. Nguyễn Du ắt hẳn đã lịch hành hết cuộc dâu bể tang thương mới nói được "Thị phi tận thuộc thiên niên sự" (Đúng sai là chuyện của ngàn năm).

Huỳnh Ngọc Chiến nhận định: mãi cho đến khi Kim Dung phóng bút đến mức "du hí thần thông" với tác phẩm *Tiếu ngạo giang hồ*, lấy tư tưởng "vô chiêu thắng hữu chiêu" bằng đường kiếm vô chiêu của gã tửu đồ lãng tử Lệnh Hồ Xung thì hoàn toàn chinh phục giới mộ điệu! Rồi cảnh kiếm đao đẫm máu giẫm đạp bạt vía kinh hồn cuối cùng phải nhường cho khúc cầm tiêu hợp tấu khúc Tiếu ngạo giang hồ kỳ diệu. Cầm của Khúc Dương – trưởng lão phe Ma giáo hòa thanh với tiêu của Lưu Chính Phong – cao thủ của phái Hành Sơn nhằm hóa giải những mâu thuẫn hận thù bằng âm nhạc cũng vì cái đích sau cùng của nhạc là hòa. Có thể thấy sự giáo hóa của đức Khổng hiển bày trong Luận ngữ: *Hưng ư Thi, lập ư Lễ, thành ư Nhạc* (Hưng khởi bằng Thi, lập định bằng Lễ, và tựu thành bằng Nhạc).

Huỳnh Ngọc Chiến tâm sự, là bạn phải trải qua hơn 15 năm để chia sẻ tâm tư cùng bao suy niệm với bạn đọc về Kim Dung trên tạp chí Kiến thức ngày nay. Một quãng đời đã mất nhưng không bao giờ quên lãng trong bạn. Nó âm thầm nhiếp dẫn, lai rai ngẫu nhĩ tình cờ đây đó (lời tựa giãi bày lần in mới nhất trong *Lai rai chén rượu giang hồ).*

Sinh thời Huỳnh Ngọc Chiến rất mê Bùi Giáng. Vẫn trong tập khảo luận về Kim Dung, bạn "rủ rê" được Bùi Trung niên thi sĩ với bài *Cùng Bùi Giáng đọc truyện võ hiệp*. Tôi cho rằng đây là chỗ thống khoái nhất mà Huỳnh Ngọc Chiến đã mở phơi: "Chỉ khi nào ta đã "nghe" ra được những điều đó bằng tất cả tâm nguyện "tín giải thọ trì", để "thấy" được mối đồng quy của mọi nẻo thù đồ, thì những "nhận định" của ta về sách võ hiệp mới không bị lệch lạc từ cơ bản. Đỗ Long Vân là một trong số hiếm hoi những người "nghe" ra điều đó bằng những suy niệm chân thành để viết nên tác phẩm tuyệt hảo *"Vô Kỵ giữa chúng ta"*... Những trang viết trầm ổn túc mực của ông về Kim Dung đã được Bùi Giáng nhiếp dẫn về giữa ngã ba Tam giáo của Đông phương để mở ra cuộc hội thoại Đông Tây. Và chỉ Bùi Giáng mới là người có thừa thãi công lực và thông tuệ để đẩy những suy tư của Đỗ Long Vân vào những đường bay huyền ảo".

Nói về mối duyên lành của Huỳnh Ngọc Chiến đi vào sách võ hiệp của Kim Dung một cách ly kỳ không bằng đọc một cách lai rai chậm rãi thong thả ngậm ngùi với những kiến giải sâu sắc trong tác phẩm nổi tiếng: *Lai rai chén rượu giang hồ*. Huỳnh Ngọc Chiến bóc tách, đào xới, bình luận, đặt vấn đề, suy ngẫm, tâm sự, điểm nhìn tham chiếu từ Đông sang Tây trong 14 bộ tác phẩm của Kim Dung vô cùng phiêu bồng, hấp dẫn. Có người gọi Huỳnh Ngọc Chiến là nhà Kim Dung học cũng không gì quá đáng!

Đi vào tư tưởng Thiền tông

Tôi nhớ Huỳnh Ngọc Chiến có viết bài *Bóng thầy xưa* (Hòa thượng Thích Từ Ý) đăng trên Văn hóa Phật giáo với lòng kính cẩn về một vị sư tôn túc. Tôi nghĩ thầy Từ Ý chính là Bổn sư đã nhiếp dẫn tâm hồn Chiến từ ngày thơ bé. Trí huệ và lòng Từ bi của thầy Từ Ý đã truyền dẫn vào trái tim bao người khi gặp thầy lần đầu. Một vị sư tâm thanh tịnh hồn tiêu sái: *Lần tràng hạt, niệm nam mô Phật / Cửa từ bi công đức biết bao* (Chu Mạnh Trinh). Vào trang Thư viện Phật Quang thấy viết về thầy: "Đại lão Hòa thượng Thích Từ Ý – đời thứ 43 thiền phái Lâm Tế, thế hệ thứ 9 pháp phái Liễu Quán - là một bậc chân tu, một nhà giáo dục Phật học mẫu mực, một vị Tôn sư khai sơn nhiều ngôi phạm vũ". Những ngày chưa vấy bụi vô minh Chiến đã lẽo đẽo theo chân má, chân cậu để bước vào cửa chùa Hòa An – Tam Kỳ một cách nhẹ nhàng và im lắng. Vì thế sau này tôi thường nghe Chiến nói như một sự an bài: Thầy có giỏi chùa mới thiêng. Thầy giỏi là thầy Từ Ý, còn chùa thiêng là chùa Hòa An ngày ấy vậy! Ngày thầy Từ Ý về cõi Phật (1990), Chiến và đạo hữu xếp hàng dài rất đông, trên tay mỗi người cầm nén hương kính cẩn viếng thầy. Đoàn người hàng nối hàng hơn 10 cây số đưa tiễn thầy về nơi an nghỉ. Có thể nói, đây là đám tang lớn nhất từ trước đến nay tại Tam Kỳ.

Huỳnh Ngọc Chiến tiếp cận truyện võ hiệp Kim Dung từ năm học tiểu học, có duyên lành với cửa chùa lúc còn tấm bé, tự học chữ Hán qua những trang kinh, tự nghiên tầm nắm vững triết luận Đông Tây và nhất là Chiến nắm bắt được tư tưởng Thiền tông một cách đáng khâm phục. Phẩm hạnh tối thượng của người tu tập theo Thiền tông là liễu ngộ Phật tính, thấu suốt bản tâm thanh tịnh của chính mình. Tôi nhớ khoảng giữa thập niên thế kỷ 21, Chiến được Thành hội Phật giáo Đà Nẵng mời về ngồi cùng hàng với nhiều vị sư uyên bác để giải đáp những câu hỏi của đạo hữu về giáo lý nhà Phật. Tôi nghĩ hồi đó Chiến cũng "gan" lắm, nhưng rồi ngẫm lại Chiến phải hội đủ những gì mới tự tin như vậy. Quả thật lúc bấy giờ Chiến đã có nhiều tác phẩm biên dịch, tiểu luận về Phật giáo ra đời, như: *Đạo Phật và khoa học, Trúc thanh tập (Hương thiền qua tiếng trúc), Tây Tạng: Đạo sư và Huyễn thuật, Chu dịch thiền giải, Tánh Không: cốt tủy của triết học Phật giáo,* nên tôi vững tin Chiến sẽ vượt qua.

Từ những buổi đầu có nhiều hạnh duyên với thầy Từ Ý và được thầy ban cho chữ Hòa, từ đó Chiến có pháp danh là Nguyên Hòa. Sau này giở lại thiên khảo luận *Lai rai chén rượu giang hồ* tôi mới thấy Chiến phục tài và bàn nhiều nhất về nhân vật Lệnh Hồ Xung. Huỳnh Ngọc Chiến tâm huyết Lệnh Hồ Xung như thể hành trạng nhân vật này mang đầy đủ ý nghĩa Nguyên Hòa – pháp danh của mình. Lệnh Hồ Xung là đại đồ đệ của Nhạc Bất Quần, tư chất cực kỳ thông minh, tính tình khoáng đạt, không câu nệ. Phần vì bản tính hào sảng, phần vì sở thích ưa tự do, dọc ngang hồ hải, Lệnh Hồ Xung sẵn lòng kết giao các bằng hữu giang hồ chủ yếu là lai rai chén rượu cùng với tấm chân tình rộng mở, bất kể người đó là chính hay tà. Ý Chiến cũng thích như vậy!

Theo dòng đời chảy trôi nhận thấy cuộc sống quá ư xô bồ, cảnh hám danh đoạt lợi không ngừng, con người lăn lóc chìm nổi trong cõi tử sinh luân hồi phơi bày chình ình ra đó nên trong lời tựa tập tiểu luận về Phật giáo *Trúc thanh tập,* Huỳnh Ngọc Chiến có lần tâm sự: Tôi cũng lắm phen mò mẫm vào chốn ấy (tức chốn Thiền môn), nhưng không dám vào sâu vì sợ lạc lối. Không dám vào sâu thì ắt hẳn cũng không nhìn ngó nghiêng ra ngoài mà phải luôn quay vào bên trong, quay về chính mình. Hơn nữa phải giữ gìn đừng để sáu căn *(mắt, tai, mũi, lưỡi, thân, ý)* dính nhiễm với sáu trần *(sắc, thanh, hương, vị, xúc, pháp)* là được. Đó là cội rễ của Bồ đề. Được thế tâm hồn mới ung dung tự tại. Không nhìn ngó ra ngoài còn hàm nghĩa với "hồi quang phản chiếu". Tức là quay ánh sáng trở lại, soi rọi chính mình. Thầy Thanh Từ dặn: "hồi quang phản chiếu" chỉ dành cho người triệt ngộ, nghĩa là đi, đứng, nằm, ngồi không quên mình mới dùng được. Ai còn quên mình thì khoan hãy dùng. Tin rằng, Chiến lúc đọc kinh, dịch sách chỉ luôn chú ý vào từng nghĩa của chữ, ý của câu, diễn giải tỉ mỉ những diệu lý trang kinh vẫn không lìa tâm mình ra khỏi ngoài, dù chỉ một khởi niệm.

Trong Thư viện Hoa sen, phần index có tải lên nhiều bài viết về Phật học của tác giả Huỳnh Ngọc Chiến. Và trong Giác ngộ online cũng đăng nhiều trang viết súc tích về Phật giáo của Huỳnh Ngọc Chiến. Ví dụ như *Phật trên đường phố, Từ câu ngạn ngữ Á Rập đến thằng bé tắm truồng...* với cách luận đàm rất duyên!

Hơn hết, vào những ngày cuối cùng, Huỳnh Ngọc Chiến tin rằng, huyền lực đến từ những trang kinh, khi ta đọc kinh bằng cả tâm nguyện *"tín, giải, thọ, trì"*. Từ đó tôi tin vào sức mạnh của kinh điển. Mỗi trang kinh, thậm chí mỗi câu kinh không chỉ mở rộng tâm thức ta ra trước những phương trời tư tưởng bất khả tư nghì mà còn có sự tác động vi tế đến thân tâm:

Gượng đau ngồi dịch Lăng Già / Xong, lại mơ cõi Duy Ma phiêu bồng / Để mai về bến sương hồng/ Trong tâm còn lại đôi dòng chân kinh.

Khúc vĩ thanh – một đời yêu thích âm nhạc

Huỳnh Ngọc Chiến đến với âm nhạc hoàn toàn bằng sự tự học. Chiến chơi được đàn mandolin, guitar từ nhỏ. Như phần mở đầu đã nói, Chiến biểu diễn độc tấu Tây ban cầm từ năm học lớp Ba. Khoảng năm 1964-1965 đến nhà chơi, tôi đã thấy các anh trai của Chiến tua đi tua lại chiếc đĩa hát với bài *Apache*; rồi các anh tự dò tìm từng âm thanh trên chiếc cần đàn. Nhờ sự ham mê chơi đàn của các anh truyền lại nên từ nhỏ, ngoài năng khiếu sẵn có, Chiến cũng hấp thụ ít nhiều âm nhạc từ gia đình. Sau này Chiến còn tự học chơi đàn guitar cổ điển theo phương pháp F. Carulli rất kiên trì, bền bỉ. Chiến chơi được bài *La Cumparsita* từng được David Moreno trình diễn...

Năm 1978 Chiến tốt nghiệp Cao đẳng Sư phạm Đà Nẵng khoa toán, thay vì ra trường đi dạy thì trường giữ Chiến lại để giảng dạy môn Âm nhạc cho sinh viên. Những năm công tác ở đó Chiến được nhà trường cử vào Nhạc viện Thành phố Hồ Chí Minh để tu nghiệp về chuyên môn. Chiến thụ giáo trực tiếp với Trưởng khoa Lý luận - Sáng tác - Chỉ huy ngày ấy là thầy Ca Lê Thuần. Âm nhạc đối với Chiến như là cuộc vui, giải khuây nỗi buồn trong nhân thế. Âm nhạc như thức uống, thiếu nó thì cuộc sống vô vị. Cuộc vui gặp gỡ bạn bè không lúc nào thiếu vắng tiếng guitar của Huỳnh Ngọc Chiến. Chiến đệm đàn rất cừ, bằng chứng bất kỳ ai hát tông giọng gì, ca khúc nào Chiến đều theo kịp cả. Tôi nhớ gần đây bạn bè tổ chức một buổi giao lưu gặp mặt tác giả - tác phẩm với tập Ca khúc *Cung trầm* của Huỳnh Ngọc Chiến tại một quán cà phê nằm trên đường Lê Thị Xuyến - Tam Kỳ. Những ca khúc trải lòng của Chiến lần lượt ra mắt lần đầu tiên với người thân và bè bạn. Đặc biệt một lần gặp gỡ khác khi Hồ Hữu Đại cất tiếng hát bài *Đêm trăng khơi* Chiến nói nhỏ với tôi, không ai thể hiện đạt bằng Đại! Nội dung bài *Đêm trăng khơi* là như thế nào mà Chiến phải "lắng lòng" mình đến thế: *"Đêm say trong tiếng đàn trăng ru ánh vàng cho tơ lòng đau khúc*

Thương Lang. Nhớ Tương Như xưa phượng bay theo bóng chim hoàng đường xa mê mải quên về cố hương. Cùng ghi ta réo sầu đêm trăng úa màu bay mơ hồ cánh bướm Trang Châu. Nhớ trên sông xưa Tầm Dương trăng nước hững hờ lòng thi nhân chết theo đàn mong chờ". Nhưng rồi người nhạc sĩ bồi hồi hơn hết qua chén rượu mềm môi say khướt vào giữa một đêm trăng khơi u huyền. Người nhạc sĩ bỗng nhớ và kêu lên: *Ai Trích tiên xưa một đêm ôm bóng trăng thanh, chết theo dòng nước vô tình.* Trích tiên là Lý Bạch đã làm hơn 20.000 bài thơ. Làm được bài nào là trích tiên vứt bài đó. Nhà thơ làm thơ như một sự tìm quên. Truyền tích ghi lại, vào một đêm rằm, Lý Bạch đang say mềm trên bờ sông, thấy trăng in dưới đáy nước đẹp quá, liền nhảy xuống bắt mà chết đuối. Nhạc sĩ Huỳnh Ngọc Chiến cũng vào một đêm trăng như nắm bắt ánh trăng trong Đường thi mà ký thác nỗi niềm riêng của mình. Đi giữa làn sương khói mênh mông người nhạc sĩ bất chợt thấy *niềm thông lụy của bọn tài hoa suốt vòm trời kim cổ* không hề khác!

Cái đích cuối cùng của nhạc là hòa. Hòa là nguyên khí của trời đất gieo vào mệnh bạc của kẻ tài hoa bằng một nốt nhạc ngân dài chảy suốt vào cõi không hư mù khơi lạnh buốt (*Trường khiếu nhất thanh hàn thái hư* – Không Lộ).

Khúc vĩ thanh vọng ngân, với tâm hồn khoáng đạt bát ngát, xem cuộc đời như giấc mộng, Huỳnh Ngọc Chiến đã sống trọn nghĩa vẹn tình cũng như cống hiến hết mình về văn hóa văn học. Thôi tạm lắng quên những nỗi ưu tư giày vò, hãy nghe Huỳnh Ngọc Chiến đọc thơ với tất cả niềm xao xuyến thương yêu trước khi Chiến từ giã "chuyến xe đời":

Tam Kỳ phố cũ thương yêu,
Vui trưa Đà Nẵng, say chiều Hà Lam
Ta nhàn du cõi trần gian
Rong chơi cùng với cây đàn guitar
Dịch kinh, viết sách gọi là
Lưu chút tặng vật làm quà thế gian
Bận tâm chi chuyện hợp tan
Sinh là nắng gió, tử ngàn hoa bay
Đến như hoa thắm bên này
Đi thành hương ngát tháng ngày bên kia
Một làn sương mỏng cách chia
Phút trùng lai là ngó vội nhau và... (Bùi Giáng). Khoảnh khắc "về trở lại" Huỳnh Ngọc Chiến tan trong dải mịt mờ về trời phương ngoại rong chơi.

Đình Quân

TM

THÁI AN

LƯỚI CÁ LƯỚI CẢ NGƯỜI

Khoảng đầu tháng năm 1975, thuyền trưởng Trầm Chí Hải vừa xong một chuyến đánh cá gần biển Nam Hải, đang chuẩn bị cho tàu quay về thì ông nhận thấy xa xa về phía nam có một chiếc thuyền bé teo đang cố hướng về phía tàu của ông.

Ông bảo thủy thủ lái đến gần. Khi trông rõ chiếc tàu kia, một vài người bên tàu đó lên tiếng trước, nói bằng tiếng Quan Thoại (tiếng Phổ Thông của Trung Hoa) cho ông nghe. Có lẽ họ nhìn thấy tàu của ông treo cờ Đài Loan. Họ là dân tị nạn Việt Nam. Ông chưa biết xử lý ra sao, đem họ về Đài Loan, ông phải nói sao với chánh phủ? Nhưng nghĩ lại hoàn cảnh ông lúc xưa, khi cộng sản vừa chiếm Trung Hoa năm 1949 ông vừa 15 tuổi. Đang làm nghề đi biển nên ông đi theo thuyền của chủ, chèo bằng tay từ Phước Kiến qua Đài Loan tị nạn.

Ông quyết định vớt họ lên. Có khoảng bốn mươi người. Chỉ có vài người gốc Hoa biết nói tiếng Quan Thoại, còn lại là người Việt Nam.

Ông phải gọi về cảnh sát hải cảng ngay để báo cáo.

Trong số những người Việt Nam, có một cô gái đi lẻ loi một mình, ít nói chuyện. Cô không cao lắm nhưng có đôi mắt to, hai mí rõ rệt. Đôi mắt nổi bật trên khuôn mặt của cô. Những người trẻ tuổi đều gọi ông là "Papa" vì đã cứu họ. Cô cũng gọi theo như thế. Ông thấy tội nghiệp cô nên gọi người đến dịch cho ông. Ông hỏi tên và tuổi của cô thì biết cô tên Nguyễn Thị Thu, 19 tuổi. Ông nhờ người kia dịch lại:

- Cô có muốn làm con nuôi tôi không?

Thu nghĩ rằng ai cũng gọi ông là papa thì xem ông như cha chứ gì nữa. Vì thế Thu vui vẻ trả lời:

- Muốn.

Ông cười ha hả rồi nói:

- Được rồi, tôi sẽ nhận cô làm con nuôi.

Khi tàu gần đến bến, cảnh sát không cho tàu cặp vào bờ ngay mà bắt đậu ngoài khơi. Sau đó cảnh sát và công an lên tàu của ông để phỏng vấn từng người. Có sẵn người biết tiếng Quan Thoại nên họ không đem theo thông dịch viên.

Sau khi hoàn tất mọi thủ tục, cảnh sát cho dân tị nạn qua một chiếc tàu khác để chở ra đảo Bành Hồ, vào trại tị nạn. Thuyền trưởng Trầm Chí Hải dặn Thu rằng một tháng sau ông sẽ dẫn vợ ra thăm cô.

Đúng một tháng sau, Thu được gọi ra phòng tiếp tân vì có ông Trầm Chí Hải muốn gặp. Thu tưởng ông nói đùa, ai ngờ ông làm thật. Ông giới thiệu vợ ông và bảo Thu gọi "Má Má". Má má đem ra một sợi dây chuyền vàng y nặng cỡ một lạng đeo lên cổ Thu để kết nghĩa mẹ con. Đó là phong tục của người Tàu, khi nhận con nuôi phải có vàng tặng cho con. Tùy theo khả năng mà mua vài chỉ hay cả lạng vàng.

Sau đó ông đưa ra một vài tờ giấy, nhờ người thông dịch cho Thu. Người kia nói lại rằng ông bà Trầm muốn bảo lãnh Thu ra ngoài chơi hai tuần cho biết Đài Loan. Chỉ cần Thu ký tên vào giấy là được ông trưởng trại cho ra ngoài. Thu mừng quá ký ngay.

Mọi người quen trong trại ai cũng khen Thu có phước.

Ra khỏi trại, ông bà Trầm đưa Thu đi tàu thủy về Cao Hùng rồi đi taxi về nhà ông bà cách đó cả nửa tiếng. Căn nhà hai tầng nằm trên một mảnh đất vuông vức, hơn cả trăm mét vuông. Có trồng vài cây ăn trái trước sân. Má má dẫn Thu lên một phòng trên lầu, bảo là phòng của Thu. Căn nhà này có bốn phòng trên lầu, Thu được ở một phòng.

Ông bà Trầm đã có ba đứa con. Con trai lớn mười bẩy tuổi, sắp lên lớp 12. Con gái thứ hai mười lăm tuổi. Con gái út 13 tuổi. Theo phong tục của người Tàu, các em phải gọi anh cả là "Đại ca".

Còn Thu lớn hơn con trai cả của ông, nên ông bảo các con ông gọi Thu là chị Thu, chứ không gọi chị nuôi hay "Đại chế".

Hôm sau ông bà Trầm đưa Thu ra quận làm thêm giấy tờ gì Thu chẳng đọc được nhưng cũng ký tên và lăn tay, rồi chụp ảnh. Họ cấp cho Thu cái căn cước có ảnh hẳn hoi.

Mấy ngày sau ông bà Trầm đưa Thu và các con đi chơi từ gần đến xa. Khi ghé qua Đài Trung, lên núi ở vài ngày, Thu thấy phong cảnh núi non ở đây đẹp thật nhưng không đẹp hơn Đà Lạt của Thu.

Thu xuống Sài Gòn năm 16 tuổi, ở nhờ nhà một người bạn của chị cả, tên chị Diệu, giữ con cho chị vì mẹ Thu buôn bán khó khăn. Cửa nhà sa sút quá nên mẹ cho Thu đi cho có chỗ ăn chỗ ở. Từ lúc xuống Sài Gòn, Thu không còn được đi học nữa.

Ngày 27 tháng Tư, chị Diệu và người chồng Mỹ dắt hai đứa con về Mỹ. Chị Diệu giao chìa khóa nhà, khóa xe và vài trăm ngàn tiền Việt lại cho Thu. Chị dặn Thu nếu có ai mua xe thì cứ bán cho họ để có tiền mà xài. Thu hỏi lại ai mà mua xe lúc này nữa hở chị. Chi Diệu nói ngay:

- Biết đâu có người cần xe để chạy ra Bà Rịa, Vũng Tàu để vượt biên thì sao.

Y như rằng qua hôm sau có người đến hỏi mua xe. Thu nhanh trí nói ngay:

- Tôi không bán xe, nhưng nếu ông bà cần thì tôi đưa chìa khóa cho nhưng phải cho tôi theo vượt biên với. Khi nào ông bà đi thì đến gọi tôi, khi tôi lên xe sẽ đưa chìa khóa cho ông bà.

Họ đồng ý ngay, dặn Thu gói theo một túi nhỏ quần áo thôi, đừng đem theo túi lớn sợ bị lộ.

Sau hai tuần đi tham quan Đài Loan, Thu chuẩn bị trở lại trại tị nạn thì ông Trầm nói với Thu rằng:

- Nị bây giờ là con nuôi của tôi, đã có quốc tịch Đài Loan rồi, không vào trại tị nạn được nữa.

Thu kinh ngạc hỏi lại:

- Rồi làm sao con đi Mỹ? Chị nuôi của con đang làm giấy bảo lãnh cho con đi Mỹ mà.

Ông Trầm bình tĩnh trả lời:

- Thì ở ngoài này chị ấy cũng bảo lãnh được mà.

Thu nghe thế thì hoàn hồn. Đêm đó Thu thức khuya viết thư cho chị Diệu báo cáo tình hình mới.

Hai tuần sau Thu nhận được thư của chị Diệu. Chị kêu Trời vì Thu không còn là dân tị nạn nên chị không bảo lãnh được nữa. Thu không còn tư cách pháp lý để sang Mỹ tị nạn vì đã có quốc tịch Đài Loan.

Thế là con đường đi Mỹ của Thu tắc nghẽn. Những người ở chung trại viết thư báo tin họ được phái đoàn Mỹ chấp thuận cho đi Mỹ tị nạn. Thu cảm thấy họ thật may mắn hơn Thu nhiều.

Thu chưa biết nói tiếng Phổ Thông. Ông Trầm bảo con trai ông mỗi ngày dạy Thu học viết vài chữ. Ông dặn nó không được lớn tiếng với Thu, nếu Thu chậm hiểu thì dạy từ từ thôi. Thu buồn bã ép bụng học chữ Tàu với thằng em nuôi tên Hải Đăng. Cho nó qua thì giờ.

Thu đã biết việc đi đứng của ông Trầm, ông đi biển vài ngày rồi về nhà vài ngày. Sau đó lại đi tiếp. Mỗi lần đi biển về, ông đem theo nhiều thứ hải sản tươi sống về. Nhà này ăn toàn hải sản thượng hạng.

Thu phụ má má lặt rau, thái thịt, làm cá. Má má nấu ăn là chính vì Thu chưa biết nấu ăn kiểu Tàu Đài Loan. Hai đứa em gái phải rửa chén bát. Ông Trầm không muốn Thu làm thay cho chúng nó.

Hết hè, cả ba đứa con ông bà Trầm đều đi học lại. Thu ở nhà dọn dẹp chút đỉnh rồi biên thư cho chị Diệu. Mỗi ngày Thu đều ra hộp thư để mở ra xem có thư chị Diệu không. Thu chẳng có bạn bè nơi đây nên cảm thấy cô đơn và tuyệt vọng. Ở nhà này chỉ ăn và ngủ, chẳng biết làm gì hơn. Thu muốn ra ngoài làm việc công xưởng, nhưng ông Trầm không cho. Ông bảo làm chi cho khổ thân, mỗi tháng ông đưa tiền cho Thu đủ tiêu dùng.

Thu không biết tại sao ông Trầm đón Thu ra khỏi trại làm gì để Thu phải bế tắc thế này. Thu chỉ ao ước được qua Mỹ, sống gần người Việt Nam cho bớt buồn. Chứ ở đây đã xa xứ, còn xa cả cộng đồng người Việt, Thu chán nản quá.

Cuối tuần, mấy đứa em nuôi đi chơi với bạn chúng, trong nhà chỉ còn Thu và ông bà Trầm ngồi ăn cơm với nhau. Vì thế ông Trầm lại bảo thằng con trai đưa Thu đi ăn, đi xem xi nê, đi mua sắm. Thu chẳng muốn đi tí nào, vì đi đâu cũng chẳng vui. Nhưng ông Trầm nhất định bảo Thu phải đi cho vui.

Gần một năm sau, Thu nói tiếng Phổ Thông đã khá vững. Ông Trầm dẫn Thu đến một cặp vợ chồng bạn thân với ông. Người chồng làm xếp của hải quan hàng hải, chức lớn, giầu có nhưng hai vợ chồng không có con. Họ vui vẻ nhận Thu làm con nuôi. Thu gọi họ là "Cha nuôi, mẹ nuôi". Mấy hôm sau mẹ nuôi đem đến một sợi dây chuyền vàng y đeo cho Thu để kết tình mẹ con. Bỗng dưng Thu có đến hai cha nuôi, hai mẹ nuôi. Nhưng Thu vẫn thấy trống vắng buồn bã.

Ở tuổi đôi mươi, Thu chưa quen một chàng trai nào. Nhưng làm sao không nghĩ đến chuyện có một người yêu, người tình, chuyện tương lai với một người chồng? Nhưng ở Đài Loan này, kiếm đâu ra một chàng Việt Nam để yêu, để lấy? Thu lại đau đớn hơn vì mất cơ hội đi Mỹ tị nạn.

Khi Hải Đăng học xong trung học. Nó lên học trường chuyên nghiệp về hàng hải. Trường này chỉ cần học hai năm thôi. Học xong một năm, ông Trầm mua cho nó một chiếc xe hơi nhập cảng. Xe ở Đài Loan đắt gấp ba lần bên Mỹ vì thuế rất cao. Vì thế không phải ai cũng có tiền mua xe hơi.

Ông Trầm gọi con trai đến nói chuyện nghiêm chỉnh:

- Con lớn rồi, đã mười chín tuổi rồi. Khi con học xong, cha muốn đưa con lên thành phố Cơ Long ở phía Bắc để mở công ty tàu đánh cá. Con sẽ làm chủ công ty này. Nhưng con phải cưới vợ rồi cha mới mở công ty cho. Vì cha không muốn con lên đó một mình, sẵn có tiền sanh ra ăn chơi, không lo gây dựng cơ sở.

Hải Đăng ngạc nhiên hỏi cha:

- Con có quen ai đâu mà lấy?

Ông Trầm thản nhiên trả lời:

- Có, con có quen một người. Con thấy chị Thu thế nào?

Hải Đăng ngẩn ngơ nhìn cha, tin không được tai mình. Từ ngày chị Thu bước vào nhà này, nó thấy chị Thu ít nói. Mặt chị luôn mang một vẻ buồn. Nhiều lúc nó hỏi thăm chị vài điều, chị chỉ trả lời vừa đủ. Nó thấy đôi mắt chị tròn to và đẹp, khác với mắt người Tàu thường một mí, hoặc có mí nhưng vẫn không tròn to. Chính mắt của mấy anh em nó cũng bị một mí giống như cha mẹ nó. Lúc chưa gặp chị, trong lớp nó có mấy cô khá xinh thích nó. Nó có để ý một cô, nhưng khi gặp chị rồi, nó chẳng còn để ý đến cô kia nữa.

Ông Trầm nhắc nó trả lời. Nó nói:

- Con thấy chị Thu ít nói, nhưng như thế cũng tốt. Nhưng chị ấy có thích con không chứ?

Ông Trầm cười đắc ý. Ông nói ngay:

- Miễn con thích chị Thu là được rồi. Con sẽ đưa chị Thu đi chơi mỗi tuần bằng xe hơi. Kiếm cách nói chuyện với chị ấy về tương lai. Cha không muốn chị Thu thuộc về gia đình khác. Cha thấy chị ấy có tướng vượng phu ích tử. Con phải cư xử như một người đàn ông đã trưởng thành. Không phải trẻ con nữa thì chị Thu mới thích con được.

Được cha bật đèn xanh cho chạy, Hải Đăng thấy mình may mắn quá. Cuối tuần đó, nó cố nài Thu đi mua sắm cho chị, viện cớ là cha mẹ nó muốn chị phải sắm sửa thêm quần áo. Thu đành phải đi. Mua vài cái áo đầm xong, Hải Đăng đưa chị Thu lên một công viên trên đồi để ngồi nói chuyện. Nó nói với Thu:

- Em thấy chị ở nhà suốt ngày, buồn lắm. Nên em muốn chị ra ngoài ngắm cảnh cho khuây khỏa. Em cũng muốn hỏi chị vài điều. Chị định làm gì trong tương lai hả chị Thu?

Thu buồn bã lắc đầu:

- Tôi không nắm được tương lai mình. Tôi không có nghề nghiệp gì ở đây để vươn lên. Tôi cũng không còn cơ hội đi Mỹ để ở gần người Việt Nam.

Hải Đăng hỏi ngay:
- Chị có nghĩ đến chuyện lấy chồng không?
Thu ngạc nhiên nhìn Hải Đăng, hỏi lại:
- Tôi có quen ai đâu mà lấy.
Hải Đăng nói ngay:
-Có, chị có quen với em. Chị có muốn gả cho em không, chị Thu?
Thu tròn mắt nhìn Hải Đăng, hỏi lại:
- Em vừa nói gì?
Hải Đăng kiên nhẫn lặp lại:
- Nếu em xin cưới chị, chị có chịu lấy em không?
Thu bủn rủn chân tay nhìn Hải Đăng một lúc rồi phì cười. Thu hỏi lại:
- Em có đùa không đấy?
Hải Đăng nghiêm trang trả lời:

- Em không đùa đâu. Cha muốn khi em học xong sẽ lên Cơ Long mở một công ty tàu đánh cá. Nhưng em phải cưới vợ trước khi đi mở công ty. Em chỉ muốn cưới chị thôi. Nếu chị là vợ của em, sau này chị có đủ nhà cửa, tài khoản trong băng và chồng con ở Đài Loan, chị sẽ ký visa vào Mỹ du lịch dễ dàng. Chưa hết, chúng ta sẽ đem tiền qua Mỹ đầu tư, chị sẽ xin được thẻ xanh của Mỹ không khó. Em đã nói hết với chị rồi, chị trả lời cho em đi. Chị có muốn gả cho em không?
Thu biết Hải Đăng nói thật, rất nghiêm trang nữa là khác. Thu hỏi lại:
- Cha sẽ bằng lòng cho em lấy chị sao?
Hải Đăng bật cười thành tiếng, trả lời:
- Chị khỏi lo. Cha sẽ vui lắm nếu chị bằng lòng lấy em. Chị trả lời cho em được chưa?
Thu suy nghĩ một thoáng rồi trả lời:
- Chị cần thời gian suy nghĩ.
Hải Đăng hỏi ngay:
- Cần bao lâu? Một ngày nhé.

Thu còn đang suy nghĩ, Hải Đăng nói tiếp:
- Em cho chị 24 giờ được không? Ngày mai giờ này chị trả lời em nhé.
Thu gật đầu.

Đêm hôm đó Thu trằn trọc mãi, cứ nghĩ đi nghĩ lại những lời Hải Đăng nói với mình. Nếu phải ở lại Đài Loan, trước sau cũng phải lấy chồng. Mình có quen ai ngoài Hải Đăng đâu? Mình ở trong nhà này hơn hai năm nay, biết tánh nết nó rồi. Biết cả cha mẹ nó nữa. Nó có đủ nhãn hiệu đẹp trai con nhà giàu và sắp làm ông chủ công ty. Hải Đăng cao gần một mét tám. Dáng cao ráo, thẳng thớm, trông thanh lịch. Ra ngoài khối gì cô muốn lấy nó. Sao nó lại muốn lấy mình, lớn hơn nó hai tuổi, lạ thật! Thu bật cười thành tiếng.

Nhưng Thu cảm thấy an toàn khi tưởng tượng đến mái gia đình của mình có người chồng là Hải Đăng, lo đùm bọc cho Thu mọi thứ, Thu chẳng cần ra ngoài làm công vất vả. Vì chữ nghĩa không có, ra ngoài chỉ có thể làm thợ hay bán buôn ngoài chợ thôi. Thật không ngờ người chồng tương lai của mình ở ngay trước mặt mỗi ngày mà Thu không hay.

Chiều hôm sau, đi học về, Hải Đăng chở ngay Thu ra công viên hôm qua. Ngồi xuống băng ghế công viên, Hải Đăng nhìn Thu chờ đợi. Thu chẳng biết mở lời thế nào. Chỉ ngồi yên. Hải Đăng phải lên tiếng trước:

- Chị có câu trả lời cho em chưa?

Thu cảm thấy mặt mình đỏ lên. Nhìn Hải Đăng một lúc rồi hỏi lại:

- Nếu lấy tôi rồi, sau này Hải Đăng nhìn lại thấy tôi già rồi bỏ tôi thì tôi sẽ khổ lắm.

Hải Đăng kêu lên:

- Chị lo vớ vẩn quá! Em yêu chị mà, lúc nào em cũng thấy chị đẹp nhất. Với lại chị có thấy cha em không? Cha em dù có tiền cũng không chê má em già xấu mà bỏ đi lấy người khác.

Thu thấy Hải Đăng nói đúng. Gia đình này rất hạnh phúc. Có lẽ Hải Đăng học được tánh tốt của người cha. Nàng nhìn Hải Đăng, lần đầu tiên Thu thấy hắn không còn trẻ con nữa.

Thu cười, nói với hắn:

- Nhưng Hải Đăng lại lấy một người mình gọi là chị sao?

Hải Đăng hiểu ý chị Thu nên nói ngay:

- Không, tôi xin cưới cô tiểu thư Nguyễn Thị Thu. Cô có muốn lấy tôi không?

Thu cười thành tiếng, gật đầu. Hải Đăng kéo Thu vào lòng mình. Lần đầu tiên Thu cảm nhận được một rung động kỳ lạ.

Ông Trầm đắc chí khi thấy mọi việc đi vào quỹ đạo theo như ý của ông. Hải Đăng hãnh diện chở "chị Thu" đi phát thiệp cưới cho từng người quen. Cha mẹ nuôi thứ hai của Thu lại sắm vòng vàng dây chuyền cho Thu trang sức đi lấy chồng và ông bà cũng đứng ra làm cha mẹ của cô dâu Thu hôm đám cưới.

Thu đâu biết được tất cả mọi sắp xếp từ đầu đều do ông Trầm đạo diễn. Nhưng dù sao, may cho Thu là ông Trầm sẽ là người cha chồng tốt nhất.

Thái An

VÕ QUÊ

Yêu Chính Mình Em Hát

Một bóng về khuya
Một mình
Em hát
Em hóa thân lời ca
Heo may
Lành lạnh
Trăng suông
Thương em đơn lẻ
Nội thành thâm u
Đường dài theo đêm vắng
Âm thầm
Cô quạnh
Tiếng ca em đôi hàng cây nghe
Nhịp thở em buồn hoa cỏ
Vô tình lá tàn thu rơi
Một bóng về khuya
Ai nâng bước xuân thì
Lời thì thầm của gió
Thương em
Chỉ ngôi sao xa
Nhìn em ái ngại
Thương em
Chỉ ánh trăng đẫm sương
Chiếu nẻo sầu khắc khoải
Em hát
Yêu chính mình
Một bóng về khuya... ■

BÙI DŨNG

Em Như Là Bếp Lửa Lòng Anh

Đông len lén về bên thềm cửa
Em như là bếp lửa lòng anh
Ngoài song chiếc lá rơi nhanh
Rủ thêm cơn gió chao mành chiều hôm

Môi nào thắm tiếng lòng hò hẹn
Bờ vai nào là bến quỳnh hoa
Suối tóc cũng là phong ba
Thơm mùi hương cũ la đà đắm say

Hạt mưa bụi dày thêm chiều vắng
Bảng lảng sương nằng nặng nỗi niềm
Gió nào héo hắt cô miên
Hôn lên má thắm môi mềm xuýt xoa

Chiều đông nhớ thềm hoa ngày cũ
Nhớ cà phê tóc xõa ngang vai
Nhớ đôi môi ấm miệt mài
Tạm quên ngày tháng hai vai gánh đầy

Tháng mười hai đong đầy cảm xúc
Ngẫm thời gian tất bật xô nhau
Vui buồn xen kẽ đời đau
Rồi xuân nắng ấm nhiệm mầu lãng quên... ■

DƯ ĐẰNG DUY

LÒNG KHUYA CANH TÀN

hoàng hôn hứng bụi mặt trời
về đâu tiếng khóc tiếng cười sơ sinh
thiên đường địa ngục hai bên
đất trời mê mỏi hóa thân kiếp người

về đâu luẩn quẩn luân hồi
đắng cay vừa khóc gượng cười với ai
rượu nồng một giọt đã say
cờ dang dở cuộc quất quay hận sầu

nửa đêm tỉnh giấc cơ cầu
giật mình thảng thốt trăng sao không còn
nhớ sao mảng nắng Sàigòn
quê hương nhìn lại rớt lòng cách chia

quên chăng có lúc trở về
nhắc bao nhiêu nỗi lòng khuya canh tàn. ■

NGUYỄN HÒA TRƯỚC

Phố Ảo Tự Nghìn Xưa

Song nứa quạt xòe nan nửa khuyết
hóc hẻm luồn thỏ ngọc chạy lông nhông
đám tiểu đồng thắt bím mỡ rêu phong
râu bách tuế cuộn vòng gai đương lứa
bước nhẹ nhàng từ tranh mộc bì tiền sử
da dẻ đào phơ những tầng tổ lão sinh
gậy di hành một chống đất hài xảo xuyên hải dặm ba nghìn
ngọa miên khê một thần nữ lâm-viên
sướt mướt sữa nguồn đôi thạch nhũ.
Đã cộng hưởng cách hô hấp trở mình tế vi của mỗi hòn sỏi
mỗi hạt thời gian chuỗi xâu mưa dầy mỏng mù sa
đà-lạt vĩnh niên răng bạch tượng đang ngà
(khiến) ta hài lòng dẫu luôn bị dụ hoặc
làm thợ kim hoàn nhặt ráp mảnh sành quý từ tráp rương huyền tích
tháp đuôi lũ ngựa thồ quanh quất chuông giật râm ran
thang khoác vai và nếp cẩm màu tía tô mép chân trần
cỏ lục đẫm còng xám lưng muối tẩm
hàng thủy liễu lụa tà chấm đất mải thổi tiêu trúc
khu gác trọ yết-kiêu vạt cay gỗ quế bạch hương
tít ngọn lộn ngược có cây bơ diện bích
gáy hiu hiu cốm sứ mụn hoàng thu tịch mịch.
*
Nhấm bọt nếm sần sật thớ sương sa
đăng đắng vài hột phấn sim nhung ngoáy co đòn bánh khúc
khuỷu vườn bé ti sương chăm tưới diệp thảo huê cười rực
rỡ căn phòng sát mái chi chít tự tình tân thi bản chim đọc rộn
ràng phóng lý tưởng cho các thong dong lạc đảo và trèo non
lạc trong mộng lạc lấn cả nhật thường

với đêm tây rất cạn hay rạng đông rất đầy tôi đều kết du bằng tương lân hữu hảo.
*
Tôi mượn từ bờ giậu chiếc sào khoắng xuống nắp ao hồi ức nhăn váng đậu
len lách qua lùm sậy rũ gầy đồi lữ-quán thanh-niên
(nhớ giữ kỹ trong nắp áo xấp vé cơm nhà bàn trọn tháng cho lành!)
cô sóc phổng phao trình diễn màn đuôi cong lõa ấm
rẻo trung học nữ bùi-thị-xuân cổng vôi hồng lòa xòa nét chổi
(tóc thề một dạo gió thèm về phá rối)
quét vào giảng đường lim dim lài đỏ cua gạch đất cà-phê xoăn xoắn chuỗi
manteau nhung (sắm mua từ khu nhà lồng chợ trên) các nàng mặc đo độ chếch chớm đông
tất tả tay lật cho hết chương gập ghềnh
nhón hái mầm tri thức trên vạch viền cuối trái thông vênh
mặt giấy hào hoa róc lời thì thào dự báo năm này hè đến sớm
khuấy ly vui pha đậm múc chia em ly yaourt nhuyễn đá bào dăm nhỏ muỗng.
*
Chợ phiên hoàng-diệu xạc xào âm ngữ người hôm nay
củ su hào rễ hút mội luồng quá khứ
quán ba-cao đèn mờ ly vang tí hon đặc sản vị khế chua
lưỡi chưa nhấp mắt đã cay khói rẫy ruộng làng mơ
bậc đá trượt trần-bình-trọng vu veo bông mận trắng
những chớm sáng lang thang đã đến lúc thôi về
góc lan can vẫy em lên xe lam xuôi couvent des oiseaux suối cam-ly
nhóm trò tóc búi queue de cheval phồng jupe đáy ong so chốt lỏng
đeo trước ngực thẻ tên viên đá hải âu đậu trên ngón tôi dầy ân bổng
sọc kẻ khung cửa kính che hắt thuyền chuyển di
phút ra chơi dây nhảy đua hoàng yến hót nhắc khéo đỉnh domaine de marie
nơ thắt thõng nhìn về dãy trắc bá tha thướt
chót vót chú gà giáo xứ nazareth tít xa in chếch luống mimosa măng mà mượt
(quả lót dạ với tách cà-phê ngồi bên kia bưu điện chờ chuông đổ rước em về.)

*
Giữ trinh tuyệt cho đêm kết tủa tối ngủ phải tắt đèn
giữ hôn lâu phiên thở vội tránh xin thêm
giá chưa đủ đông khí thả khói huyên thuyên
thắt nơ treo nám tảng vụ vân du mục
nương rừng yên hằng sảng nuôi những đội kèn bông đang búp
nhừ oải cuộc long nhong trăm nấc dốc
vẫn đủ sức cõng vai trả lại sân cù cô nguyệt vướng nhện tơ bên ngõ vào nhà.
Tươm tất thành phố sáng đạo mạo như xấp thư ngay ngắn mực
một quán xá là một hạt dầy ngô nếp lức
gió quảng ái mang gieo sực nức thơm
mây dậy thì ranh mãnh tạt hư không
đuối tình yêu rộn nhạc tạt nhanh nhích vào nhau hoài vẫn hở tấm phên cói
lật ngửa những nhặt khoan âm yêu tập nói
đánh nhịp đi thật chớp và trở về thật vội.
*
Tiết hoan phối sẽ trở hồi là ngón tay hai người tình ước thệ bắt chéo, rất thực
vỏ nứt như nhiên khoai nâu mướt mồ hôi trong rổ tre rướm mật
cặp bồ câu nhọn mỏ mớm sâu ấp trứng giòn bệ đất
sao thần nông hăm hở túa túm vun mâm xôi gấc
vén sợi mai mũ nỉ bím thấp gò nước thở than
leng keng khuyên đôi cài mối lệch khoen chuyền
chiều tiễn em nắng tra lưỡi vào lá đào bao gối
nốt kẻ gọn bài tập dương cầm em khua khi gáy vẫn sủi nhiều mép bọt bắn lên từ thủy tạ hồ
xuân hương cuối tuần đạp pédalo thả nổi.
*
Bài nhập môn lịch lãm mở cổng chào
chữ nghĩa lạ hẳn khiến như đang đón khách áo dài khăn đóng cổ ngần thế kỷ
bếp mốc meo bụng thúc sôi từng chặp
mươm mướp búp trà chèo ghe tỉa sen đầm bảo lộc
nấn ná bướm mòng vị đậm dôi;
trải hồn xơ thảm đêm phơi
để con suốt tím dệt đời lối thơ. ■

NGUYỄN HÀN CHUNG

MỘT NGÀY SOI GƯƠNG

Tôi nhìn tôi thấy rất quen
mang mang hình bóng thằng đen đúa này
bấy lâu tôi cật lực cày
quên soi gương thấy mặt mày ra sao

Tôi nhìn cái dáng ho lao
của tôi, bỗng thấy tuôn trào cảm thương
vì sao giã biệt ngôi trường
căn nhà dột nát, con đường chân trâu?

Tôi nhìn tôi kỹ rất lâu
tôi thấy mái đầu tóc bạc như tơ
bài tình chữa bệnh nuôi thơ
thấm khuya phe nhóm bơ vơ giữa trời

Tôi nhìn tôi gọi tôi ơi!
hình như gương có phản hồi huyên thuyên
buồn chi, chơi tưới hột dền
mê man con chữ cơn điên tản thần

Tôi nhìn tôi rất tri âm
chôn tôi vào huyệt sinh phần nghe xưa! ■

December 18, 2025

ĐOÀN TAM KỲ

Xa Thu

Trăng thu tròn vằng vặc
Soi bóng hình ao thu
Tâm hồn người thi sĩ
Dưới làn nước trong veo

Thu đến rồi thu đi
Nhanh vèo như làn gió
Lá xanh thời trên cây
Ngủ mơ rụng rơi hết

Thu lãng đãng phiêu du
Bén duyên làn gió mới
Giao mùa se trái tim
Chia xa thu buồn khóc... ■

NGÀN THƯƠNG

TÌNH KHÚC MÙA ĐÔNG

Thầy Cô giờ biền biệt
Học trò cũng cách xa
Mùa đông về lành lạnh
Nghe niềm nhớ đậm đà

Mấy mươi năm hoài vọng
Hình bóng "Người trồng cây"
Trường Hàm Nghi yêu dấu
Còn trong sương khói bay

Di Luân Đường thuở ấy
Áo trắng với quần xanh
Đứng sắp hàng ngay ngắn
Thầy Giám thị gọi tên

Những học sinh ngỗ nghịch
Len lén lên một mình
Còn những trò ngoan, giỏi
Nắng sân trường diễu quanh

Nhãn, mù u tiệt giống
Cây muối cũng không còn
"Dấu xưa hồn thu thảo"
Thuở tôi về vấn vương... ■

HỨA HIỂU

CÁI CHẾT CỦA BÀI THƠ

Lắm câu thơ vất vưởng đầu đường xó chợ
cùng gặp nhau ở bài thơ
Lắm bài thơ tâm thần không hẹn nhau
lại cùng họp lớp trong tuyển tập định kỳ

Cái chết của bài thơ
như thế nào
luôn là nỗi tò mò không hề nhẹ của biết bao độc giả
Người bị trầm cảm nặng có thể đi đến tự sát
Bài thơ bị trầm cảm có thể đi đến tự sát
Bài thơ đi tìm một trang mạng văn thơ
đăng ký trị bịnh trầm cảm
Ngày bài thơ được chọn đăng là ngày đăng cáo phó
Trang dán bài thơ là huyệt mộ
Trang mạng văn thơ là nghĩa trang
sống
Nơi tác giả thường xuyên ghé thăm để nhang khói

Bài thơ bị đột biến
phải nhập viện tạp chí văn chương
Sau khi được khám nghiệm
bài thơ được chọn phải nằm viện
để chủ bút tiện theo dõi
tình hình sức khỏe của độc giả
Bài thơ phải đóng tiền viện phí

Năm trăm ngàn đồng
vừa túi tiền cho một thi sĩ vô sản
Nằm liệt giường tối đa hai tháng
dẫu có muốn xuất viện
hay trốn viện sớm hơn
cũng đồng giá

Bài thơ có cái tên khá bức xúc
chỉ có hai từ
mộc mạc đơn giản
nhưng lại tích tụ khá nhiều ý nghĩa
trọng đại của lịch sử
Hay hơn nữa là bài thơ có thể biến dạng
thành bài thơ khác
bài thơ cực ngắn
khi đọc lên nghe nặng nề hơn thô lỗ hơn
nhưng lại đầy ẩn dụ cực ngắn
chỉ cần thêm một chữ
và đổi một dấu
nếu muốn giựt
giải thơ cực ngắn

Ngắn như hai tiếng chửi thề. ■

HỒ XOA

KHÚC HỒI TƯỞNG ĐÔI MƯƠI

(Cuối cùng)

Người đi từ dạo tôi về
Đội vai rơi rụng hẹn thề hai tay
Tật nguyền lá rụng sương bay
Nghe thương tích cả tháng ngày phù dung
Ngu ngơ đến mức lạ lùng
Hoang vu thế giới chập chùng
Tôi đi...
Trụi trần da thịt man di
Từ tâm chín đẫm xuân thì đa mang
Lưng mang gạch vỡ Địa đàng
Càn Khôn tám quẻ hai hàng rưng rưng... ■

TRẦN VĂN NGHĨA

THÁNG CHẠP, ĐÀ LẠT VÀ EM

tặng Thai Ly

Sương theo xe lửng lơ đèo
Anh bên em ngẩn ngơ chiều Lâm Viên
Chút mưa ướt lạnh Prenn
Dỗ tình nép bóng thông nền nã xanh

Chớm hồng ngọn cỏ dốc quanh
Áo em gió thổi nghiêng anh phía đồi
Hương thời gian lãng mạn trôi
Chở hoa mùa cũ tím trời phố xưa

Mắt đời ủ mộng chín chưa?
Mà ngây ngất cả tiếng mưa điệu đà
Thẹn thùng tháng Chạp vừa qua
Làm ơn giữ nét duyên Đà Lạt ơi!

Ừ giờ hơn tuổi sáu mươi
Con tim vẫn ấm như thời trẻ trai ■

NGUYỄN NGUYÊN PHƯỢNG

Chào Đông Nồng Nàn

Chiếc vàng chiều ngơ ngẩn
thả nỗi niềm lên xanh
chìm vào tôi dấu lặng
khát câu thơ yên bình.

Nhánh Thu gầy còn sót
rẩy run tình mong manh
thuở yêu hờn môi ngọt
đọng mê đời trăm năm,

Đông ướp mùa hoang lạnh
thèm ấm vòng tay ôm
gió lưu vong triền nhớ
nỗi em cứ lăn tròn.

Vòng xoay mùa chấp chới
mắt lệ chớp thời gian
sâm cầm hồ biếc gọi
vũ điệu Đông nồng nàn. ■

Núi, 30/11/2025

NGUYỄN HỮU QUYỀN

Thơ

NƯỚC

Không phải vũ trụ vỡ ối
Lụt về
Trái đất có nhiều lệ quá

Ngày mẹ sinh
Nước trong người bà đẩy tôi ra

Hôm đó mặt trời cười
Trong ánh nắng có nước

Nghe nói

Ngày xưa
Những hạt lúa sót lại sau đại hồng thủy đã cứu loài người

Trái đất tái sinh

Tôi mang trong mình giọt nước

Thuở đó

THAO THỨC

Nơi nao. Chốn nào?...
Ta về

Không thấy chớp bể

Đây là đâu?

Về thôi

Về mà bắt con chuồn chuồn
đậu trên máng tre
uống mùa hè ngộp nước

Be be dê kêu

Chuồn ơi
Về thôi...

Không thấy chớp bể?... ■

TRẦN ĐÌNH SƠN CƯỚC

GIẾNG XƯA

Vườn xưa còn góc giếng hoang
Cây xiêu cỏ rậm mẹ nằm nơi đâu
Tuổi thơ gáo nước xối đầu
Đêm hè thức với một bầu trời sao

Làng quê nước máy dẫn vào
Ao lấp giếng cạn lòng nào bỏ quê
Cây cau cây khế mộng về
Hương thơm quê mẹ đêm che nỗi buồn

Người đi... "mang theo quê hương "
Giếng xưa rêu phủ nhớ thương cội nguồn... ■

TRƯƠNG XUÂN MẪN

BÀI HÁT BỎ QUÊN

Bao lâu rồi bỏ quên trong ngăn tủ
Bài tình ca đã tươm ố mất rồi
Bàn tay mẫm mò trên giòng kẻ, chữ ...
Văng vẳng đâu đây nhạc khúc một thời

Bài hát chơi vơi mộng đời ấp ủ
Có nghe ta đàn thổn thức ngón tay
Những nốt nhạc nhảy bay thời xưa cũ
Tái hiện cuộc tình ngỡ đã tàn phai ■

NGÔ SỸ HÂN

MUỘN MÀNG

Ta đi trong ánh đạo vàng
Tìm người tri kỷ hồng nhan cuối đời
Xuyến xao đi giữa bồi hồi
Chân trời góc biển bơ vơ tình sầu

Tương phùng đây chốn nhiệm mầu
Cô đơn một thoáng sáng ngời hào quang
Nam Mô Ngài Quan Thế Âm
Đi chùa lễ Phật hay tìm vần thơ ?

Trong mơ nhớ mãi tới người
Gọi tên trong những phút giây chập chờn
Tại ta chưa dứt lòng trần
Chưa thông đạo pháp hồng trần còn vương

Phải chăng ta đến muộn màng
Công hầu khanh tướng thời gian nhạt nhòa
Giật mình tỉnh giấc Nam Kha
Tuyết sương sớm phủ phôi pha tháng ngày

Niết bàn hạ giới là đây
Người trong mộng tưởng tháng ngày còn thơ
Ngập ngừng gió chuyển sang mùa
Mùa thương mùa nhớ hay mùa tình yêu ! ■

HUỲNH THỊ QUỲNH NGA

Ngẫu Khúc Sông Và Em

Em hãy về với tôi
Chạm vào ngẫu khúc sông
Nghe mưa phù sa chín đỏ

Bên triền chiều...
Lụa vàng mênh mang cánh gió
Biếc xanh nhịp song lang

Giữa dòng xanh tôi gọi tên
Em tím vào buổi hoàng hôn rất lạ
Lấp lánh trong tôi giấc mơ huyền thoại

Trên bình minh đại nội
Tôi trôi trên con sóng sông Tiền về phía em
Cô gái đến từ giấc mơ cổ tích

Khoảnh khắc mê trầm
Từ một vương triều ảo mộng
Em về ướm thử gót hài thơm! ■

NGUYỄN HOÀN NGUYÊN

CHẠM & THƠ

trời chạm đất
đất chạm trời
đen đúa bụi cát
vẽ vời chiêm bao
cỏ chạm tóc
mắt chạm sao
nụ hôn chạm giữa
môi đào nguyên sơ

đêm chạm não đá
trơ trơ
thì xin chết giữa mộng mơ
bình thường
da chạm thịt
thịt chạm xương
vết thương chạm nhớ
giữa đường lá bay

tay chạm nước
nước chạm mây
vọng nguồn cội chạm
giữa ngày vong thân
giọt mưa
giọt lệ
trong ngần
vô tình pháp thoại
một lần mở phơi

trời hôn đất
đất hôn trời
có không khẽ chạm
giữa lời tồn sinh ■

LÊ HÂN

Màu Sắc Đời Người

tháng ngày không thấy cặp chân
cũng không đôi cánh, đằng vân cách nào
ngó qua nhìn lại, đã vào
đời người dài nỗi lao đao nhiệm mầu

hạnh phúc chen cùng nỗi đau
tinh thần thể xác cùng nhau chia đều
khi lòng thanh thản, trăng treo
trí óc nặng nhọc vượt đèo băng sông

đời người là một loại bông
lắm hương nhiều sắc thành không chi thành
có chăng mùi vị công danh
tùy nghi số phận trời dành riêng cho

*

tôi xưa là cậu học trò
tôi chừ thả chữ thay đò đưa vui
người lên kẻ xuống mỉm cười
kẻ lên người xuống ngậm ngùi vẩn vơ

cuộc nhân sinh luôn bất ngờ
cũng không thiếu những tình cờ hân hoan
cuối cùng đợi chuyển rẽ sang
hư vô một cõi hỗn mang xa nào ■

NGÔ NGUYÊN DŨNG

NGÀN NĂM TRONG KHOẢNH KHẮC

Phỏng dịch từ nguyên bản Đức ngữ của Ngô Nguyên Dũng:
"Tausend Jahre im Augenblick"

(Phần 2)

Cậu Bảy lớn hơn Lâm sáu tuổi, là em út trong mười hai anh chị em. Ba người qua đời trong mùa dịch ngủ ngày lẫn đêm, dẫn tới hội chứng thụy miên. Khi Lâm lên bảy, cậu được bà ngoại xin ba má Lâm đem về ở chung, bởi lẽ khuya nọ bà chiêm bao thấy có người giáng trần, xuống lệnh biểu bà cho cậu đi học trở thành thầy thuốc, nhằm cứu vớt dân làng tránh khỏi tai ương dịch bệnh. Tại vùng đất gồm bảy ngôi làng nơi đây, vỏn vẹn độc nhất một trường sơ học ở Cái Bàu, có ba lớp với một thầy và hai cô giáo từ tỉnh tới dạy. Cậu Bảy học chung lớp vỡ lòng với Lâm. Từ buổi học đầu tiên, cậu không những là bạn đồng môn, mà còn là người che chở Lâm khỏi bị mấy đứa khác hiếp đáp. Trước đó cậu là trẻ chăn trâu, có sở thích vo sình làm đạn, lắp ná bắn cá thòi lòi lúc nước ròng. Cậu có tài địt ra tiếng khi có ai yêu cầu, và địt không kiểm soát mỗi khi hồi hộp quá độ. Cậu còn hãnh diện khoe khoang, thông thạo vài ngón võ tự vệ.

"Coi nè, đây là thế hổ rình mồi." Nói xong, cậu gấp chân chồm hổm, hai cánh tay dang rộng, mười ngón cong xoè. "Còn đây là thế rắn hổ mang tấn công", cậu đổi bộ, đứng một chân, một cánh tay giơ thẳng, bàn tay khum lại, ngó tựa cái đầu rắn phùng mang chực mổ.

Lúc đó Lâm mới để ý thấy hai bàn tay cậu Bảy lớn chần vần, ngón dài chắc nịch và sực nhớ mấy lời người khác xét nét, cho rằng cậu Bảy là một đứa dị hợm.

"Tay lớn, cu lớn", cậu Bảy vênh váo.

Nước da cậu Bảy dang nắng nâu sẫm, phèn ăn đóng vẩy, vì vậy cánh tay láng lẩy mồ hôi và bàn tay ô dề của cậu ngó tựa con rắn hổ mang chúa. Thảy thảy những gì cậu diễn trò hay kể lể, Lâm đều thích thú. Bản thân Lâm được bà mụ lắp ráp, là phản diện của cậu Bảy và là đứa con khó nuôi của gia đình. Má cậu, bà Từ Phụng, trong những ngày giỗ quải hiện diện đủ mặt bà con chòm xóm, vẫn điềm nhiên thuật lại những kinh nghiệm lúc bà thai nghén Lâm, bằng điệu bộ và giọng nói bắt chước tuồng hát, như thể bị đồng nhập, Lâm là chiến lợi phẩm bà giành được sau cơn lâm bồn. Với bà, Lâm là đứa con *trong mơ* đúng nghĩa ngữ cảnh.

Lâm có thể nhắm mắt thuật lại mẩu chuyện bà kể:

"Bữa đó nhằm khuya rằm tháng mười một, tiết trời oi ả. Ba sắp nhỏ gặp chuyện bất ngờ, phải về quê nội từ mấy bữa trước. Tui đương say ngủ, chợt nghe giọng ai kêu, bắt tui tỉnh giấc, bước chưn không ra ngoài. Không khi nào tui quên được quang cảnh khuya ấy, trăng dát vàng, chớp tắt đầy sao. Và không gian lênh láng cái mùi gì bắt thèm thuồng. Bà con cô bác có tưởng tượng nổi hông, cái mùi thơm rượn tình níu tay tui kéo đi. Trong bóng tối nhấp nháy màu trăng đêm, tui thấy rõ ràng cái mùi thơm tụ lại thành một dải lụa phất phơ, dẫn tui tới chỗ hẹn. Với ai, làm chi, hổng biết nữa. Tui chỉ thấy lòng mình phấn chấn, trộn chút bồn chồn và đắn đo, để rồi cuối cùng tui tới đứng trước ngôi mộ đồ sộ của ông cả người da trắng xa lạ đó. Chắc bà con cô bác hiểu tui muốn nói ai? Tại đó, tui đặt lưng xuống mặt đá hoa cương, ngóng chờ nôn nao, tư thế sẵn sàng. Bất giác tui rùng mình thấy ra tấm vải lụa đọng thành luồng sữa sền sệt, tọt vô miệng tui cái rọt như được ai cầm quặng rót. Thiệt tình, đã cái nư! Sau đó, mới bảy tháng mười lăm ngày, cũng nhằm một khuya rằm, thằng Lâm chào đời, chui ra cái ọt như được bôi mỡ, hổng đau hổng đớn gì hết á!"

Trong lúc nghe chuyện, khách khứa ai cũng ngậm tăm. Vài người lén lút đảo mắt ngó ông Phạm Quang, chồng bà Từ Phụng. Như lệ thường, ông ngồi một bàn riêng với đám bạn tửu lượng mạnh.

"Tưởng gì, mấy chuyện đờn bà ngủ mớ", ông huơ tay cất giọng nhừa nhựa, ợ một tiếng lớn rồi hô cụng ly.

Nếu ai có miệng lưỡi độc địa, sau khi theo dõi tài diễn tuồng linh động, tràn trề dâm tình của bà Từ Phụng, hẳn nhoẻn cười hệch hạc kèm lời bình, chắc bà ta bị hồn ma giáo sĩ người da trắng cưỡng bức tới độ cấn thai. Nghe kể, thuở sơ sanh Lâm có nước da trắng hồng như da heo lang và đầu tóc luốc luốc màu nắng nhiệt đới, với con mắt trái có màu xanh cẩm thạch, nhiều năm sau mới đổi nâu giống như mắt phải. Còn cái tên của người đàn ông da trắng, không biết đọc sao cho đúng, khắc trên mộ bia là ai, hiện nay chỉ một ít cư dân, đã từng trải qua những thời chinh chiến của đất nước, còn nhớ.

Cậu Bảy đã có lần góp mặt trong những dịp lễ lạc ấy. Cậu bị chuyện kể của người chị thu hút tới độ, mỗi lần sau đó có dịp nhắc lại,

cậu đều sanh nạnh bóng gió, bằng thứ từ ngữ ba trợn ba trạo, Lâm là đứa con cầu tự trời cho, là kết quả của tình chồng nghĩa vợ thiêng liêng, còn cậu không khác gì một mớ rác rến sau khi giao hợp.
"Nhưng mà cậu Bảy", Lâm ngần ngừ phản đối, "cậu nói ông bà ngoại như vậy đâu có được. Con thấy chuyện vợ chồng thương yêu với... xụ đâu có giống nhau."

Chuyện sử dụng từ ngữ tục tằn cho hành động trai gái ăn nằm, với Lâm, là một điều cấm kỵ, sau lần cậu lỡ lời, bị má xáng cho một bạt tay đích đáng.

"Đúng đó! Nhưng cậu không biết nói kiểu huê dạng", cậu Bảy công nhận. "Không phải cậu cháu mình được thầy dạy, con người ta cũng là động vật có vú như chó, heo với lại chuột sao? Nè, cậu để ý thấy con cái có bao nhiêu núm vú, là nó đẻ một lứa đúng bấy nhiêu con. Nhiều quá, tụi nó chết đói."

Lý luận rạch ròi của cậu Bảy được Lâm chấp nhận vô điều kiện, nhưng Lâm thừa lanh lợi để xách mé.

"Sao đàn ông cũng có hai núm vú, mà không biết đẻ con?", cậu vặn vẹo.

Cậu Bảy cứng họng giây lát, nhưng tìm ra ngay câu trả lời. "Tại đực rựa không có tử cung với lại cái hạ bộ thích hợp. Đồ ngốc!"

Lời giải thích xác đáng của cậu Bảy làm Lâm chưng hửng. Cậu là con trai nối dõi độc nhất của dòng họ Phạm. Sau khi hạ sanh liên tiếp năm cô con gái, bà Từ Phụng đem lễ vật tới chùa, khấn Phật và hết thảy thánh thần quen tên ban phước cho bà một mụn con trai. Lời cầu xin được chứng giám qua câu chuyện huyền bí bà thường thuật lại cho mọi người cùng nghe. Và, đứa con Phật ra đời. Lễ ăn mừng đầy tháng được tổ chức rình rang, tụ họp bà con gần xa cùng đầy tớ, có hát bộ giúp vui, ngay cả ban giáo viên của mấy cô con gái cũng được mời. Những kẻ có tà ý, ganh tỵ rủ rỉ, chắc con mẹ Từ Phụng được chồng cho phép hành nghề bán dâm sao đó, dám chừng còn là vợ nhỏ của điền chủ Lê Tấn Phát. Nếu không, làm sao vợ chồng bả – người là kẻ giúp việc nhà, người là tá điền cho gia đình họ Lê – lại có đủ khả năng chi tiêu cho một đám tiệc linh đình gồm một con heo, năm con gà trống thiến, năm con vịt xiêm, cá mống ê hề, rượu đế, còn thêm tiền mướn con hát và tay đờn độc huyền cầm từ chợ tỉnh nữa chớ? Và cơ ngơi của vợ chồng bà đâu phải của nông dân nghèo khó. Tuy cũng lợp lá, nhưng ba má Lâm cất hai căn riêng biệt, cách đó bảy bước là gian bếp rộng rinh và chỗ tắm bao bọc lá chầm, xây bên hồ sen. Có một số chi tiết mà nhiều người không muốn nhìn nhận, là gia đình họ Phạm có được những tiện nghi này, từ dạo cậu Bảy dọn về ở chung. Nếu không, họ đã hiểu ra, mớ tài sản xuất phát từ ông bà ngoại Lâm. Ba má Lâm, đặc biệt người mẹ, lúc nào cũng cố gắng giũ bỏ lai lịch mình, bằng cách cho bầy con đi học chữ.

Ngay tới chuyện đặt tên con, bà Từ Phụng đã trằn trọc nhiều đêm, nát óc nghĩ ra những từ vựng hoa mỹ, có ý nghĩa. Không như người khác đặt tên con bằng tên rau cỏ hay cầm thú thông thường, hoặc theo số thứ tự vì lý do sinh đẻ hàng loạt, cả việc sử dụng những từ ngữ tục tằn, hy vọng ma quỷ xa lánh, năm cô con gái của bà Phạm đều mang tên hoa hay linh thú trích từ thi ca bắt đầu bằng vần L, như Liên, Lan, Liễu, Lài và Loan. Cho thằng út cưng, ông bà Phạm chọn tên Lâm, từ ngữ bao trùm cảnh giới động và thực vật.

Bà Từ Phụng tin rằng, nhiều sự kiện trong đời sống bà đã được tiền nhân định sẵn. Bà nhớ hoài giọng kể kiêu hãnh của bà ngoại về thời Trịnh-Nguyễn phân tranh. Hồi đó, trên đường lánh nạn, chàng thanh niên kế vị triều đình nhà Nguyễn đã có lúc trọ tạm nhà cha mẹ bà một thời gian dài. Lần nọ, trong khoảnh khắc buông thả say đắm, cô con gái mặn mà nhất trong gia đình đã dâng hiến tình yêu cho vị hoàng đế lưu vong, và cho ra đời một mụn con mang dòng máu quý tộc. Bốn mươi năm sau, cuộc tranh chấp chấm dứt, chàng thanh niên trở về kinh đô Phú Xuân, đăng quang hoàng đế, khai sáng triều đại nhà Nguyễn.

Một trưa hè oi ả, sau một đêm mất ngủ vì chứng bệnh loét dạ dày, ngài ra nhà thủy tạ ven hồ sen hóng mát. Trong cơn đầy bụng vì các món ăn cung đình khó tiêu, ngài chợt thèm một bữa cơm dân dã, đạm bạc đã từng nếm qua trong lần bôn ba lưu lạc vùng nước lợ miệt đồng bằng Cửu Long, được chính tay cô con gái lớn, thân thể phảng phất hương dầu bạc hà, dọn ăn. Bữa ăn có canh chua me cá lóc nấu với cà dại, khóm, đậu bắp, giá, bạc hà, rau om, và cá trê kho tộ, kèm cơm Nàng Hương. Ngài phân vân, không rõ mình ngon miệng vì bụng đói cồn cào sau cuộc hành trình nhọc nhằn hay vì hương vị độc đáo của món ăn, chỉ biết lần ấy ngài đã được dịp tận hưởng một bữa no nê. Cùng lúc, tâm tư ngài nhớ lại những chi tiết trong lần giao tiếp thân xác với người đẹp thơm tho hương dầu bạc hà. Ngài tự hỏi, cô gái ấy ở đâu hiện giờ và ai là người có diễm phúc được cô cho thưởng thức những món đặc sản ấy?

Ngày hôm sau, ngài cho vời trung thần đã đồng hành cùng ngài suốt đoạn đường lưu vong tới hầu, trút cạn niềm riêng, rồi ra lệnh cho ông lên đường truy tầm tông tích gia đình người nông dân và cô gái thuở nọ. Ba tháng sau trở lại, ông báo tin đã tìm ra manh mối, nhưng không thể thuyết phục nàng theo về hoàng cung, bởi vì nàng đã có người phối ngẫu. Nàng nhờ ông đem dâng hoàng thượng một tờ giấy lụa phác họa hoa đào, thủ pháp tinh xảo thảo mực tím cách thức nấu món canh chua cá, một đặc sản gia truyền.

"Bẩm hoàng thượng, thiếu phụ nhân danh đứa con do thiên long ban tặng, nhờ hạ thần tấu lời vấn an và chúc ngài vạn tuế", ông gập đầu tấu.

Không rõ những sự kiện được các lão bà bên ngoại Lâm kể lại, với mảnh ký ức hao hụt vì tuổi già, có phản ảnh đúng thực tế hay chỉ là những hoang tuởng của bẩm tính giàu sáng kiến độc đáo, là điều không thể kiểm chứng sau cuộc phân tranh và kháng Pháp đẫm máu kéo dài hằng bao thế kỷ, đã để lại nhiều thương tích trong ý thức mọi người, và rồi dần dà trôi vào quên lãng? Kiếp nhân sinh vốn dĩ vô thường, nên điều đó đối với Lâm chẳng có gì quan trọng. Mang trong người huyết thống đế vương từ một giọt máu rơi đã ba đời lợt lạt, thì có gì đáng tự hào?

Cứ mỗi chủ nhật, ngày nghỉ duy nhất trong tuần, bà Từ Phụng lại sai Liên, cô con gái lớn, dạy đánh vần hay đọc cho nghe mấy tờ nhật trình cũ rích của nhà ông điền chủ liệng bỏ. Bà tỏ ý tâm đắc với những truyện dài đăng từng kỳ. Vận mạng những nhân vật chính trong nhiều câu chuyện tình lôi cuốn bà tới độ, bữa nọ trong lúc rửa chén, bà cảm nhận mồn một nỗi thôi thúc sáng tạo, xui bà nghĩ ra một tiểu thuyết bình dân diễm lệ. Bằng tính mẫn cảm nữ phái và đường gươm bén ngót của văn tự, bà sẽ xoáy vào tim, sẽ lấy nước mắt giới nữ độc giả cạn ráo như vắt chanh. Bà tưởng tượng, quyển tiểu thuyết đầu tay của bà sẽ thuật lại đời sống tình cảm của một phụ nữ sống trong một xã hội nặng nề luân lý đạo đức giả, dưới thời thực dân thống trị. Sau khi cấn thai vì bị một tên lính lê dương da đen rạch mặt hãm hiếp trong một trận Tây ruồng, sau đó bị họ hàng làng xóm khinh bỉ, nàng tới trú thân trong một ngôi chùa của dân Khờ-me, chờ ngày sinh nở. Phải rồi, tình huống bi thảm này cần được miêu tả chi li từng chi tiết, chẳng hạn chuyện sư ông trụ trì sẽ giữ vai mụ đỡ, và đứa trẻ sơ sinh sẽ có trên má dấu chàm y hệt vết sẹo trên mặt kẻ cưỡng dâm. Theo lời thầy bói làng coi tướng, thân thể đứa nhỏ báo ứng một vài dấu tích đế vương: trái tai hai tấc, xoáy tóc trôn ốc, hai cánh tay dài quá khổ và mụt ruồi son trên dương vật. Nhưng tiến trình vương nghiệp của thằng nhỏ phải được diễn tả ra sao cho văn vẻ mặn mòi thì bà chưa nắm được ý.

Lẽ đó, một sáng chủ nhật bà cắp một rổ xoài, tới lãnh ý thầy Văn Tài, một người quen thân của gia đình, có tiếng học sâu hiểu rộng. Tuổi đã bốn mươi lăm mà thầy vẫn chưa lập gia đình, sống cùng mẹ già mắt lòa và một con mèo xiêm mắc chứng bạch tạng có cặp mắt đỏ hồng ngọc, trong một gian nhà kê vỏn vẹn chiếc trường kỷ gỗ dày, là nơi ăn chốn ngủ của mẹ con thầy, cũng là chỗ chiều chiều thầy kèm dạy Lâm cùng nửa tá học trò.

"Theo như tui biết, tên lính lê dương da đen là một người châu Phi", thầy giải thích cho bà Từ Phụng, sau khi bà kể cho thầy nghe chuyện văn mạch đứt đoạn. "Chị nghĩ sao, nếu chị cho thằng da đen được vinh danh thành người hùng, sau ngày thằng chả từ Đông dương trở về nước tên là Marronga, tỷ dụ vậy. Và rồi, qua một cuộc bầu cử không mấy phân minh, chả lên ngôi quốc trưởng với tám mươi phần trăm số phiếu?"

Bà Từ Phụng tịnh khẩu trước tầm kiến thức và óc sáng kiến độc đáo của ông thầy, chỉ biết gật gù tán đồng.

"Theo lời pháp sư răn dạy", thầy Văn Tài tiếp tục đắm đuối trong cảnh giới hư cấu, "và để gột sạch cũng như đền bù những tội đồ xấu xa trong quá khứ, thằng đen cho quảng bá khắp Đông dương một yết thị có in hình chả và nhận được tới một trăm bảy mươi sáu hồi đáp kèm ảnh chụp trẻ lai da đen. Trong số đó có một tấm thuyết phục hơn hết, vì mặt đứa nhỏ mang dấu tích giống hệt chả..."

"Hổng biết thầy nghĩ sao, chớ tui thấy... chuyện hơi... hơi... khó tin", bà Từ Phụng ngắt lời.

"Sao vậy? Hổng phải chị mới nói, chị định viết một truyện tưởng tượng, chớ đâu phải hồi ký? Để rồi, cha con trùng phùng trong một trường hợp hi hữu, và lẽ đương nhiên thằng con trở thành kẻ nối ngôi cha. Quyển tiểu thuyết của chị được chấm hết bằng một đoạn kết có hậu như vậy. Tui tin chắc, cuốn sách của chị sẽ được văn giới đón nhận như một chấn động long trời, như một hỏa diệm sơn phún lửa long trời lở đất."

Quyển tiểu thuyết bi hài không bao giờ được khởi công, và tâm nguyện trở thành nữ sĩ thành danh trong văn đàn Việt-Miên-Lào của bà Từ Phụng cũng không bao giờ thành tựu. Sau khi mắc phải chứng bệnh sốt nhiễm trùng và được thầy thuốc làng chữa khỏi, khả năng cảm nhận của bà như thể mặt kiếng lấm bụi được cơn mưa tháng tám dội sạch. Những tư tưởng sáng tạo minh mẫn dạo nào trong ý thức bà không còn lại chút gì, dẫu chỉ là một đoạn chỉ nối. Quá khứ biệt tăm không dấu vết, tương lai rỗng rang không dự tính. Nhưng nhờ vậy, bà thấy người nhẹ nhõm như vừa phủi sạch những mê muội hồng trần, chỉ giữ lại những tính lành, bảng lảng chút siêu nhiên. Như một con rùa đánh hơi được mùi đất sinh quán, như thính giác loài dơi nghe được chướng ngại trong tăm tối, như một con ó biển thấy ra đáy thẳm đại dương, như một con kiến tiên ứng mùa lụt lớn, như hột lúa cảm nhận được hơi ẩm cơn mưa ấm để nẩy mầm. Nhờ vậy, bà Từ Phụng chủ động được chính mình, có một cá tính tự tin, không vướng mắc bất kỳ di tích tổ tiên nào. Bà tin chắc, bằng tất cả bẩm năng vay mượn từ các loài thú kể trên, bà có thể phác họa trong trí tấm địa đồ thế giới, không cần dụng cụ. Bà còn nghĩ ngợi quàng xiên, dám chừng mình là kẻ tái sanh từ những giống thú ấy sau muôn kiếp luân hồi.

(còn tiếp)

Ngô Nguyên Dũng

NHÀ XUẤT BẢN NHÂN ẢNH GIỚI THIỆU SÁCH MỚI IN TRONG THÁNG 9 & 10 NĂM 2025

www.ingramcontent.com/pod-product-compliance
Lightning Source LLC
LaVergne TN
LVHW040414051026
849517LV00002B/309